बारकाव्यांनी नटलेली नेटकी शब्दचित्रं...

'रेशीमगाठी' हा कांचन काशिनाथ घाणेकर लिखित व्यक्तिचित्रणात्मक लेखसंग्रह आहे.

आई सुलोचना, धर्मपिता भालजी, राजा परांजपे, काशिनाथ घाणेकर, चंद्रकांत मांढरे, रणजित देसाई, दत्तात्रय अंबादास मायाळू, गदिमा, मधू आपटे, माई मंगेशकर, लीला गांधी, शाहूराव शाहू मोडक आणि सतीश दुभाषी या कलाकारांची सुरेख शब्दचित्रं या संग्रहात आहेत आणि शेवटी आहे ते जयप्रभा स्टुडिओचं शब्दचित्रं. प्रत्येक व्यक्तिमत्त्वातले बारकावे या शब्दचित्रांतून टिपले आहेत.

लेखन, संपादन, मुखपृष्ठ, कागद, मुद्रण, रेखाचित्र या सगळ्याच दृष्टीने हे पुस्तक दर्जेदार आहे.

— **अविनाश बिनीवाले**
दैनिक लोकसत्ता

उत्तुंग व्यक्तिमत्त्वांचे विलोभनीय दर्शन

नाटक, चित्रपट या क्षेत्राशी संबंधित आणि कौटुंबिक आणि स्नेहाची नाती असलेल्या सुप्रसिद्ध व्यक्तींवर कांचन घाणेकर यांनी लिहिलेलं हे पुस्तक.

— **दैनिक सकाळ, नाशिक**

रेशीमगाठी

कांचन काशिनाथ घाणेकर

मेहता पब्लिशिंग हाऊस

Please contact us at **Mehta Publishing House,** Pune.
Email : production@mehtapublishinghouse.com
Website : www.mehtapublishinghouse.com

RESHIMGATHI by Kanchan Kashinath Ghanekar

रेशीमगाठी : कांचन काशिनाथ घाणेकर / व्यक्तिचित्रे

© कांचन काशिनाथ घाणेकर

Email : author@mehtapublishinghouse.com

प्रकाशक : सुनील अनिल मेहता, मेहता पब्लिशिंग हाऊस,
१९४१ सदाशिव पेठ, माडीवाले कॉलनी, पुणे - ३०.

अक्षरजुळणी : इफेक्टस, २१ / ६ब, आयडिअल कॉलनी, कोथरूड, पुणे.

मुद्रित-संस्करण : मोहन वेल्हाळ

मुखपृष्ठ : चंद्रमोहन कुलकर्णी

आतील रेखाचित्रे : वासुदेव कामत व सरदार जाधव

प्रकाशनकाल : १९९९ / २००० / जानेवारी, २००२ /
सुधारित आवृत्ती : एप्रिल, २०१७

P Book ISBN 9788177662610
E Book ISBN 9789386454584
E Books available on : play.google.com/store/books
www.amazon.in/b?node=15513892031

श्रेष्ठ मराठी साहित्य व साहित्यिकांशी
जिच्यामुळे ओळख झाली, ती माझी आई
श्रीमती सुलोचना,
मराठी भाषेची गोडी ज्यांच्या उत्कृष्ट अध्यापनाने
वाढली, त्या माझ्या आदरणीय प्राध्यापिका
डॉ. (सौ.) सरोजिनी वैद्य,
ज्येष्ठ पत्रकार– ज्यांनी मला लिहिते केले–
श्री. वा. य. गाडगीळ,
श्री. सुधीर दामले,
श्री. इसाक मुजावर,
या सर्वांना मन:पूर्वक—
– कांचन

प्रिय वाचक....

मी दहा वर्षांनी माझे दुसरे पुस्तक घेऊन तुमच्यासमोर येत आहे. पहिल्या पुस्तकाच्या वेळची अस्वस्थता, दडपण आज कमी आहे. त्यात माझ्या आत्मविश्वासापेक्षा तुम्ही वाचकांनी कौतुक व प्रशस्ती इतकी भरभरून माझ्या पदरात घातली आहे की ती झेलता–झेलता माझी त्रेधा उडाली. माझे पहिलेच ४००-४५० पानांचे पुस्तक वाचक वाचतील का? त्यांनी नाही वाचले, तर आपल्या 'मिशन'चे काय होणार? त्यामुळे फार बेचैनी यायची. होय, 'नाथ हा माझा' लिहिताना निश्चित उद्दिष्ट ठेवूनच मी ते लिहिले होते. बालगंधर्वांनंतर इतकी लोकप्रियता मिळविणारा दुसरा नट मराठी रंगभूमीवर झाला नाही, अशी ज्यांची ख्याती त्या डॉ. काशिनाथ घाणेकरांचे व्यक्तिमत्त्व, त्यांची कारकीर्द, त्यांच्यावर झालेला स्तुतिसुमनांचा वर्षाव, तशीच भरमसाट झालेली टीकाही, त्यांच्याविषयी पसरलेले गैरसमज आणि या सर्वांपेक्षा सतत २५ वर्षे मराठी रंगभूमीचा अनभिषिक्त (हाऊस फुल्लचा) सम्राट म्हणून रंगभूमीवर ते काय करीत होते, याचा इतिहास पुढच्या पिढीसाठी जपून ठेवावा, म्हणून मी हे शिवधनुष्य उचलण्याचा प्रयत्न केला होता. तो तुमच्या सहकार्यामुळेच शक्य होऊ शकला, याची मला पूर्ण जाणीव आहे, आणि त्याबद्दल मी कृतज्ञही आहे.

सात वर्षांत ५ आवृत्त्या निघू शकल्या, त्या तुमच्या भरघोस पाठिंब्यावरच. पहिल्या एका वर्षाच्या आतच तीन आवृत्त्या निघालेल्या पाहून, तर साहित्य अकादमी पुरस्कारविजेते 'झोंबी'कार प्रा. आनंद यादव यांच्यासारख्या बड्या लेखकांनीही त्याची नोंद घेऊन कौतुकमिश्रित आनंद माझ्याजवळ व्यक्त केला. तर एका लग्नसमारंभात भेटलेल्या श्री पु. ल. देशपांडे यांनी, 'काय सुरेख लिहिलंस, ग. बाई' अशा घरगुती भाषेत शाबासकी दिली. दीनानाथ स्मृतिसमारंभात भेटलेल्या

स्वरसम्राज्ञी लतादीदींनीं तर त्या वेळचे महाराष्ट्राचे मुख्यमंत्री श्री. शरदराव पवारांशी सुरू असलेले आपले संभाषण थांबवून, 'मला तुझं पुस्तक आवडलं हं, कांचन.' अशी प्रशस्ती दिली. श्री. प्रमोदभाई नवलकरांनी तर मार्मिकमध्ये 'कांचन' असा लेख लिहून आपले मनोगत व्यक्त केले. वाचकांच्या पत्रांचा तर पाऊस पडला. एस्. एस्. सी.च्या विद्यार्थ्यांपासून एस् सी. (सीनियर सिटिझन्स) पर्यंतच्या सर्व वयोगटांच्या वाचकांची ही पत्रे आहेत. मराठी भाषा नामशेष होणार का, या चिंतेच्या पार्श्वभूमीवर अशी मुद्देसूद, प्रदीर्घ, परीक्षण करणारी ही वाचनीय मराठी पत्रे पाहून आश्चर्याचा आणि आनंदाचा सुखद धक्का बसला. शाळेत जाणारी मुलेही किती विचारपूर्वक आपली मते मांडतात, याचे कौतुक वाटले. अमेरिका, लंडन इथूनही वाचकांनी आपले मनोगत कळविले. ही पत्रे ठेवण्यासाठी फायली कराव्या लागल्या. दूरध्वनीवरून, प्रत्यक्ष भेटून, जमेल तसे वाचक आपल्या भावना, आपली मते व्यक्त करायचे. अजूनही करतात. या पत्रांचे एखादे पुस्तक निघू शकेल, इतकी त्यांची संख्या भरेल.

—आणि आता माझे नवीन पुस्तक 'रेशीमगाठी'बद्दल. 'नाथ हा माझा' लिहिण्याआधीपासून मी अधून मधून लेख लिहायची. मी पदवीधर झाले होते, तेव्हाची गोष्ट. स्त्री मासिकाने त्या काळच्या काही मान्यवर व्यक्तींच्या मुलांनां काही प्रश्नावली पाठवून त्यावर लेख लिहून मागितले होते. माझ्या आईच्या संदर्भात मीही एक लेख लिहून दिला होता. पण का, कुणास ठाऊक, माझा लेख नाकारण्यात आला होता. तो लेख ज्येष्ठ पत्रकार वा. य. गाडगीळ व श्री सुधीर दामले यांच्या वाचण्यात आला होता. त्या दोघांनी माझ्या आईच्या कलाजीवनाच्या रौप्यमहोत्सवी वर्षाचे निमित्त साधून तो लेख (माझी आई) १९६९ साली 'महाराष्ट्र टाइम्स' मध्ये छापला. तो माझा छापला गेलेला पहिला लेख. या पुस्तकात माझ्या आईवर लिहिलेला (स्वयंसिद्धा) लेख मात्र तो नाही. तो नव्याने लिहिलेला आहे.

त्यानंतर दुसरे ज्येष्ठ पत्रकार श्री. इसाक मुजावर हे 'रसरंग'चे संपादक असताना मला लेख लिहायला भाग पाडीत. लेखाचा विषय मात्र माझ्या आवडीनुसार असायचा. पुढे त्यांनी स्वत: सुरू केलेल्या 'चित्रानंद' या सिनेसाप्ताहिकाचे ऑफिस आमच्या घराजवळ असल्यामुळे नुसत्या फोनवरूनच इसाकभाई विषय कळवीत. लिहिशील का, असे विचारायचेही ते करत नसत. माझ्या लिखाणातील सातत्य टिकविण्याचे बरेचसे श्रेय त्यांचे, त्याबाबतीत माझा पाठपुरावा करणारे आणखी एक ज्येष्ठ पत्रकार श्री वसंत भालेकर. नवीन वर्षाच्या शुभेच्छा द्यायला फोन केला की, त्यांचा पहिला प्रश्न, 'बाबा, नवीन संकल्प कोणता? नवीन काय लिहिलंस?'

या पुस्तकातील काही लेख पूर्वी छापून आले असले, तरी ते जसेच्या तसे इथे छापलेले नाहीत. कारण ते लेख काही प्रसंगाने, संदर्भाने लिहिलेले असल्यामुळे ते आता कालबाह्य वाटण्याचा संभव होता. त्यामुळे त्यांचे पुनर्लेखन केले आहे.

काही लेख छापताना काटछाट करून छापले गेले होते. ते या पुस्तकात पूर्ण स्वरूपात आहेत. तरीही ज्या ज्या वर्तमानपत्रांनी, नियतकालिकांनी, दिवाळी अंकांनी माझे लेख छापले, त्या सर्वांची मी शतशः आभारी आहे. कारण त्या वेळी मी अगदी नवोदित लेखिका होते. या पुस्तकातील काही लेख संपूर्णतया नवे आहेत. या पुस्तकासाठी म्हणून मी लिहिलेले आहेत. याचे श्रेय मी दोन व्यक्तींना देईन. त्यांतील एक म्हणजे प्रख्यात कवयित्री श्रीमती शिरीष पै. 'नाथ हा माझा' वाचल्यानंतर त्यांनी मला सांगितले होते की, 'तुझ्या लिखाणाच्या पद्धतीवरून तू व्यक्तिचित्रे चांगली लिहू शकशील, असे वाटते. ती तू लिहायला सुरुवात कर. त्यांचेही उत्तम पुस्तक होईल. 'नाथ हा माझा नंतर' मी काही लिहीत नाही, हे पाहिल्यावर प्रसिद्ध लेखक–नाटककार श्री. विजय तेंडुलकर अगदी वैतागून एकदा मला म्हणाले,

'अहो, काही लोकांना लिखाण थांबवा, असे सांगण्याची वेळ येते आणि तुम्हांला मात्र लिखाणाचा सारखा आग्रह करायला लागतो. काय म्हणावं याला? लिहिलेलं छापायचं, की नाही, ते नंतर ठरवा. पण स्वत:ला आवडेल ते, स्वत:साठी का होईना, लिहीत राहा.'

या सर्वांचा परिपाक म्हणजे यातील हे लेख आहेत. या सोळा लेखांतील पंधरा व्यक्तींपैकी एक माझी आई जिच्याशी जन्मामुळे गाठ पडली, तर डॉ. घाणेकरांशी लग्न झाल्यामुळे. उरलेल्या तेरा व्यक्तींशी मात्र माझ्या रेशीमगाठी जुळलेल्या आहेत. रेशमासारख्या मृदू-मुलायम, सुखद आणि पक्क्या. एकदा पडलेल्या या गाठी इतक्या घट्ट आहेत, की पुन्हा कधी सैल झाल्याच नाहीत. ह्या सर्व व्यक्ती उत्तुंग, कर्तृत्वशाली आणि प्रदीर्घ कारकीर्द पाठीशी असलेल्या आहेत. मात्र हे लेख त्यांच्या कार्यकर्तृत्वाचे मूल्यमापन करणारे नाहीत. मी त्यांच्या सहवासात आल्यानंतर मला ते कसे भावले, त्यांचे ठसे माझ्या मनावर कसे उमटत गेले, याचे हे कथन आहे. पहिले पुस्तक एका उद्देशाने लिहिले होते. हे लेख मात्र वेळोवेळी उठलेल्या ऊर्मींनी लिहिले आहेत. या सर्व मंडळींनी इतके भरभरून मला दिले आहे की, त्यांच्याविषयीच्या माझ्या भावना कृतज्ञतेच्या आहेत आणि त्या कृतज्ञतेचे शब्दरूप म्हणजे हे लेख आहेत. या सर्व व्यक्तींमध्ये सोळावा लेख मात्र एका वास्तूवर आहे. या सर्व सचेतन व्यक्तींमध्ये ही अचेतन वास्तू का, असा प्रश्न वाचकांना पडेल. जयप्रभा स्टूडिओशी माझे दुधाचे नाते आहे. 'जयप्रभा स्टूडिओ एक अदभूत वास्तू' हा लेख वाचल्यावर बाबांनी (भालजी पेंढारकरांनी) 'आत तू ललित लेखिका झालीस' अशी प्रशस्ती दिली होती. त्यामुळे हा लेख छापणे माझ्या दृष्टिने अत्यावश्यक होते. प्रफुल्ल कंपनी, जयप्रभा स्टूडिओ, बाबा यांचा उल्लेख काही लेखांतून परत परत आलेला आहे,

असे वाटेल. ही काही मंडळी त्या कालखंडात एकत्र आल्यामुळे, त्यांच्या त्यांच्या लेखात वरील उल्लेख येणे अपरिहार्य होते. ते टाळणे अशक्य होते. कृपया वाचकांनी याची नोंद घ्यावी.

बाबांनी त्यांच्या अखेरच्या वर्षात मी लिहीत राहीन, याचे एकदा माझ्याकडून वचनच घेतले. बाबांना नाही म्हणणे शक्य नव्हते. १९९४ सालीच हे पुस्तक करावे, असे ठरवत होते. पण त्या वर्षी मला थायरॉईडच्या विकाराने घेरले आणि दैनंदिन कामे वगळता काही करण्याचा उत्साहच मावळला. या वेळी मात्र पुस्तक करायचेच, या विचाराने प्रबळ उसळी मारली. चार वर्षांपूर्वीच मेहता पब्लिशिंगच्या श्री. सुनील मेहतांनी याला मान्यता दिली होती. पण आता अल्पावधीत पुस्तक तयार व्हावे, अशी इच्छा व्यक्त करून, मी त्यांना संकटात टाकले होते. तरीही लेख हाती पडताच त्यांनी छपाईप्रक्रियेला सुरूवातही केली. यासाठी त्यांना धन्यवाद द्यावेत, तेवढे थोडेच आहेत.

पुस्तकात छायाचित्रांऐवजी रेखाचित्रे घालण्याचे ठरताच, ही कामगिरी श्री. वासुदेव कामत या निष्णात चित्रकारावर सोपविण्यात आली. या रेखाचित्रांसाठी लागणारी बरीचशी छायचित्रे आमच्या घरच्या संग्रहातीलच आहेत. श्रीमती माई मंगेशकरांचे छायाचित्र मात्र लतादीदींच्यामुळे, तर सतीश दुभाषींचे छायाचित्र दादरच्या प्रकाश फोटो स्टूडिओचे श्री. उदय मिटबावकर यांच्यामुळे उपलब्ध झाले. त्याबद्दल दोघांचेही मन:पूर्वक आभार. —आणि शेवटी या पुस्तकाचे स्वागत कसे करायचे, ते तुम्हां वाचकांवरच सोपवते.

मुंबई **कांचन काशिनाथ घाणेकर**

अनुक्रमणिका

रेशीमगाठी

स्वयंसिद्धा

मी साडेतीन, चार वर्षांची असेन. तेव्हा आम्ही कोल्हापूरला जैन गल्लीमध्ये भाड्याच्या घरात राहत होतो.

एके दिवशी सकाळी दारात टांगा उभा राहिल्याचा आवाज झाला. कोण आलं असेल, हे पाहायला मी धावत गॅलरीत जाऊन उभी राहिले.

एक उंच, शिडशिडीत, पांढऱ्या पातळातील बाई टांग्यातून उतरताना दिसली. खाली उतरल्यावर तिनं टांग्यात ठेवलेली लाल रंगाची, पत्र्याची, लहान मुलांना चालविता येणारी गाडी उतरवून घेतली आणि वर पाहून ओळखीचं हसली.

आपल्याकडंच कुणी तरी आलंय्, हे समजून मी माझ्या आजीला सांगायला घरात पळाले.

'आई, तुझ्याकडं कुणीतरी बाई आलीय्', असं सांगेपर्यंत ती स्त्री जिना चढून वर आलीही.

–आणि मग मला कळलं, ती 'कुणीतरी बाई' नाही, माझी आई आहे.

पण घरातील इतर मामेभावंडांसारखी मी तिला आत्तीच (म्हणजे आत्या) म्हणायला सुरुवात केली.

आजीला मात्र मी आईच म्हणायची.

कोल्हापूरपासून पस्तीस मैलांवर असलेल्या खडकलाट या छोट्या खेडेगावातून, ॲड. पुरुषोत्तम बेनाडीकरांच्यामुळं आत्ती मा. विनायक यांच्या प्रफुल्ल कंपनीत चित्रपटात काम करण्याचं वेड घेऊन दाखल झाली. परंतु काही महिन्यांतच मा. विनायकांनी सर्व कंपनी मुंबईला नेण्याचं ठरवलं. सर्वांबरोबर आत्तीलाही मुंबईला येण्याविषयी त्यांनी विचारलं. पण मुंबईला जाणं म्हणजे साता समुद्रापार जाण्यासारखी भीती वाटून घरच्यांनी नकार दिला.

आता पुढं काय, असं प्रश्नचिन्ह उभं असतानाच आबासाहेब चव्हाण हे एक रगेल आणि रंगेल व्यक्तिमत्त्व सामोरं आलं. नामांकित घराशी संबंध जुळावा, अशा त्या काळच्या पद्धतीप्रमाणे वयांतील सत्तावीस वर्षांचं अंतरही नजरेआड करून, वडिलधाऱ्यांच्या इच्छेसमोर मान तुकवावी लागली. पण मनं, स्वभाव, विचार कधीच जुळले नाहीत. परंतु 'कांचन'साठी म्हणून ही 'तडजोड' दोघांनीही

शेवटपर्यंत मान्य केली. माझे वडील आणि चित्रमहर्षी भालजी पेंढारकर (सर्वजण त्यांना बाबा म्हणतात.) हे जानी दोस्त. आत्तीची आवड पाहून माझ्या वडिलांनी बाबांच्याकडं शब्द टाकला आणि आत्ती भालजी पेंढारकरांच्या जयप्रभा स्टूडिओत दाखल झाली.

सुशिक्षित, पदवीधरांच्या प्रफुल्ल कंपनीत आत्ती तशी दुर्लक्षिली गेली होती. पण बाबांच्या रत्नपारखी नजरेनं आत्तीमधील सुप्त पैलू हेरले असावेत. बाबांच्या भाषेत सांगायचं, तर झिपऱ्या सोडून (आत्तीच्या कुरळ्या केसांचा बाबांनी केलेला असा उल्लेख) स्टूडिओत हिंडणाऱ्या या मुलीतील परिश्रम करण्याची, साधना करण्याची क्षमता त्यांनी जाणली होती. तिच्या टपोऱ्या, पाणीदार डोळ्यांमुळं 'सुलोचना' नावाची देणगी ही त्यांचीच. बाबांच्या कसबी कारागिरीनं अनघड दगडातून एक सुंदर, सुबक आणि सजीव मूर्ती निर्माण केली. पण आत्तीला घडवण्याबाबतीतील बाबांना दिलेलं श्रेय त्यांना स्वतःला नामंजूर असायचं. ते म्हणत,

'सुलोचनानं या पन्नास वर्षांत शेकड्यांनी भूमिका केल्या असतील. त्यांपैकी सुरुवातीच्या पाच-सहा चित्रपटांत तिनं माझ्या मार्गदर्शनाखाली काम केलं आहे. तिची प्राथमिक तयारी, तिनं कुठं जायचं, तो मार्ग दाखवणं हे सर्व मी जरूर केलं आहे. पण त्यानंतरची तिची वाटचाल, तिची प्रगती तिनं स्वतःच केली आहे. जवळजवळ अर्धशतक टिकून राहण्याचं कसबही तिचंच आहे. सुलोचनाच्या बाबतीत एकच गोष्ट प्रथम मला प्रकर्षानं जाणवली, ती म्हणजे, तिची माझ्या बाबतीतील टोकाची श्रद्धा. ती इतकी जबरदस्त होती की, बाबा पेंढारकरांनी कड्यावरून उडी टाक, असं सांगितलं, तर तिनं क्षणाचाही विचार न करता तसं केलं असतं. तिची गुरूवरची ही श्रद्धा तिच्या कामावरही होती. त्या स्वयंसिद्धेतूनच सुलोचना घडली. या पदावर पोहोचली. मी केवळ निमित्तमात्र.'

उमेदवारी ते नायिका होण्याच्या चार वर्षांच्या प्रवासात दोनदा मातृत्वाचा अनुभव 'आईच्या' भूमिकांचा पाया घालून गेला असावा. तिच्यात व माझ्यात फक्त अठरा वर्षांचं अंतर आहे. तिला सोळाव्या वर्षीही एक कन्या झाली; पण ती अल्पजीवी ठरली. आत्तीच्या चित्रपट–अभिनेत्री होण्याच्या तीव्र आवडीआड हे मातृत्व येऊ शकलं नाही. 'जय भवानी' या चित्रपटात ती प्रथमच नायिकेच्या भूमिकेत आली. या चित्रपटात तिनं पाचव्या महिन्यापासून नवव्या महिन्यापर्यंत काम केलं, तर 'मीठभाकर' या चित्रपटातच्या चित्रीकरणासाठी बाळंतपणाच्या पंधराव्या दिवशी ती घराबाहेर पडली. पण या काळात बाबा व त्यांच्या पत्नी

लीलाबाई पेंढारकरांनी बाळंतपणासाठी माहेरी आलेल्या लेकीची घ्यावी, तशी संपूर्ण काळजी घेतली.

माझ्या दुधाच्या वेळेप्रमाणे मला त्या त्या वेळी स्टूडिओत नेलं जाई. जयप्रभा स्टूडिओशी माझं असं दुधाचं नातं जोडलं गेलं. ते पुढं रक्ताहून दाट झालं. तीन महिन्यांनंतर मात्र माझ्या दुधाची गाईवर आणि संगोपनाची जबाबदारी माझ्या आजी व वडिलांवर सोपवून ती आपल्या ध्येयपूर्तीच्या ध्यासाबरोबर जगू लागली.

१९४८च्या गांधीवधाच्या जाळपोळीत जयप्रभा स्टूडिओ जळून भस्मसात झाला. तो पुन्हा बांधून बाबांची चित्रपट–निर्मिती कार्यान्वित होण्यास काही महिन्यांचा अवधी लागणार होता. अशा वेळी मंगल पिक्चर्सच्या 'जिवाचा सखा' चित्रपटासाठी पुण्याला जाण्याचा योग आत्तीला आला. गदिमा-राजा परांजपे-सुधीर फडके या त्रयींचा हा पहिला यशस्वी रौप्यमहोत्सवी चित्रपट.

बाबांच्या चित्रपटांची निर्मिती पुन्हा सुरू होईपर्यंत आत्तीचं अधिकाधिक वास्तव्य पुण्यातच राहिलं. कारण त्या वेळी पुण्यातही मराठी चित्रपटांची निर्मिती व्हायची. आत्तीचे अनेक उत्तम, रौप्यमहोत्सवी चित्रपट पुण्यातच निर्माण झाले. शिवाय कोल्हापुरात काम केलेले आत्तीचे चित्रपट बहुतांशी ग्रामीण, पौराणिक, ऐतिहासिक अशाच स्वरूपाचे होते. पुण्यातील 'बाळा, जो जो, रे'सारख्या चित्रपटातून शहरातील मध्यमवर्गीय जीवनाचे विषय मांडले गेले. त्यामुळं चित्रपटातील भूमिकेबरोबरच आत्तीनं वैयक्तिक जीवनातही पांढरपेशा जगात पाऊल ठेवलं. तिचं पुण्यातील सुरुवातीचं वास्तव्य 'पूना गेस्ट हाऊस' मध्ये अन्नपूर्णा सरस्वतीबाई सरपोतदारांच्या प्रेमळ सावलीत, मंगल पिक्चर्सचे एक निर्माते वामनराव कुलकर्णी यांच्या कुटुंबीयांच्या सहवासात होतं. ग. दि. माडगूळकरांच्या पत्नी विद्याताईंशी मैत्रीचे सूर याच वेळी जुळले. माणिक बेहेरेशी अठ्ठेचाळीस वर्षांपूर्वी जमलेलं सख्य आज तसूभरही कमी झालेलं नाही. या सर्व ब्राह्मणी वातावरणाचा, या स्त्रियांचा मध्यमवर्गीय आई, आक्का, वहिनी साकारताना खूप उपयोग झाला. 'बाळा, जो जो, रे' किंवा 'स्त्रीजन्मा, ही तुझी कहाणी' मधील तरुण विधवा आक्का साकार करताना तर चालणं, बोलणं, ओचे–पदराचं नऊवारी नेसणं या सर्वच दृष्टींनी राजा परांजपे यांच्या भगिनी बबुताई पुणेकर आत्तीच्या डोळ्यांसमोर होत्या. या अवलोकनाचा आत्तीनं फार डोळसपणे उपयोग करून घेतला. तिचा सहजसुंदर अभिनय ह्या बाह्य स्वरूपामुळं रसिकांच्या हृदयांत चटकन् ठसला. त्याचा परिणाम पाच दशकं उलटली, तरी कायम आहे.

कोल्हापूरच्या मराठमोळ्या ऐसपैस राहणीमानातून बाहेर पडून पुण्याच्या पांढरपेशा जीवनाशी जुळवून घेताना आत्तीला अतोनात कष्ट पडले. पण ते जीवन तिनं परिश्रमपूर्वक साध्य करून घेतलं. पहिली तारांबळ भाषेतच उडायची. त्यातच ग. दि. माडगूळकर, राजा परांजपे ही मंडळी तिच्या बोलण्याची चेष्टा करून तिला जीव नकोसा करायची. तिला अक्षरशः पळून जावं, असं वाटे. त्यामुळंच 'पारिजातक' चित्रपटातील नायिका सत्यभामेची आव्हानात्मक भूमिका निव्वळ संस्कृतप्रचुर मराठी भाषेतील संवाद बोलता येणार नाहीत, या धसक्यानं सोडून देण्याचं आत्तीनं ठरवलं होतं. परंतु गदिमांनी मात्र ही भूमिका आत्तीनंच केली पाहिजे, असा आग्रह धरला होता. चित्रपटाचे दिग्दर्शक राजा परांजपेही आत्तीच्या निवडीबाबत नाराज होते. आत्तीनं तडक कोल्हापूर गाठून आपली अडचण बाबांना सांगितली. त्यांनी नागपूरहून प्रसिद्ध होणारा संस्कृत भाषेतील अंक आत्तीच्या हातात ठेवत सांगितलं की, 'हा अंक रोज, अर्थ नाही कळला, तरी, मोठ्यानं वाचायचा.' तसंच, वर्गणी भरून तो अंक तिला नियमित मिळेल, अशी व्यवस्थाही केली. अभिजात संस्कृत भाषेच्या सरावानं, आत्तीची बुजणारी जीभ वळणावर येऊन अस्खलित मराठी बोलायला लागली. त्यामुळं चार लोकांत संवाद साधण्याचा आत्मविश्वासही निर्माण झाला.

बाबांनी अभिनयाचे धडे दिले. उत्तम संस्कार केले. तरीही बाबांच्या बद्दलच्या आदरयुक्त भीतीचं दडपण सतत असायचं. परंतु पुण्यानं मुक्त नव्हे पण मोकळ्या वातावरणाचा लाभ आत्तीला दिला. ग. दि. माडगूळकर, पु. ल. देशपांडे, पु. भा. भावे, अरविंद गोखले, व्यंकटेश माडगूळकर अशांसारख्या मातब्बर मराठी साहित्यिकांच्या सहवासात मराठी साहित्याच्या विशालतेची जाणीव झाली. बाबांनी वाचनाचा लावलेली गोडी, अनेक उत्तमोत्तम मराठी पुस्तकं विकत घेऊन वाचण्याइतकी वाढली. घरात पुस्तकांचं कपाट आणि गावात वाचनालय असणं हे तिथल्या लोकांच्या सुसंस्कृतपणाचं लक्षण असतं, असं मानलं जातं. आत्तीमुळंच हा सुसंस्कृतपणा आमच्या घरात आला. घरातील आम्हां मुलांनाही पुस्तकं विकत घेऊन वाचण्याची सवय लागली. रोजची वर्तमानपत्रं वाचल्याशिवाय आमचा दिवस सुरू होत नाही. जेव्हा केव्हा आम्ही नवं घर घेतलं, तेव्हा फर्निचर करताना पुस्तकांसाठी प्रशस्त, बंदिस्त कपाटं हवीत, हा आत्तीचा प्रथम आग्रह असायचा.

मला आत्तीच्या या साहित्यप्रेमाचं आश्चर्य वाटतं. तिला शालेय शिक्षणाची आवड नव्हती, असं ती स्वतःच सांगते. शिक्षण जेमतेम चौथीपर्यंत झालं होतं. तेही काका गोपाळराव दिवाण परीक्षा घ्यायचे. त्यामुळं अभ्यास न करताही दरवर्षी पास होता यायचं. तिला लहानपणापासून चित्रपट पाहण्याचा प्रचंड नाद होता.

वडील शंकरराव दिवाण फौजदार असल्यामुळं गावात तंबूत येणारा सिनेमा महिनो न् महिने फुकट पाहायला मिळायचा. शिवाय तिला तो अगदी पडद्याजवळ बसून बघायचा सोस असायचा. त्यातूनही पडद्याच्या मागं जाऊन पाहण्याची उत्सुकता अधिक असायची. त्या वेळी अभिनय करण्याचं वगैरे डोक्यात नसायचं. चित्रपट पाहायला मात्र खूप आवडायचा.

आत्ती अभिनेत्री व्हावी आणि होणारच, तसंच, हिंदुस्थानभर तिचं नाव गाजणार, याची खूणगाठच माझ्या आजीनं मनोमन मारली होती. ही माझी आजी म्हणजे बनुबाई लाटकर. ही, खरं तर, आत्तीची मावशी. तिची धाकटी बहीण तानुबाई ही आत्तीची आई. आत्ती आणि नऊ वर्षांनी मोठे तिचे बंधू विलासराव ही दोन्ही भावंडं आपल्या मावशीकडं खडकलाट इथंच वाढली. आत्तीच्या आई-वडिलांना तिला सिनेमात घालावंसं कधीच वाटलं नाही. ती महत्त्वाकांक्षा आत्तीच्या मावशींची–आक्कांची. आपल्या खडकलाट गावाचं नाव हिंदुस्थानभर गाजलं पाहिजे, या आग्रहातून आक्कांनी, आत्तीच्या नावापुढं लाटकर हे नाव कायमचं नोंदवून घेतलं. आक्काच्या दुर्दम्य इच्छाशक्तीचं फळ म्हणूनच आपण हे सर्व मिळवू शकलो, याचं भान आत्तीनंही कधी सोडलं नाही; आणि म्हणून दिवाण व चव्हाण या आडनावाऐवजी लाटकर हे आडनावच ती आग्रहानं व अभिमानानं मिरवते.

'स्त्रीजन्मा, ही तुझी कहाणी' या चित्रपटानं हिंदीचा पेहराव चढवताना आपल्याबरोबर आत्तीलाही मुंबईला ओढून आणलं. मराठी 'स्त्रीजन्मा' तील 'आक्का' रणजित फिल्म्स्च्या 'औरत, तेरी ये कहानी' या चित्रपटात 'दीदी' बनून पडद्यावर आली आणि त्यानंतर हे 'दीदी' नाव तिचं उपनाव म्हणून सर्वांच्या तोंडी कायमचंच रुळून गेलं.

त्यानंतर या मुंबापुरीतच न भूतो न भविष्यति लोकप्रियता देणारी 'वहिनींच्या बांगड्या'तील अजरामर 'वहिनी' आत्तीकडून साकारली गेली. मराठी चित्रपट–रसिकांच्या स्वयंपाकघरापर्यंत ती पोहोचली. पंचेचाळीस वर्षं झाली, तरीही ती वहिनी प्रेक्षकांच्या स्मरणातून जात नाही. आजही एखाद्या लग्नघरात, समारंभात जमलेले वृद्ध स्त्री-पुरुष परिचय नसतानाही एखाद्या नातलगाला आवर्जून भेटावे, तसे तिला येऊन भेटतात. आपुलकीनं चौकशी करतात.

हिंदी-चित्रपटसृष्टीत भक्कम पाय रोवून उभं राहायचं असेल, तर तुझं कायम वास्तव्य मुंबईत असलं पाहिजे, या ज्येष्ठ अभिनेत्री ललिता पवार यांच्या सल्ल्यानुसार

व आशा भोसले यांच्या सहकार्यामुळं आत्तीचं मुंबईत हक्काचं घर १९५५ साली होऊ शकलं. पण पुढच्याच वर्षी माझ्या वडिलांचं आकस्मिक निधन होताच, कुटुंबकबिला कोल्हापुरात ठेवून, आता आपण मुंबईत निर्धास्तपणे राहू शकणार नाही, याची जाणीव झाल्यामुळं आत्तीनं ५६ साली आम्हां सर्वांना मुंबईत आणलं.

माझ्या वयाच्या नऊ वर्षांनंतर प्रथमच दिवसरात्र आत्तीबरोबर राहण्याचा योग आला. त्या वेळी ती तीन-तीन शिफ्टमध्ये चित्रपटांतून काम करायची. सकाळी सात वाजता ती शूटिंगला जाण्यासाठी बाहेर पडायची. ती मध्यरात्री किंवा काही वेळेला पहाटे-पहाटेही परत आलेली दिसायची. त्या वेळी मी अर्धवट झोपेत, तर ती पेंगुळलेली असायची. हिंदी चित्रपटांचं काम वाढलं, तरी एका वेळी एक तरी मराठी चित्रपट कुठल्याही परिस्थितीमध्ये करायचाच, असं आत्तीनं ठरवून ठेवलं होतं. त्यामुळं त्या शूटिंगसाठी पुणे-कोल्हापूरच्या वाऱ्याही कराव्या लागत. एका महिन्यात तर रोज ती मुंबईत दिवसभर हिंदीचं शूटिंग करून रात्रभर 'धाकटी जाऊ' या मराठी चित्रपटाच्या शूटिंगसाठी पुण्याला प्रभात स्टूडिओत जायची. मुंबई-पुणे प्रवासात गाडीत मिळेल तेवढीच झोप मिळायची. मराठी चित्रपटात आर्थिक लाभापेक्षा भूमिकांचं समाधान अधिक असे.

कामाच्या या धबडग्यातही आत्तीचं माझ्या व माझ्या आठ मामेभावंडांच्या शिक्षणाकडं बारीक लक्ष असे; आम्ही किमान पदवीधर व्हावं, ही तिची अपेक्षा असे. मुंबईच्या वातावरणात बुजल्यामुळं शाळेला दांड्या मारणाऱ्या मला एकदाच तिनं खोलीचं दार बंद करून डोक्यापासून पायापर्यंत फोडून काढलं होतं. त्यानंतर मात्र एम्. ए. होईपर्यंत याबाबतीत तिला माझा त्रास कधीच झाला नाही. सुशिक्षित होणं पदवी मिळवणं याचं महत्त्व तिनं जाणलं होतं. ती काळाची गरज असल्याचंही तिनं पक्कं ठाणलं होतं. प्रथम वर्ग, उच्च गुण मिळवलेच पाहिजेत, याचा तिनं कधीच आग्रह धरला नाही. आम्ही मुलींनी नृत्य-गाणं शिकलं पाहिजे, याचाही सोस तिला नव्हता. पण शालेय, तसंच, महाविद्यालयीन शिक्षण घेतलंच पाहिजे, यावर तिचा कटाक्ष असे.

चित्रपटसृष्टीतील पार्ट्या, ऐशारामी आयुष्य यांपासून तिनं स्वतःला आणि आम्हांलाही दूर ठेवलं. सिनेमावाल्यांच्या घरातील मुलं म्हणून विशेष भपकाही करू दिला नाही. आमची राहणी मध्यमवर्गीय मुलांसारखीच असे. आत्तीची शूटिंगला जाण्याची वेळ आणि आमची शाळेला जाण्याची वेळ एकत्र आली, तरच आम्हांला घरच्या गाडीतून नेलं जाई. तेही दादर भागात शूटिंग असेल, तरच. एरवी घरात

दोन-दोन मोटारी असूनही आम्ही मुलं बेस्ट बस अथवा ट्रामनंच शाळेत जात-येत असू. माझा व माझी समवस्यक मामेबहीण विजयाचा एकत्रित वाढदिवस मोठ्या उत्साहानं आत्ती साजरा करायची. त्या दिवशी ती शूटिंगही बंद ठेवीत असे. कपडेलत्ते, खाण्यापिण्यातही तिनं कधी काटकसर केली नाही. तिला स्वतःला खाण्याचा जबरदस्त शौक. त्यामुळं सर्वांना घेऊन जुहूला भेळ खाल्ली, तर आईस्क्रीम खायला गिरगाव चौपाटी गाठली जायची.

तिचं दुसरं जबरदस्त व्यसन म्हणजे चित्रपट पाहायला जाणं. तेही सहकुटुंब, स्नेही परिवारासहित. दरवेळी कमीत कमी पंधरा-वीस तिकिटं काढली जायचीच. तिचं चित्रपट पाहण्याचं वेड अजूनही कमी झालेलं नाही. आजही ती रोज रात्री एक चित्रपट टी.व्ही.वर पाहते. चित्रपट पाहताना विशिष्ट भाषेचाही आग्रह नसतो. अभिनयाला भाषा नसते - आविष्कार असतो, असं तिचं म्हणणं. त्यामुळं उत्तम अभिनय, भाषा कळत नाही, म्हणून समजत नाही, हे तिला पटत नाही.

आमची शाळा बुडवून तर तिनं आम्हांला चित्रीकरण पाहण्यासाठी कधीच नेलं नाही. शाळेच्या सुट्टीत बाह्यचित्रीकरण आलं असेल, तरच आम्ही तिच्या बरोबर जात असू. पण तिथंही तिच्याबरोबर एकापेक्षा अधिक मंडळी असतील, तर त्यांचा खर्च तिच्या करारापोटी मिळणाऱ्या पैशातून कापून घ्यावा, असं आधीच ती निर्मात्याला सांगे. चित्रीकरणाची जागा प्रेक्षणीय स्थळांपैकी असेल, तर तिथं फिरण्यासाठी लागणारी गाडीसुद्धा ती स्वतः मागवते. तोही त्रास ती निर्मात्याला देत नाही.

चित्रपट–व्यवसायाविषयी आत्ती कमालीची कृतज्ञ आहे. त्यामुळं या व्यवसायाविषयी ती कधीही अपशब्द उच्चारीत नाही आणि उच्चारू देत नाही. ती म्हणते, कुठल्या व्यवसायात अपप्रवृत्ती नाहीत? चांगलं राहणं हे बहुतांशी स्वतःवरच अधिक अवलंबून असतं. तेव्हा तरुण-तरुणींनी जरूर या व्यवसायात यावं, असं तिचं सांगणं आहे. मात्र प्रामाणिकपणे कष्ट करण्याची तयारी मात्र हवी, असं तिला वाटतं. माझी सर्वांत मोठी भाची चिमूला ती लहान असताना, तू सिनेमात काम करणार का, असं विचारलं, तर आपलं छोटंसं नाक उडवीत ती म्हणाली,

'मी हिंदी सिनेमात काम करीन. मराठीत पैसे कमी मिळतात.'

हे ऐकून 'काय हल्लीची मुलं हुशार तरी', असं कौतुकानं म्हणत आम्ही सर्व हसलो होतो. पण जेव्हा आत्तीनं हे ऐकलं, तेव्हा ती ताडकन् चिमूला

म्हणाली,

'आपण हे जे दोन वेळ जेवतोय् आणि आरामात राहतोय्, ते मराठी चित्रपटांमुळंच, एवढं लक्षात ठेवा. त्याच्याशी बेइमानी नको. मराठी चित्रपटांचं कायमचं ॠण आपल्यावर आहे.'

आत्तीची ईश्वरावर नितांत श्रध्दा आहे. पण कर्मकांडापासून ती दूर असते. त्यात गुंतून पडणे तिला आवडत नाही. तिची कला हाच तिचा परमेश्वर आहे. त्यामुळे आजही नवरात्रामध्ये खंडेनवमीच्या दिवशी न चुकता ती आपल्या मेकअपबॅगची पूजा करते. कोणताही उपास ती करत नाही. पण कुठल्याही धर्माच्या प्रार्थनास्थळांना भेट द्यायला तिला खूप आवडते. सर्वधर्मसमभाव याला तिच्या लेखी अधिक महत्त्व आहे. ती रस्त्यावरून जाताना एकही देऊळ, दर्गा, अग्यारी अथवा चर्च तिच्या नमस्कारातून सुटत नाहीत. ती माणुसकीला धर्म व देशप्रेमाला कर्तव्य समजते.

आत्तीला बऱ्याचदा प्रश्न विचारला जातो की, तुम्ही इतक्या प्रथितयश अभिनेत्री असूनही, तुमची मुलगी किंवा घरातील इतर कुणीच कसं या व्यवसायात आलं नाही?

यावर तिचं उत्तर असं की,

'परिश्रमानं कलावंत घडवता येत असला, तरी प्रथम तो कलावंत म्हणून जन्मावा लागतो. कलेची ओढ, ऊर्मी त्याला असली पाहिजे. आमच्या घरात कोण अभिनय करीत होतं? तो करणारी आमच्या घरातील मी पहिलीच. मी जाणीवपूर्वक, इतर काही न करता या क्षेत्राकडं वळलेच ना? प्रयत्नपूर्वक माझं ईप्सित साध्य केलंच ना? या क्षेत्राविषयीची अशी ओढ, अशी ऊर्मी मला आमच्या घरातील मुलांत कधीच जाणवली नाही. त्यामुळं मारून मुटकून त्यांना या व्यवसायात आणावं, असं मला कधी वाटलं नाही.'

आजच्या जमान्यात आत्तीसारखा सुज्ञ विचार जर केला गेला, तर आज जे भयानक स्टार पुत्र-पुत्री प्रेक्षकांच्या माथ्यांवर मारले जातात, त्यातून प्रेक्षकांची सुटका तरी होईल.

मुलांनी शिक्षण घेतलं पाहिजे, याबरोबरच मुलींनी लग्न केलं पाहिजे, हाही तिचा आग्रह असतो. या भूमिकेतूनच डॉ. काशिनाथ घाणेकरांच्या बरोबर माझा विवाहबाह्य संसार थाटण्याला तिचा ठाम विरोध राहिला. अखेरपर्यंत ती आपल्या निर्णयापासून तसूभरही ढळली नाही. बारा-तेरा वर्षांचा मानसिक त्रास-वनवास

तिनं माझ्या बरोबरीनं सोसला; पण आपला निर्णय बदलला नाही. डॉ. घाणेकरांच्या बरोबर माझं विधिपूर्वक लग्न होण्याची शक्यता निर्माण झाल्यावर तिनं कमालीच्या सहकार्यानं माझा अल्पजीवी संसार सुसह्य केला. माझ्यासहित माझ्या सर्व मामेभावंडांचे संसारही तिनं तितक्याच हौसेनं आणि उत्साहानं उभे केले. इतकंच काय, तिच्या तरुण विधवा वहिनीच्या पुनर्विवाहालाही परवानगी दिली. माझा मामेभाऊ दिलीपच्या अकाली निधनानंतर त्याच्या पत्नीलाही तिनं दुसरं लग्न करायला लावलं.

अगदी पहिल्यापासून आत्तीनं माझ्यामध्ये आणि आपल्या भाचरांमध्ये कधीही फरक केला नाही.

एकदा आम्ही खूप लहान असताना मी व माझ्या तिन्ही बहिणी एकाच वेळी गोवरानं आजारी होतो. शेजारच्या बाई आम्हांला बघायला आल्या होत्या. त्या माझ्या आजीला म्हणाल्या,

'कांचनला या आजारपणात जरा आंबेमोहर तांदळाचा भात करून घाला.'

हे ऐकताच संताप आवरत आत्ती बाईंना म्हणाली,

'हे पाहा, आंबेमोहर तांदळाचा भात शिजला, तर सर्वच मुलांकरता शिजेल. एका कांचनसाठी नाही. सर्वांबरोबर जे असेल, तेच कांचन खाईल. आणि असा दुजाभाव करणारा सल्ला देणार असाल, तर पुन्हा इथं येऊ नका.'

आजही आत्तीच्या या वृत्तीत फरक पडलेला नाही.

काही महिन्यांपूर्वी माझ्या सगळ्यांत मोठ्या भाचीला–इरावतीला ('माझं घर, माझी माणसं' या चित्रपटातील आपल्या अत्यंत आवडत्या भूमिकेच्या नावावरून आत्तीनं स्वतः हे नाव ठेवलं आहे.) मुलगी झाली–हृदया. त्या वेळी आनंदानं गहिवरलेली आत्ती म्हणाली,

'आक्का (आजी) व दादाला (मामा) न मिळालेलं भाग्य मला मिळालं. त्या दोघांनी नातवंडं पाहिली. पण माझ्या वाट्याला पणजी होण्याचं भाग्य आलं.'

आत्तीला मुलग्यापेक्षा मुलगी अधिक आवडते.

पुनर्विवाहाचे अनेक योग, उत्तम योग आत्तीच्या वाट्याला आले; पण कधी अभिनयसंन्यास घ्यावा लागेल, कधी कांचन जवळ असता कामा नये, तरी कधी नातेवाईक जवळ चालणार नाहीत, या अटींसाठी या प्रस्तावांकडं तिनं पाठ फिरवली. या मोहमयी वातावरणात राहूनही आपल्या घरट्याकडं दुर्लक्ष होऊ दिलं नाही. दाणादाणा वेचून पिलांच्या तोंडी घास घातला. घारीसारखी कितीही उंच भरारी घेतली, तरी तितक्याच ओढीनं ती घरट्यात परत येते.

पैसे मिळवणं आणि ते घरच्यांवर आणि बाहेरच्यांवरही खर्च करून टाकणं, एवढाच पैशाचा उपयोग तिला माहीत आहे; आणि आजही ही सवय कमी झालेली नाही. त्यामुळं मिळकतीचा जमाखर्च सांभाळताना माझी मात्र फार तारांबळ उडते.

एकदा बाबांच्याकडं आत्तीच्या या सवयीची तक्रार केली असता, कौतुकानं हसत बाबा म्हणाले,

'म्हणजे सुलोचनानं माझी हीही गोष्ट उचलली, वाटतं!'

बाबा आत्तीच्या अशा सवयीबद्दल तिची काहीतरी कानउघडणी करतील, असं वाटून त्यांच्याकडं तक्रार केली, तर त्यांनी वरील उत्तर दिलं.

धन्य ते गुरू आणि धन्य ती शिष्या, असं म्हणत मी मनातल्या मनात कपाळावर हात मारून घेतला.

मात्र पैसे उसने दिल्यावर, त्यांची परतफेड न करता आल्यामुळं जेव्हा माणसं दुरावतात किंवा तोंड चुकवतात, तेव्हा मात्र आत्तीला अतोनात दुःख होतं. बऱ्याचदा तर ते पैसे परत मिळणारच नाहीत, हे समजूनच ती पैसे देते. त्यामुळं ती शांतच असते. तिला दुःख होतं, ते चांगले संबंध पैशामुळं बिघडल्यानं.

माणसांच्या गराड्यात राहणं, गर्दीत राहणं ही आत्तीची अतोनात आवडीची गोष्ट आहे. उपनगरात ज्या किमतीत शांत वस्तीतील प्रशस्त बंगला राहायला मिळाला असता, त्याच किमतीत दादरसारख्या भागात फ्लॅट घेऊन राहणंच तिनं अधिक पसंत केलं. कारण एकच – नातेवाइकांचा, परिचितांचा, मराठी मंडळींचा वावर या भागातच अधिक होता. घर घेताना सिनेमा–नाटकाची थिएटर्स जवळ हवीत, ही तिची अट होती. सिनेमात असूनही नाटकाला तिनं कधी दुय्यम लेखलं नाही. शेकडो प्रेक्षकांसमोर रंगमंचावर उभं राहून अभिनय करण्याऱ्या रंगभूमी कलावंतांचं तिला कोण कौतुक वाटतं. चित्रपट–व्यावसायिकच काय, पण नाट्यव्यावसायिकांनाही दीदी आपल्या नाटकांना, समारंभांना याव्यात, असं आवर्जून वाटतं. प्रभाकर पणशीकर, मोहन वाघ ही मंडळी तर आत्तीसाठी खास नाटकं लिहून घ्यायला तयार होती. पण वेळेअभावी ती नाटकांत काम करू शकली नाही. प्रभादेवीच्या रवींद्र नाट्य मंदिरावर पुण्याहून येणारे नाट्यकलावंत सबंध बस घेऊनच भेटायला येत. दीदींना भेटणं आणि कपभर चहा पिणं एवढाच त्यांचा उद्देश असे.

मराठी चित्रपटसृष्टीत नव्यानं प्रवेश करणाऱ्या तरुण अभिनेत्रींना मेकअपचं सामान भरलेल्या मेकअपबॅग्ज भेट म्हणून देणं हे तर अलिखितच होतं. त्यांत

अगदी जयश्री गडकर, सीमा, कामिनी कदम, नीलम, लीला गांधी अशी किती तरी मोठी यादी होईल. जयश्री गडकर यांनी बाळ धुरींशी विवाह करण्याचं ठरवताच त्यांच्या साखरपुड्यापासून त्यांच्या लग्नाच्या पत्रिका वाटणं ते अगदी त्यांच्यावर अक्षता टाकण्यापर्यंतचं सर्व थोरल्या बहिणीच्या नात्यानं तिनं केलं.

लताबाई मंगेशकर, उषा किरण अशांसारख्या समकालीनांशी झालेली जवळीक आजही दुरावलेली नाही. जयश्री गडकर, सीमा, उमा, रत्ना भूषण, नीलम, लीला गांधी, आशा काळे यांच्याशी जमतं, तितकंच रंजना, भक्ति बर्वे, रिमा, प्रिया अरुण, निवेदिता सराफ यांच्यासारख्या आजच्या तरुण पिढीशीही आपुलकीचं नातं आहे. बोबडं बोलणारा सचिन, गुबगुबीत गालांचा महेश कोठारे यांना जेव्हा ती आजच्या घडीचे लोकप्रिय नट-निर्माता-दिग्दर्शक झालेले बघते, तेव्हा घरातील मुलंच कर्तृत्ववान निघाल्यासारखा अभिमान आत्तीला वाटतो.

मुख्य म्हणजे, आजच्या तरुण कलावंत पिढीला आत्ती 'बोअर' वाटत नाही. त्याचं मुख्य कारण म्हणजे, ती कधीच आमच्यावेळी असं होतं न् तसं होतं, याची 'लाँग प्ले' लावीत नाही. उलट, नव्या पिढीचे विचार, त्यांच्या कल्पना, योजना ऐकण्याचीच तिला उत्सुकता असते. नवीन काही शिकल्यासारखं तिला वाटतं. तरुण पिढी किती हुशार, किती लवकर सगळं आत्मसात करते, याचं तिला कोण कौतुक वाटतं.

जया आणि बाळ कसं आहे, असं अमिताभला विचारताच हॉस्पिटलमध्ये काढलेला जयाचा व नवजात बाळाचा फोटो अमिताभनं दुसऱ्या दिवशी आत्तीच्या हातात ठेवला. आत्तीनंही कौतुकानं तो फोटो घरच्या आल्बममध्ये लावून ठेवला आहे. नाना पाटेकरसारखा 'टेरर' अभिनेताही 'तू माझी आई आहेस'; मला 'अरे नाना, म्हण' म्हणून हटून बसतो. तर अमराठी जॅकी श्रॉफ एखाद्या समारंभात भेटला की, 'आई, कशी आहेस?' असं शुद्ध मराठीत विचारत अदबीनं आत्तीचे हात हातांत घेतो.

एकदा तोंडाला रंग लावून एखादा कलावंत या दिव्यांच्या दुनियेत आला की, तो दुसरीकडे कुठंच रमू शकत नाही. आत्तीचीही तीच अवस्था आहे. सुदैवानं बावन्न–त्रेपन्न वर्षांची प्रदीर्घ कारकीर्द, चारशेच्या आसपास मराठी–हिंदी चित्रपटांची संख्या – इतकं व्यस्त आयुष्य गेल्यानंतर वयोमानपरत्वे आलेली स्वस्थताही तिनं तितक्याच सहजतेनं पचविली आहे. मुंबईतल्या मुंबईत असल्यास एखाद्या चित्रपटाचं शूटिंगही ती अधून मधून करते. पण मिळणारा मोकळा वेळ

वाचन, विणकाम, चित्रपट-नाटक पाहणं, समारंभांना जाणं, महाराष्ट्र शासनाच्या सांस्कृतिक खात्याच्या समितीवर काम करणं, गरजू कलावंतांना जमेल तशी मदत करणं, मदत मिळवून देणं अशांसारख्या गोष्टींत तिनं स्वत:ला गुंतवून टाकलं आहे. त्यामुळं वेळ कसा घालवायचा, यापेक्षा वेळ कसा पुरवायचा, याचीच काळजी तिला पडते.

—आणि आता तर पणतीशी खेळण्यात वेळ कसा भुर्रकन् जातो, कळतही नाही. तो निरागस, निर्मळ आनंद तिला शक्तिवर्धकासारखा वाटतो. मनानं उत्साही ठेवतो.

ख्यातनाम अभिनेते कै. शाहू मोडक हे अभ्यासू ज्योतिषीही होते. त्यांनी केलेल्या अनेक भाकितांचा पडताळा आत्तीला आला आहे. त्यांतील एक म्हणजे, त्यांनी आत्तीला सांगितलं होतं की, ती कोणत्या ना कोणत्या कारणांनी चित्रपटसृष्टीशी कायम संबंधित राहील, दीर्घकाळ अभिनय करीत राहील, आणि वयाच्या साठीनंतर अनेक सन्मानाचे योग तिच्या वाट्याला येतील. यापूर्वी वैयक्तिक अभिनयासाठी तिनं अनेक पारितोषिकं मिळवली आहेत. पण आता मात्र चित्रपटसृष्टीतील तिच्या प्रदीर्घ कारकीर्दीसाठी दरवर्षी एखादं तरी पारितोषिक जाहीर होतंच.

या सन्मानात 'गदिमा पुरस्कार', महाराष्ट्र शासनाचा 'व्ही. शांताराम' पुरस्कार, मंगेशकर प्रतिष्ठानचा 'दीनानाथ पुरस्कार', आशीर्वाद संस्थेचा 'नवरत्न पुरस्कार', महाराष्ट्र कला–निकेतनचा 'महाराष्ट्र-रत्न' पुरस्कार आणि यंदाचा भारत सरकारचा 'पद्मश्री' पुरस्कार असा वर्षाव सुरू आहे. या सर्व कर्तृत्वाचं श्रेय देताना आत्ती कृतज्ञतेनं सांगते,

ईश्वरी कृपा, वडिलधारी मंडळी व गुरूंचा आशीर्वाद; आणि रसिकांचं अमाप प्रेम हे सर्व तर आहेच. पण मला हे मोठेपण मिळवून दिलं ते मी साकार केलेल्या अनेक भूमिकांनी. त्यांचं ऋण न फिटणारं.

◆

धर्मपिता

बाबांना जाऊन पाच वर्षं व्हायला आली. ते आपल्यांत नाहीत, ही गोष्ट सत्य असली, तरी ती मानायला मन तयार नाही. बाबांचा (ती. भालजी पेंढारकर यांचा) सहवास आपल्याला फार कमी लाभला, या विचारानं मन कष्टी होतं. त्यांच्या सहवासात आपण कधी आलो, हे मी आठवायला लागले, तर आठवणी घरंगळत १९६३ सालापर्यंत पोहोचल्या. विश्वासच बसेना, तब्बल तीस वर्षं मी त्यांच्या छत्रछायेत वावरले.

बाबांना भेटायला मुंबईहून धावत कोल्हापूरला जाणारी मी, लहानपणी मात्र ही भेट म्हणजे कोण संकट मानायची. कारण समज आल्यापासून माझी आई (अभिनेत्री सुलोचनाबाई) आणि इतरांच्याकडून हेच सतत ऐकलं की, बाबा खूप तापट आहेत, रागीट आहेत, त्यातच त्यांच्या मोठ्या, भेदक, तपकिरी डोळ्यांची खूप भीती वाटायची. त्यामुळं बाबांच्या समोर जायला मी फारशी उत्सुक नसे. आणि अगदी जावं लागलंच, तर केव्हा एकदा त्यांना नमस्कार करते आणि तिथून पळ काढते, असं व्हायचं.

मी एस्. एस्. सी. झाले आणि माझ्या आयुष्यातील घाणेकरपर्वाला सुरुवात झाली. डॉक्टर आणि माझ्या आईचे एकत्र चित्रपट सुरू झाले. डॉक्टरांनी भूमिका केलेल्या इतर मराठी चित्रपटांचं शूटिंग जयप्रभा स्टूडिओत व्हायचं आणि बाबांनी स्वतःच्या 'मराठी तितुका मेळवावा' या चित्रपटात डॉक्टरांना भूमिका दिली होती. त्यांच्या 'रायगड' मधील संभाजीच्या भूमिकेमुळं बाबा प्रभावित झाले होते. एक सुशिक्षित नट म्हणूनही बाबा डॉक्टरांना खूपच आपुलकीनं वागवायचे. डॉक्टर तर बाबांच्या चतुरस्र व्यक्तिमत्त्वानं भारलेलेच होते. त्यामुळं शूटिंग व नाटकाशिवाय असणाऱ्या वेळेत डॉक्टर सतत बाबांच्या बरोबर असायचे. त्या दोघांच्या विविध विषयांवर चर्चा चालायच्या. चार्ली चॅप्लिन, गणपतराव जोशी हे दोघांचे प्रिय विषय. जुन्या नटांच्या अभिनयातील विशेष बारकावे बाबा साभिनय करून दाखवीत. शेक्सपिअरच्या नाटकातील उतारेच्या उतारे बाबांना मुखोद्गत होते. तीच गोष्ट संस्कृत नाटकांची, श्लोकांची, सुभाषितांची. पुन्हा प्रत्येक शब्दाची फोड करून, प्रत्येक ओळीचा सोप्या भाषेत अर्थ सांगण्याची विलक्षण हातोटी त्यांना होती.

नाटक, सिनेमाच नाही, तर वेद, पुराणं, इतिहास, अध्यात्म, मेडिकल सायन्स, अवकाशशास्त्र— कुठलाही विषय बाबांना वर्ज्य नव्हताच; पण कुठल्याही विषयाची पूर्ण माहिती आणि अभ्यास असल्याशिवाय ते त्यावर भाष्य करीत नसत. कुठलाही विषय ते इतका आत्मसात करीत, की दुसऱ्याला समजावताना ते विलक्षण सहजतेनं तो सांगत. ते सांगताना कुठंही, कसलाही गोंधळ नसे. इतक्या ठाम आत्मविश्वासानं ते त्या त्या विषयाचं निरूपण करीत. जेमतेम मॅट्रिकपर्यंत शिकलेल्या बाबांनी स्वतःच्या तीक्ष्ण बुद्धिमत्तेनं, वाचनानं, मननानं, अभ्यासानं हे साध्य केलं होतं.

शाळेतून नुकत्याच बाहेर पडलेल्या मला हे सर्व विलक्षण दिपवून टाकीत होतं. मंत्रमुग्ध होऊन बाबांना मी ऐकत राही. या वेळी एक मजेशीर योग घडत होता. बाबांना मी वेगवेगळ्या रूपांत न्याहळीत होते आणि बाबाही मला एका वेगळ्याच दृष्टीनं अचंबित होऊन न्याहळीत होते. माझं हसणं, बोलणं, मान वाकडी करून तिरप्या नजरेनं दुसऱ्याचं बोलणं ऐकणं ह्या माझ्या सवयी पाहून बाबा काही क्षण अस्वस्थ व्हायचे. काही क्षण पाहत राहायचे. किंवा कधी कधी भान न राहून उद्‌गारायचे,

'आता तू अगदी आबासाहेबांच्या सारखं हसलीस. आता तू त्यांच्यासारखंच पाहिलंस. आता तू तशीच बोललीस.'

—आणि मग हळूहळू माझ्या लक्षात यायला लागलं की, बाबा माझ्यामध्ये आपल्या जानी दोस्ताला म्हणजे माझ्या वडिलांना (आबासाहेब चव्हाण) पाहायचे. शिकारीला जाणं, गाण्या–बजावण्याच्या मैफिली, त्या ऐकण्यासाठी रात्र रात्र मोटारीनं एकत्र केलेला प्रवास, अशा रगेल आणि रंगेल वातावरणात ही मैत्री वाढली होती; आणि अचानक १९५६ साली माझ्या वडिलांचं निधन झालं. उमद्या, रांगड्या अशा त्या आपल्या मित्राला विसरणं बाबांना शक्यच नव्हतं. त्यांना माझ्या रूपानं आपल्या मित्राच्या पुनर्भेटीचा आनंद मिळाला.

माझ्या वडिलांच्या आणि बाबांच्या मैत्रीमुळंच माझ्या आईला बाबांसारखा गुरू लाभला. मात्र सुलोचनाची मुलगी यापेक्षा आबासाहेबांची कन्या या नात्यानंच बाबांनी माझ्यावर अतोनात प्रेम केलं.

एकदा जनरल थोरात बाबांच्या भेटीला आले असता, तिथं मला पाहून एकदम उद्‌गारले,

'या आपल्या आईसारख्या दिसतात.'

यावर त्यांचं वाक्य पुरं व्हायच्या आतच बाबांनी त्यांना सांगितलं.

'नाही, ती तिच्या वडिलांसारखी अधिक आहे.'

हे सर्व घडत असताना मी अजूनही बाबांशी मोकळेपणानं वागू शकत नव्हते. सतत एक दडपण जाणवायचं. थोडीशी औपचारिकताही असायची.

एकदा बाबा स्टूडिओत जेवत असताना मी त्यांना हवं-नको पाहायला थांबले होते. जेवता-जेवता बाबांनी स्वतः थोडीशी खीर खाऊन तीच वाटी मला खाण्यासाठी दिली.

मी संकोचानं नको म्हणाले,

तीक्ष्ण नजर माझ्यावर रोखीत तीव्र स्वरात बाबा म्हणाले,

'माझं उष्टं म्हणून खात नाहीस का? अग, तुझा बाप आणि मी एका ताटात जेवत होतो आणि एका पेल्यानं पाणी पीत होतो. आबासाहेबांनी अशी वाटी दिली असती, तर नाही म्हणाली असतीस का?'

—आणि त्या एका वाक्यानं आमच्या दोघांतील औपचारिकतेची रेषा पुसली गेली. डबडबत्या डोळ्यांनी मी खिरीचा चमचा तोंडाला लावला आणि त्यानंतर ते झाले माझे 'धर्मपिता' आणि मी त्यांची धर्मकन्या.

घाणेकर प्रकरणात मात्र माझ्याकडून काही वेळेला ताप झाला, की ते वैतागून म्हणत.

'ही कसली धर्मकन्या? हे तर धर्मसंकट!'

कोल्हापूरला आमचं घर असलं; तरी राहायला आम्ही बाबांच्या पत्नींच्या (सौ. लीलाबाई) घरी असायचो. बाबांचे तीन संसार झाले. पण त्यांचं कायम वास्तव्य जयप्रभा स्टूडिओतच असायचं. त्या वास्तूशिवाय ते कुठंच रमायचे नाहीत. जेवण मात्र नेहमी घरचं घेत. पण आमच्यासारखी मुंबईहून मंडळी आली, किंवा मुली, नातवंडं आली, की बाबा घरी जेवायला येत. अशा वेळी पहिला प्रश्न ते माईंना विचारीत,

'किती हौद भरलेत?'

त्यावर माई लटक्या रागानं म्हणत,

'मी, सुलोचना सारख्या रडतच असतो, असं तुम्हांला वाटतंय् काय? हल्ली आम्ही हौद भरायचे सोडलेत.'

यावर सगळेच खळखळून हसत.

१९४३ साली माझ्या आईनं पेंढारकर परिवारात पाऊल ठेवलं आणि तिचे आणि सर्वांचे कायमचे सूर जुळले. माईंनी तर स्वतःच्या मुलीपेक्षा जास्त प्रेम दिलं.

सरलामावशी आणि बकुळामावशी या बाबांच्या दुसऱ्या दोन पत्नींनी असंच

ममत्व आईला दिलं.

बाबांचं पाऊल घरात पडलं, की माई आपल्या सुनेला— म्हणजे सुमित्रावहिनींना मोठ्यानं ओरडून सांगत,

‘सुमित्रा, भात जरा जास्तच टाक, ग. सुलोचना आलीय्. बाबा आज थोडे जास्तच जेवतील.’

—आणि जेवण साधं असलं, की बाबा माईंना विचारीत,

‘सुलोचनाला साधं जेवण का? संगीत जेवण (म्हणजे मटणाचं) का नाही?’

माझ्या आईबद्दल बाबांना ती त्यांचा लौकिक वाढवणारी शिष्या म्हणून अभिमान वाटत असणार. पण ते नेहमी म्हणत,

‘दरवेळी, मी सुलोचनाला घडवली, असं सारे म्हणतात. पण तिनं सुरुवातीला माझ्याबरोबर चार-पाच चित्रपटच केले आहेत. पुढची सगळी वाटचाल तिनं तिच्या कर्तृत्वावरच केली आहे. ते तिचं यश, तिचा प्रामाणिकपणा, तिचे कष्ट आहेत. मी सुरुवातीला काही केलं असेल, तर प्राथमिक संस्कार केले. चार इयत्ता शिकलेली एक खेड्यातील मुलगी एवढंच तिचं स्वरूप होतं. तिच्यातील एकच गुण मी हेरला. तो म्हणजे तिची माझ्यावरील पराकोटीची निष्ठा आणि श्रद्धा.

‘तिच्या – माझ्यातील निखळ-निर्व्याज आणि वासनारहित नातं, की ज्याची सीमारेषा आजतागायत मी कधीही ओलांडली नाही आणि याचा मला खूप अभिमान आहे.’

जुन्या संस्कारांत, विचारात, वातावरणात वाढूनही बाबांनी नव्या जगाशी आपलं नातं कायम ठेवलं. ते जुन्यांचा आदर करताना नव्याचंही तितक्याच आपुलकीनं व आस्थेनं स्वागत करीत. शाळेच्या अभ्यासाव्यतिरिक्त नटनट्या, रेडिओ सिलोन, कथा-कादंबऱ्या एवढ्यांतच रमणारी मी बाबांच्या सहवासात आल्यावर त्याच्यापलीकडंही लक्ष पुरवू लागले. कोल्हापूरला जाताना सर्व तयारीनिशी जावं लागे. कारण बाबा विविध गोष्टींची चौकशी करीत. राजकीय परिस्थिती, मुंबईतील मराठी चित्रपटांची परिस्थिती, हिंदी चित्रपटांचा ट्रेंड, अध्यात्म असे अनेक विषय त्यात असत. स्थितप्रज्ञ कसा असावा, असं सांगताना बाबा पटकन बोलून जात,

‘माणसानं आभाळासारखं असावं. काळे, पांढरे, रंगी-बेरंगी ढग येतात आणि जातात. आभाळ मात्र तिथंच असतं.’

स्थितप्रज्ञाची इतक्या सोप्या शब्दांत बाबा व्याख्या करीत.

राजीव गांधी पंतप्रधान झाल्यानंतर त्यांच्याविषयी लोकमत काय, असं बाबांनी विचारताच कौतुकानं मी उद्गारले,

'लोक त्यांना मि. क्लीन म्हणतात.'

त्यावर बाबा म्हणाले,

'त्याला तसा आजूबाजूच्या लोकांनी राहू दिला पाहिजे. नाहीतर तो कधी मलिन झाला, त्याचं त्यालाच कळायचं नाही.'

बाबा काळाच्या किती पुढं जाऊन विचार करतात! याचा अनुभव तर बऱ्याचदा आलाय्.

एकदा मी कोल्हापूरला गेले असताना बाबांनी चौकशी केली,

'राजाचं (राजा परांजपे) नवं चित्र (चित्रपट-पडछाया) कसं चाललंय्?'

' 'पाठलाग' सारखं ते चाललं नाही. 'पाठलाग'सारखी उंची तो चित्रपट गाठू शकत नाही, असं सर्वांचं मत आहे...', असं मी त्यांना सांगताच बाबा एकदम उसळून म्हणाले,

'प्रत्येक चित्रपट 'पाठलाग'सारखा चालायला लागला, तर त्या चित्राचं महत्त्व काय? आणि मग त्या दिग्दर्शकावर, त्याच्या कल्पकतेवर किती बंधनं येतील? दरवेळी तो पहिल्या चित्रपटाच्या दडपणाखाली राहील. तो मुक्तपणे कामच करू शकणार नाही. प्रत्येक कलाकृतीचं स्वतंत्रपणे मोजमाप केलं पाहिजे.'

मध्यंतरी रमेश सिप्पींची अशाच विचारांची एक मुलाखत वाचली, तेव्हा बाबांची प्रकर्षानं आठवण झाली. सिप्पींनी हीच व्यथा व्यक्त केली होती. 'शोले'च्या तराजूत त्यांचा नवा येणारा प्रत्येक चित्रपट तोलला जातो, त्यामुळं नवनिर्मिती होऊ शकत नाही. भीती वाटते; आणि आपल्यांतील निर्मितिक्षमता संपली, की काय, अशी शंका येते, असं ते म्हणत.

हिंदी चित्रपट–सृष्टीतील दिलीपकुमार आणि मीनाकुमारी यांचे बाबा चाहते होते. माझ्या आईनं हिंदी चित्रपटात काम करताना अभिनयात काही बदल करायला पाहिजेत का, असं बाबांना विचारताच, बाबांनी एकच गोष्ट तिला सांगितली, ती म्हणजे दिलीपकुमारच्या अभिनयाचा अभ्यास.

'दिलीपकुमार स्त्रीकलावंत असता, तर त्यानं कसा अभिनय केला असता, त्याचा विचार करून तसाच अभिनय कर. मग हिंदी चित्रपटांत काम करणं तुला जड व कठीण जाणार नाही.'

मीनाकुमारीच्या 'शारदा' चित्रपटातील अभिनयानं बाबा खूप प्रभावित झाले

होते. प्रत्यक्ष राज कपूरलाही त्यांनी एकदा सुनावलं होतं की,

'राज, या चित्रपटात अभिनयाच्या बाबतीत मीनाकुमारीनं तुला कोपऱ्यात घालून तुडवलं आहे.'

—आणि राज कपूरनंही प्रांजलपणे कबुली दिली,

'हां, मामाजी, ऐसी ही कोई बात हो गयी है।'

मीनाकुमारीबरोबर एखादा चित्रपट करावा, अशी बाबांची इच्छा होती. तसा योगही जुळून आला. त्यांना घेऊन मीराबाई चित्रपट हिंदीत करण्याची योजना बाबांनी आखली. मीनाकुमारी मोठ्या आनंदानं तयारी झाली. सर्व काही ठरलं. फक्त मीनाकुमारीनं चित्रपटाचं स्क्रिप्ट कमाल अमरोहींना दाखवण्याची विनंती बाबांना केली. स्वाभिमानी बाबांनी चित्रपटाची सिद्ध झालेली सर्व योजना रद्द करून टाकली आणि ते कोल्हापूरला परतले.

अशा संधी हुकल्याची बाबांना कधीही खंत नव्हती. १९४८ साली वीस लाख रुपये किमतीचा जयप्रभा स्टूडिओ गांधीवधाच्या जाळपोळीत आगीच्या भक्ष्यस्थानी पडला. आयुष्याची सर्व पुंजी घालून 'छत्रपती शिवाजी' हा चित्रपट निर्माण केला, पण तो अपयशी ठरला. सर्वांत मोठा आघात दृष्टी गेल्याचा होता. पण प्रत्येक संकटाला बाबांनी ताठ कण्यानं, उंच मानेनं आणि निर्भय मनानं तोंड दिलं. अशा सगळ्या परिस्थितीमध्ये सुद्धा बाबा मजेत राहत, वातावरण प्रसन्न राखीत. आपल्या अडचणी, त्रास इतरांना सांगून कधीही कष्टी करत नसत. स्वतःच एकाकीपणे झगडले. सर्व संकटांतून मार्ग काढीत राहिले. दुःखानं खचलेले, डोळ्यांत पाणी भरणारे बाबा कधी कुणी पाहिलेच नाहीत. मात्र मा. विठ्ठल याचं निधन झालं, त्या वेळी बाबांच्या डोळ्यांत अश्रू तरळताना माझ्या आईनं पाहिले. त्यांचा हताश उद्गार ऐकला,

'सुले, आपला विठ्या गेला...'

फक्त मोठ्या लोकांसाठीच बाबांची ही कळकळ नसे. दुय्यम भूमिका करणाऱ्या कलावंतांसाठीही बाबा हळहळत. वसंत लाटकर हा कलावंत बाबांच्या कलानिर्मितीत दीर्घकाळ होता. ते आजारी आहेत, असं कळताच, दिसत नसतानाही बाबा त्यांच्या समाचाराला गेले.

त्यांच्या निधनाच्या वेळी माझ्या आईनं बाबांचा तसाच उद्गार ऐकला;

'सुले, आपला लाट्या गेला...'

बाबांचे आणखी एक लाडके शिष्य म्हणजे दिनकर कामण्णा. त्यांच्या अखेरच्या काळात बाबांनी आपल्या स्टूडिओत त्यांची सर्व व्यवस्था केली होती. दारूचा

सदैव तिटकारा करणाऱ्या बाबांनी, रोज संध्याकाळी कामण्णांसाठी एक दारूची बाटली आणून देण्याचीही व्यवस्था केली होती

माझ्या आईला स्लिप डिस्कचा त्रास सुरू झाल्यावर बाबांनी तिला पहिली सूचना केली होती, ती ही, की तिनं बाबांनी सांगण्याची वाट न पाहता आल्याबरोबर खुर्चीत बसून घ्यावं. उभं राहू नये.

बाबांच्या सर्वच शिष्य मंडळींची पद्धत असे, की बाबांनी बसायला सांगितल्या-शिवाय कुणीही त्यांच्यासमोर आपण होऊन बसत नसत. अगदी तास न् तास उभं राहावं लागलं, तरी सुद्धा.

इतकंच काय, माझ्या आईला जिना चढून वर यायला लागू नये, म्हणून ते सांगत,

'मीच खाली येतो. तिला जिना चढायला त्रास होईल.'

नव्वदीतील बाबांचं हे असलं सांगणं ऐकल्यावर आई बिचारी लाजून चूर व्हायची.

सहकलावंतांच्या बोलण्याकडं लक्ष दिल्यामुळं, संवाद चुकल्यामुळं किंवा बाबा शॉट समजावीत असताना बोटातील अंगठीशी चाळा केल्यामुळं श्रीमुखात खाणाऱ्या माझ्या आईला बाबांच्या या आताच्या हळुवार वागण्यानं भरून येई. इतकंच काय, १९४३ साली जयप्रभा स्टूडिओत नोकरीला राहिलेल्या माझ्या आईला ज्या आस्थेनं बाबा, 'तुझी काही अडचण आहे का? तुला पैसे हवेत का?' असं विचारीत. तेच बाबा पन्नास वर्षांनीही १९९३ साली तोच प्रश्न माझ्या आईला विचारीत; आणि तीही पन्नास वर्षं देत आलेलं तसंच उत्तर देई,

'काही नको, बाबा.'

ही अशी काळजी बाबा फक्त कलावंतांची घेत नसत, तर तंत्रज्ञ, कामगार लहान–मोठे कलावंत या सर्वांचीच काळजी घेत. चाँदबीबी नावाची एक दुय्यम भूमिका करणारी स्त्री. नंतर रंगभूषा, केशभूषा या विभागांत काम करायची. मोठ्या कष्टानं तिनं आपल्या मुलांना वाढवलं, शिकवलं. पदवीधरही केलं. एका मुलाला पुण्यात चांगली नोकरी लागली. पण एके दिवशी तो ऑफिसमधून निघाला, तो परतलाच नाही. आजतागायत त्याचं काय झालं, ते कळलं नाही. चाँदबीबीवर तर हा प्रचंड आघात होता. ती भ्रमिष्टासारखी करायला लागली. बाबांच्या कानी ही बातमी जाताच, त्यांनी तिला बोलावून घेतलं आणि रोज स्टूडिओत नऊ ते सहा वाजेपर्यंत यायला सांगितलं. तिला दरमहिना पगार देऊ केला. वेळोवेळी चार उपदेशाचे शब्द सांगून तिची मनःस्थिती सुधारण्याचा सतत प्रयत्न केला, तिला चित्रीकरणाच्या कामात गुंतवण्याचा प्रयत्न केला आणि हळूहळू चाँदबीबी या धक्क्यातून बाहेर यायला लागली. आपल्या इतर

मुलांना आधार द्यायला लागली. सावरली गेली.

एकदा बाबांनी मला एक पैशाचं पाकीट दिलं. ज्याला द्यायचं, त्याचं नाव आणि पत्ता सांगून त्या व्यक्तीला देऊन यायला सांगितलं. ज्याला बाबा ती मदत पाठवत होते, ते एक मुस्लिम, कम्युनिस्ट पक्षाचे नेते होते. त्या व्यक्तीचं नाव वाचून माझ्या भुवया उंचावल्या. माझा चेहरा पाहून बाबांनी नाइलाजानंच खुलासा केला. कारण मदत करण्याच्या बाबतीत त्यांचा आदर्श हातीमताईचा होता. 'नेकी कर पानी में डाल' ह्या तत्त्वाचा. बाबांनाही हेच अभिप्रेत होतं. त्यांना आपल्या दानशूरतेची चर्चा केलेली आवडत नसे. या मुस्लिम व्यक्तीचा परिचय स्वातंत्रलढ्याच्या वेळी झाला होता. स्वातंत्र्यप्राप्तीनंतर अधून मधून त्यांच्या गाठी-भेटी होत, त्याच दरम्यान बाबांना त्यांच्या आजारपणाबद्दल समजलं. त्यांची आर्थिक परिस्थितीसुद्धा बरी नव्हती. ही मदत त्यासाठी होती.

माझा प्रश्नार्थक चेहरा अजूनही तसाच होता. बाबांनी हे ओळखून खुलासा केला,

'हे बघ. माझ्या धर्मावर जर कुणी आक्रमण केलं, तर शस्त्राला शस्त्र हेच माझं उत्तर असेल. पण इतर वेळी माझं इतर कुठल्याही धर्माशी किंवा त्या धर्माच्या माणसाशी वाकडं असण्याचं काहीच कारण नाही. माणुसकी हा सुद्धा एक धर्मच आहे. त्याच भूमिकेतून मी हे करतोय्.'

चित्रपटाला बाबांनी आपल्या प्रबोधनाचं, प्रचाराचं माध्यम म्हणूनच वापरलं. खटकेबाज संवाद हे भालजी पेंढारकर बोलपटाचं आकर्षण असायचं. बाबांच्या हजरजबाबी बोलण्याचा अनुभव वास्तव जीवनातही यायचा.

बाबांच्याकडं नेहमी येणारी आघाडीची एक अभिनेत्री बोलताना खूप हसायची. कधी कधी अकारण हसायची.

एकदा ती भेटून गेल्यावर मी बाबांना म्हटलं,

'बाबा, या किती हसतात, नाही?'

बाबा पटकन् म्हणाले,

'चार आण्यांच्या गोष्टीला बारा आण्यांचं हसते!'

बाबांच्या या अचूक उदाहरणानं सर्वजण अचंबित होऊन पाहतच राहिले.

एकदा बाबांचे एक जवळचे स्नेही भेटायला आले होते. त्यांना पाठीचा विकार असल्यामुळं ते बेल्ट लावून आले होते. बाबांना वाकून नमस्कार करताना त्यांना खूपच त्रास होत होता. त्यांना खूप अवघडल्यासारखं झालं होतं.

काही वेळानं ते तिथून गेल्यावर बाबा आमच्याकडं वळून म्हणाले,

'मधू पाया पडतोय्, की स्वतःच पडतोय्, असं मला वाटत होतं.'

बाबांची दृष्टी जेव्हा मंदावली, तेव्हा त्याचं एक कारण म्हणून त्यांचे दात काढायचे ठरलं. बाबांनी ॲनेस्थेशिया घेऊन सतरा–अठरा दात एकाचवेळी काढून घेतले. पण नंतर कळलं, की केवळ एकाच दातामुळं हानी पोहोचली होती. तो एकच दात काढला असता. तर चाललं असतं.

या बाबतीत नाराजी व्यक्त करीत मी बोलले, त्यावर बाबा शांतपणे म्हणाले,

'मी एक लग्न केलं असतं, तरी चाललं असतं. पण मी तीन केली.'

बाबांच्या या असल्या उत्तरानं माझी तर बोलतीच बंद झाली.

ह्या दात–प्रकरणानं बाबांना खूप छळलं. त्यांची प्रकृती ढासळत गेली. खोट्या गोष्टींचा तिटकारा असणाऱ्या बाबांना कवळी हा प्रकार कधी आवडलाच नाही. ह्या कवळी प्रकाराच्या काळात जवळ जवळ सहा महिन्यांत बाबांनी लहान मुलासारखी सगळी बाराखडी पुन्हा घोकून पाहिली. बोबडे येणारे शब्द पुन्हा पुन्हा घोकून नीट केले. दातांशिवाय बाबा सराईतपणे स्पष्ट बोलत. जेवताना कवळी लावीत; पण तीही 'आमचा खलबत्ता' कुठं आहे, असं विचारीत. दृष्टी कमी झाल्यावरही बाबांनी स्वावलंबन सोडलं नाही. पावलांनी अंतर मोजून सर्व वस्तूंच्या जागा लक्षात ठेवल्या. गडी असला, तरी शक्यतो स्वतःची कामं स्वतःच करायची, तसा प्रयत्न असायचा.

बाबांच्या ज्येष्ठ पुत्राचं जयसिंग पेंढारकर यांचं कॅन्सर–सारख्या दुर्धर आजारानं अकाली निधन झालं.

माईंनी स्टूडिओत फोन करून सांगितल्यावर बाबांनी सांगितलं,

'लीला, तू शांत राहा... आणि घरीच थांब. जयसिंगला घरी आणण्याची सगळी व्यवस्था मी करतो.'

८६ वर्षांचे बाबा स्वतः ॲम्ब्युलन्सची व्यवस्था करायला गेले आणि त्यांनी आपल्या मुलाला घरी आणलं. बाबांचा मोठा नातू आनंद त्या वेळेस डोंबिवलीहून वेळेवर पोहोचू शकत नव्हता. डॉक्टरांच्या सल्ल्यानुसार शव फार काळ ठेवता येत नव्हतं. बाबांनी आपल्या धाकट्या नातवाला अतुलला जवळ बोलावून घेतलं. दहा–अकरा वर्षांचा अतुल रडतच होता. तो बाबांच्या जवळ येताच, त्याचा हात हातात घेऊन त्यांनी त्याला सांगितलं,

'पेंढारकर रडत नसतात.'

आणि छोट्या अतुलला हाताशी धरून बाबांनी अंत्यविधी पार पडला.

गेल्या दोन–तीन वर्षांत मात्र बाबा थकत चालल्याचं जाणवायचं. एके ठिकाणी अर्ध्या तासापेक्षा जास्त न बसता सबंध स्टूडिओत चक्कर मारून येणारे बाबा सकाळी अकराच्या सुमारास झोपलेले दिसायचे. कृश झालेले बाबा बघवायचे नाहीत. आता ते अधून मधून एक प्रश्न विचारायचे,

' आता मी का जगायचं? माझा समाजाला आता काही उपयोग नाही. मी समाजासाठी काही करू शकत नाही.'

'अशा वेळी तुम्ही आमच्यासाठी जगलं पाहिजे. तुम्ही आम्हां सर्वांना अजून हवे आहात.' असं सांगून मी त्यांना थांबवायचा प्रयत्न करायची. पण या आग्रहाचाही त्यानंतर काही उपयोग होईना.

एकदा तर त्यांनी मला विचारलं,

'ज्ञानेश्वर, विवेकानंद यांनी नाही का आपलं जीवितकार्य संपताच आपल्या आयुष्याची इतिश्री केली? इतक्या लहान वयात ही मंडळी धैर्यानं मृत्यूला सामोरी गेली. मग इतकं विविधांगी, कृतार्थ आयुष्य जगल्यावर भगवंतांच्या पायांशी परतीची वाट संपवायला नको का?'

बाबांच्या या प्रश्नानं क्षणभर मी निरुत्तर झाले. काय बोलावं, ते सुचेना. मग बाबांनीच दिलेलं ज्ञान माझ्या मदतीला धावून आलं.

पूर्वी एकदा मी बाबांना, पुनर्जन्मावर विश्वास आहे का? असं विचारलं होतं. तेव्हा ते पटकन म्हणाले,

'पुनर्जन्म निश्चित आहे. तो नसता, तर सोळा वर्षांच्या ज्ञानेश्वरांनी उच्च शिक्षण झालेलं नसताना ज्ञानेश्वरीसारखा अमर ग्रंथ निर्माणच केला नसता. पूर्वजन्मी अतिशय विद्वान असलेल्या ज्ञानेश्वरांचं त्या जन्मी अपुरं राहिलेलं कार्य – ज्ञानेश्वरी – निर्मितीचं त्यांनी पुढील जन्मी अल्पकाळासाठी जन्म घेऊन पूर्ण केलं; आणि ते कार्य संपताच त्यांनी जीवन संपवलं. तेच विवेकानंदांच्या बाबतीत म्हणता येईल.'

या गोष्टीची आठवण देत मी बाबांना म्हणाले,

'तुम्हांला देवानं इतकं दीर्घायुष्य दिलंय्, त्यात त्याचा काही हेतू निश्चितच असणार. अजून काही कार्य व्हायचं असेल... आणि ते सर्व याच जन्मी पुरं व्हावं, असं त्यानं योजिलं असेल.'

मग मात्र बाबांनी माझ्यापुढं तरी मृत्यूचा विषय काढला नाही.

१९९२ साली मे महिन्यात दादासाहेब फाळके पुरस्काराच्या समारंभानंतर काही महिन्यांतच बाबांची प्रकृती वारंवार बिघडायची. कदाचित बाबा सर्वांच्या मनाची तयारी करत असावेत. प्रकृतीतील चढ-उतार सतत चालू असायचा.

औषधाला, उपचाराला, जेवणाला बाबा कंटाळत चालले होते. मग माई बाबांना म्हणायच्या,

'तुमचं वजन कमी व्हायला लागलंय्. अशक्तपणा वाढतोय्. तुम्ही नीट जेवलं पाहिजे. प्रकृती नीट राहिली पाहिजे. आम्हांला तुमचा शंभरावा वाढदिवस साजरा करायचा आहे. मला तुम्हांला ओवाळायचं आहे.'

यावर बाबा शांतपणे माईंना म्हणाले,

'माझ्या त्या वाढदिवसापर्यंत, लीला, तू राहशील ना?'

इतक्या आजारपणात सुद्धा बाबांचा मिस्किलपणा कमी झाला नव्हता. आपल्या सोल्जर-कट मारलेल्या डोक्यावरून हात फिरवायची, डोकं अधून मधून खाजवायची बाबांना सवय होती. एकदा तसं करताना बाबा बोलून गेले,

'आता या डोक्याचा एवढाच उपयोग राहिला.'

विनोद करताना बाबांचं वास्तवाचं भान सुटायचं नाही.

१९९४च्या ऑक्टोबरमध्ये बाबांची प्रकृती गंभीर अवस्थेपर्यंत पोहोचली होती. वारंवार हॉस्पिटलमध्ये ठेवावं लागत होतं. थोडंसं बरं वाटताच ते स्टूडिओत परतायचा हट्ट धरीत. स्टूडिओची ओढ शेवटपर्यंत तितकीच तीव्र राहिली.

बाबांच्या प्रकृतीचं वृत्त कळताच माझ्या आईच्या जिवानं ठाव सोडला आणि तिनं बाबांना भेटायला जायचं ठरविलं. जराजर्जर बाबांना पाहणं अत्यंत क्लेशदायक होतं. पण त्यांना न भेटता थांबणं, त्याहूनही कठीण. आताशा बाबा विस्मृतीच्या अवस्थेपर्यंत जात होते.

आम्ही गेलो, तेव्हा बाबांचा सहायक – अर्जुननं बाबांना आम्ही आल्याचं सांगितलं. बाबा भिंतीकडं तोंड करून झोपले होते. कूस बदलण्याची शक्ती त्यांच्यांत नव्हती. आपण आल्याचं बाबांना कळलं, की नाही, आपल्याला ओळखलं, की नाही? या संभ्रमात मी बाबांच्या जवळ उभी असतानाच बाबांच्या खणखणीत शब्दांची हाक कानांवर आली.

'कांचन...'

मला तर आनंदानं नाचावंसं वाटतं होतं. हाकेबरोबरच नेहमीप्रमाणे हातात हात देण्यासाठी बाबांनी आपला हात उंचावला. 'जी, बाबा' म्हणत मी बाबांचा हात एखादं कोमल फूल हातात घ्यावं, तसा हातात घेतला.

मला भडभडून आलं. नेहमी गुलाबी मऊसूत असणारे बाबांचे हात शुष्क होऊन गेले होते. पांढरे पडले होते. स्पर्शाची ओळख पटताच बाबांनी नेहमीचा प्रश्न विचारला,

'कशी आहेस?'

हा माझा–बाबांचा शेवटचा संवाद.

मुंबईला परत आल्यावर विलक्षण बेचैनी आली होती. औषधोपचार करताना बाबांचे अतोनात हाल होत होते. ते पाहणं असह्य होतं. वारंवार एकच प्रश्न मनात येत होता.

'आपण सर्वजण कशासाठी बाबांचे हाल करतोय्? त्यांच्यावर आपण अत्याचार करतोय्. बाबा स्वतः तर मनानं आणि शरीरानं देखील सर्व उपाधींच्या पलीकडं पोहोचलेत. हवं–नकोपासून लांब निघाले होते. मग केवळ आपल्याला बरं वाटतं. म्हणून का आपण त्यांचे असे प्रचंड हाल करतोय्?'

बाबांचा निरोप घ्यायची तयारी मनानं सुरू केली होती. अवेळी वाजणारी टेलिफोनची घंटा जिवाचा थरकाप करायची. रिसीव्हर उचलणं नको वाटायचं.

कोल्हापूरहून परत येऊन महिना व्हायला आला होता. पण नियतीनं २६ नोव्हेंबर दुपारी चारच्या सुमारास ही वेळ साधली. बाबांच्या शेवटच्या भेटीला आम्ही सर्वजण निघालो.

जयप्रभाचं आवार माणसांनी भरून गेलं होतं. नेहमी माणसांनी गजबजलेला जयप्रभा स्टूडिओ आज इतक्या गर्दीतही उदास होता. शांतता राखण्याची बाबांची शिस्त आजही सर्वजण पाळत होते. बाबांच्या ऑफिसमध्येच बाबांचं चिरविश्रांती घेणं चाललं होतं.

नेहमीच्या सवयीप्रमाणे बाबांच्याजवळ मी धावत गेले.

'या, मॅडम. कोण, कांचे? तू कशी अचानक? सुलोचना का नाही आली?'

नेहमीची वाक्यं कानांवर पडली नाहीत. माझी आई तर उभ्या उभ्याच त्यांच्या पायांवर कोसळली. तिचा आक्रोश ऐकवत नव्हता. त्या क्षणी मोठ्या आशेनं मी बाबांच्याकडं पाहिलं. कारण बाबा नेहमी गमतीनं म्हणत,

'मी गेल्यावर सगळ्यांत जास्त सुलोचना रडणार... आणि तिला गप्प करण्यासाठी मलाच उठून बसावं लागणार.'

समोर पाहिलं, तर बाबांच्या सूनबाई, प्रभाकर पेंढारकर यांच्या पत्नी लक्ष्मीवहिनी टक लावून बाबांच्याकडं पाहत होत्या. त्यांच्या जवळ जाताच त्या म्हणाल्या,

'बाबांना मनांत, डोळ्यांत साठवून घेते. आता ते पुन्हा दिसणार नाहीत.'

बाबांचे कुटुंबीय बसले होते. त्या खोलीत आलो, तर प्रथम दिसल्या, त्या बाबांच्या कन्या बेबीताई (सरोज चिंदरकर) हमसून–हमसून रडत होत्या. रडतच त्यांनी माझ्या गळ्याला मिठी घातली. त्या क्षणी बाबा नेहमी म्हणायचे, ते आठवलं. माहेरी येऊन सोलापूरला परत जाताना बेबीताई बाबांच्या गळ्याला मिठी मारून रडत राहायच्या. त्या गेल्या, की बाबा म्हणत,

'बेबी आता आजी झाली. पण जाताना गळ्याला मिठी मारून रडणं काही थांबत नाही. लहान मुलासारखं अजूनही रडते.'

यात तक्रारीपेक्षा कौतुकच अधिक असायचं.

बाबांच्या दुसऱ्या कन्या आबीताई (माधवी देसाई) एकच वाक्य पुन्हा पुन्हा म्हणत होत्या,

'जयप्रभाशी असलेला ऋणानुबंध आता संपला. आता स्टूडिओत कशासाठी यायचं?'

बाबांच्या थोरल्या सूनबाई सुमनवहिनी अधिकच अबोल झाल्या होत्या. भिंतीला लागून बसलेल्या तिघींच्याकडं नजर वळली. मुख्य खांब मुळासकट उपटून निघाल्यावर भुईसपाट झालेल्या तंबूची आठवण झाली. सरलामावशी, माई आणि बकुळामावशी. कुठल्या शब्दांत त्यांचं सांत्वन करायचं? कसं करायचं? माझा हात हातात घेत सरलामावशी उद्गारल्या,

'तुमच्या बाबांना आम्हांला सांभाळता नाही आलं.'

त्यांच्या तोंडून पुढं शब्दच फुटेना.

माई सांगत होत्या,

'कांचन, बाबांनी आम्हांला फसवलं, ग. शंभराव्या वाढदिवसाचं ओवाळून घेईन, म्हणाले होते. पण त्यांनी शब्द पाळला नाही.'

कशी समजूत घालायची या सर्वांची?

बकुळामावशी तर बाबांच्या अंतिम क्षणी त्यांच्याजवळ उभ्या होत्या. बाबांची प्राणज्योत मालवताच त्यांची शुद्ध हरपली होती. त्या अजूनही सावरल्या नव्हत्या. सुन्न बसून होत्या.

मी सारखी एका व्यक्तीला शोधत होते. नजरभेट होताच मी पुढं सरसावले. एक मूक हुंदका माझ्या खांद्यावर असहायपणे विसावला. ती व्यक्ती हुंदक्यांनी नखशिखांत गदगदत होती. त्यांचा श्वास कोंडल्यासारखा वाटत होता. त्या होत्या धाकट्या सूनबाई सुमित्रावहिनी. बाबांच्या चिन्याची (सदानंद पेंढारकर) बायको. बाबांच्या शेवटच्या काही वर्षांत वहिनींनी बाबांची एवढी सेवा केली होती की, बाबा त्यांना स्वतःची आईच म्हणायचे. वहिनीही बाबांना वडिलांच्या ठिकाणी मानीत. खरं तर, बाबांच्या मुलांच्यापेक्षा बाबांच्या सुनाच पोरक्या झाल्या, असं म्हणावं लागेल.

कोल्हापूरकरांच्याकडून मिळालेला मानाचा मंदील डोक्यावर मिरवत बाबा अंत्ययात्रेसाठी जयप्रभा स्टूडिओतून बाहेर पडले. एखाद्या सम्राटाच्या शोभायात्रेसारखी ही अंत्ययात्रा विराट होत गेली. रस्त्या-रस्त्यांवर, चौकाचौकांतून आदराचे,

अभिवादनाचे मुजरे झडत होते. बाबांच्या इच्छेप्रमाणे अंतिम संस्काराची जागा होती बाबांच्या आवडत्या पन्हाळगडावर. शिवरायांच्या पदस्पर्शानं पावन झालेल्या भूमीवर.

दुसऱ्या दिवशी अंत्ययात्रेचं वृत्त देताना एका वर्तमानपत्रानं लिहिलं होतं : 'बाबांच्याशिवाय जयप्रभा स्टूडिओ देव नसलेल्या देवळासारखा भासत होता.'

बाबांना शब्दांतून उभं करण्याचा प्रयत्न अनेकांनी केलाय्, अनेक पद्धतींनी केला आहे. शब्दांची किती ही आतशबाजी केली, तरी हे अफाट व्यक्तिमत्त्व दशांगुळं वर उरतंच. शब्द अपुरे पडतात. संपतात. पण बाबांविषयी अजून काही तरी सांगणं शिल्लक राहतंच. अशा वेळी माझ्या मदतीला समर्थ रामदासांचे शब्द धावून येतात.

निश्चयाचा महामेरू ।
बहुत जनांसी आधारू ।
अखंड स्थितीचा निर्धारू ।
श्रीमंत योगी ।

◆

दादा

'चित्रानंद' साप्ताहिक सुरू झाल्यापासून त्याचे संपादक श्री. इसाक मुजावर मला लेख लिहिण्याविषयी सांगत. पण, का, कुणास ठाऊक, मुहूर्तच लागत नव्हता. शिवाय विषयही सुचत नव्हता. पण मला काय माहीत, नियतीनं वेळ व विषय आधीपासूनच ठरवून ठेवले होते. तारीख ठरली होती ९ फेब्रुवारी, १९७९ आणि वेळ दुपारी साडे बारानंतरची. विषय होता: 'दादांच्या आठवणी.' दादा म्हणजे नाट्य-चित्रपट रसिकांचे लाडके 'राजा परांजपे', व्यावसायिकांचे 'राजाभाऊ' आणि घरच्यांचे व निकटवर्तीयांचे 'दादा'.

दादांना मी प्रथम पाहिलं, ते शूटिंगच्या वेळी. तेही नट व दिग्दर्शकाच्या रूपात. मला अगदी न – कळत्या वयात. ही आठवण मात्र दादांनीच मला सांगितली होती. मंगल पिक्चर्सच्या 'जिवाचा सखा' या चित्रपटाची आत्ती (सुलोचनाबाई) नायिका होती. तर दादा त्या चित्रपटाचे दिग्दर्शक व सहनायक होते. चित्रपटाचे नायक होते जयराम शिलेदार. त्या वेळी मी जेमतेम वर्षाची असेन. माझ्या आजीच्या मांडीवर बसून टुकूटुकू नजरेनं मी दादांचं दिग्दर्शन न्याहाळायची! त्यांच्याशी पुढं जुळणाऱ्या भावबंधाची ती कदाचित ओळख असावी. हे भावबंध शेवटपर्यंत अतूट राहिले.

जसजसं मला जाणतेपण यायला लागलं, तसतशी दादांची घरातील उपस्थिती मला खटकायला लागली. मी त्यांचा राग राग करायची. ते मात्र माझ्याशी खूप प्रेमानं वागायचे. पण माझा त्यांच्याशी सूर जुळत नव्हता. घरातील वातावरण अस्वस्थ होत होतं. पण ज्या वेळी माझ्या लक्षात आलं की, माझ्यामुळं आत्तीची फार ओढाताण होते आहे, त्या वेळी मात्र मी माझा आडमुठेपणा सोडून दिला. माझा दादांशी असलेला संघर्ष शांत व्हायला लागला. ते होण्याचं अधिक श्रेय दादांचं होतं. त्यांचं वागणं फार आपुलकीचं होतं. आम्ही कधीही उघडपणे याबाबतीत बोललो नाही. पण सामंजस्याचा एक मूक करार आम्हां दोघांत झाला होता. ते माझ्यावर प्रेम करायचेच; पण माझ्या समजुतदारपणाचीही त्यांना जाणीव होती. माझ्यापश्चात ते त्याबद्दल कौतुकही करायचे.

१९५७ सालापासून तर मला त्यांचा सतत सहवास लाभला. त्यांना सुचलेल्या

अनेक कल्पनांची मी प्रथम साक्षीदार असायची. त्यांच्या नव्या नाटकांचं पाठांतर मी घ्यायची. त्यांच्या कितीतरी चित्रपटांच्या शूटिंग्जना मी हजर असायची. आपलं कार्य, कर्तृत्व आपल्या माणसांनी पाहायला यावं, असा दादांचा आग्रह, नव्हे, हट्टच असायचा. त्यांच्या चित्रपटांच्या ट्रायल्स जितक्या वेळेला होत, तितक्या वेळा त्या आम्हांला पाहायला जावं लागे. पूर्ण चित्रपटच नव्हे, तर अपूर्णावस्थेतील रशप्रिंट्सही रात्री-अपरात्री पाहाव्या लागत. पुनः पुनः तेच तेच पाहून कंटाळा यायचा; पण दादांचा हिरमोड होईल; म्हणून आम्ही सर्वजण जात असू.

मला एकदा त्यांनी एक ग्रामोफोन विकत घेऊन दिला होता. तो आणायला-आम्ही फोर्टमध्ये एच्.एम्.व्ही.मध्ये गेलो होतो. तो जमाना सी. रामचंद्र, ओ. पी. नय्यर यांच्या गाण्यांचा म्हणजे पाश्चिमात्य सुरावटीचा, पंजाबी ठेक्याचा होता. मीही त्याच रेकॉर्ड्स घेण्याच्या विचारात होते. एवढ्यात दादांनी यादी देऊन एच्. एम्. व्ही.च्या रेळे यांच्याकडून काही रेकॉर्ड्स व ग्रामोफोन ताब्यात घेतला आणि आम्ही घरी परत आलो.

दादांनी कुठल्या रेकॉर्ड्स घेतल्या असतील, याची मला खूपच उत्सुकता होती. घरी आल्या–आल्या मी रेकॉर्ड्सचं पार्सल उघडून पाहिलं, तर त्यातून निघाली श्रीमती आशा भोसले यांनी आपले वडील दीनानाथराव मंगेशकर यांची गायिलेली सर्व नाट्य–गीतं.

ग्रामोफोन माझ्यासाठी आणला आहे, हे दादा विसरून गेले. अगदी पूर्ण समाधान होईपर्यंत ते परत–परत रेकॉर्ड्स ऐकत बसले. ते ऐकताना होणारी दादांची तल्लीनता आणि आशाबाईंच्या आवाजासाठी केलेली वाहवा आम्ही बघत बसलो होतो.

गदिमांची अचूक शब्दरचना, बाबूजींचं नादमधुर संगीत आणि आशाताईंचा (सच्चा) सूर हे दादांच्या चित्रपटांचं बलस्थान असायचं.

चित्रपटनिर्मितीच्या वेळीही दादा असेच रंगून जायचे. त्या काळात त्यांना दुसरा विषय माहीत असायचा नाही. रात्रंदिवस त्यांना त्या चित्रपटाचा ध्यास असायचा. भेटेल, त्याला ते आपल्या चित्रपटाची कथा ऐकवायचे आणि त्यातूनच 'पाठलाग'सारख्या चित्रपटाची पटकथा तयार व्हायची. सततच्या चिंतनातून दादांनी 'पाठलाग'ची पटकथा तयार केली आहे. हा चित्रपट मराठीतील पहिला रहस्यपट होता. त्यामुळं या चित्रपटाची कथातरी कुणाला ऐकवू नका, असं मी त्यांना सांगायची; आणि आधीच रहस्य अथवा शेवट कळला, तर चित्रपट बघायला

कोणी येतील तरी का, अशी शंका विचारायची. दादा म्हणायचे, असं सांगण्यातूनच काही दोष, चुका असतील, तर दूर करता येतात. कथा रंगवून सांगण्याचं दादांचं कौशल्यही वाखाणण्यासारखं होतं.

चित्रपटाच्या शूटिंगच्या दरम्यान दादांची नाटकं, त्यांचे दौरे वगैरे असायचेच. पण दुसऱ्या दिवशी शूटिंगचा संपूर्ण आराखडा, शॉट डिव्हिजनच्या सूचना वगैरे दिल्याशिवाय दादा निजायचे नाहीत. मग कितीही वेळ झालेला असो आणि मग त्यांचे शिष्योत्तम राजदत्त (दत्ताकाका) रात्रभर जागून आपल्या सुवाच्य अक्षरात अनेक प्रतींसह पेपरवर्क पूर्ण करून पहाटे-पहाटे निजायचे.

हा सगळा काळच भारलेला आणि भरलेला होता.

दादा जसे जबरदस्त दिग्दर्शक होते, तसेच हाडाचे शिक्षकही होते. त्यांना पाहिजे तसा अभिनय येईपर्यंत दादा कलावंताला शिकवीत राहत. 'पाठलाग'च्या वेळी तरी डॉ. काशिनाथ घाणेकर, भावना आणि ईश्वर अग्रवाल या नवोदितांना एका वेळी त्यांचा त्यांचा अभिनय करून दाखवीत, शिकवीत. एकाच वेळी दिग्दर्शनाच्या जबाबदारीचं अवधानही सांभाळीत. शिकवताना त्यांना इतकं बोलावं लागे की, बोलून बोलून यांचं तोंड कसं दुखत नाही, याचं नवल वाटे. शिवाय त्या कलावंताला सोपं जावं, म्हणून एकच शॉट ते निरनिराळ्या पद्धतीनं करून दाखवीत. मग त्या कलावंताला जे जमेल, ते तो त्यांतून निवडीत असे. या शूटिंगच्या वेळी आजूबाजूच्या गावांतून नाटकाचा दौराही आखलेला असे. त्या सगळ्या धावपळीतही एकदा ते शिकवायला उभे राहिले, की दमत नसत. त्या त्या चित्रपटाच्या वेळी त्यातील कलावंतांचंही त्यांना कोण कौतुक असायचं. मग 'पाठलाग'च्या वेळी डॉ. काशिनाथ घाणेकर त्यांना इंग्लिश हीरो वाटायचे, तर 'पडछाया'च्या वेळी रमेश देव त्यांना मराठीचे दिलीपकुमार भासत.

बालनट सचिन तर संपूर्णतया दादांनी घडवलेला कलावंत. 'हा माझा मार्ग'च्या वेळी त्यांनी सचिनसाठी जे परिश्रम घेतले आहेत, ते ज्यांनी पाहिले असतील, त्यांनाच याची कल्पना असेल. सचिन त्या वेळी जेमतेम चार, साडेचार वर्षांचा असेल. सबंध चित्रपट दादा व सचिनवरच आधारित होता. रात्रंदिवस चाललेल्या शूटिंगमुळं एवढासा जीव दमून जायचा. कंटाळायचा. त्याचे बालहट्ट पुरवता-पुरवता दादांच्या नाकी नऊ यायचे. मध्येच तो काम करत नाही, म्हणून हटून बसायचा. मग त्याची कळी खुलवण्यासाठी त्याला आवडणाऱ्या रेकॉर्ड्स लावून दे. त्याला मोटारीतून फिरवून आण. अशा क्लृप्त्या करून त्याच्याकडून काम करवून घ्यावं लागे. पण सचिनच्या उपजत कलागुणांवर दादा इतके खूश होते

की, त्याच्या सगळ्या लहरी सांभाळून त्यांनी त्याच्याकडून अप्रतिम अभिनय करवून घेतला.

दादांच्यामधील अभिनय शिकविणारा हा शिक्षक थोडासा तिरकसही होता. त्यांची बोलणी खाऊन कलावंत मंडळी हैराण व्हायची. पण दादा त्यांच्यावर परिश्रमच इतके घेत, की त्यांना निमूटपणे सर्व सोसावं लागे. नवीन कलावंत घडविण्याचं आव्हान दादा समर्थपणे पेलीत. 'पाठलाग' मधील भावनाबाईंचा अभिनय पाहून त्याची खात्री सर्वांना पटलेली आहेच.

वास्तविक पाहता 'जगाच्या पाठीवर' व 'सुवासिनी' हे दोन चित्रपट सीमाताईंनी केल्यामुळं 'पाठलाग'ची नायिका ही सीमाताईंनीच करावी, असं दादांना वाटत होतं. नायक मात्र त्यांनी आधीपासूनच करारबद्ध केला होता; त्या दरम्यान सीमा–रमेश देव यांचा विवाह संपन्न झाला होता आणि विवाहानंतर रमेश देव ज्या चित्रपटात नायक असतील, त्याच चित्रपटात भूमिका करण्याचा निर्णय सीमाताईंनी जाहीर केला होता. ज्या वेळी दादांनी 'पाठलाग'विषयी सीमाताईंना विचारलं, त्या वेळी त्या एकट्याच होत्या. त्यामुळं त्यांनी दादांना एवढंच सांगितलं की,

'दुसरा नायक असतानाही तुमच्याकडं काम करायला रमेश मला नको म्हणणार नाहीत. पण मला एकदा त्यांना विचारावं लागेल.'

झालं. एवढ्याशा वाक्यानं दादांच्या मधील 'गुरू' डिवचला गेला. त्यांचं एकच म्हणणं :

सीमा-रमेश दोघांचाही मी गुरू आहे. मग माझ्याकडं काम करताना सीमाला रमेशची परवानगी कशाला हवी?

तसं सीमाताईंचंही चूक नव्हतं. आता त्या एकट्यानं निर्णय घ्यायला स्वतंत्र नव्हत्या. शिवाय हा निर्णय त्या दोघांचा मिळून होता. तेव्हा त्यासंबंधी रमेशना विचारणं सयुक्तिकच होतं. पण सर्वांनी कितीही समजूत घातली, तरी दादा शांत होत नव्हते. त्या तिरीमिरीतच त्यांनी अगदी एखाद्या नव्या मुलीला घेऊन 'पाठलाग' करण्याचा विडा उचलला. दुहेरी रूपं असलेली 'पाठलाग'ची नायिका आशा-निशा ह्या व्यक्तिरेखा करायला खूप अवघड होत्या. दादांनी तर भावना (सुमन ताटे) या अभिनेत्रीला त्या भूमिकेसाठी उभं केलं. दादांनी आव्हान म्हणूनच हे धाडस केलं होतं. ज्यांना कथा माहीत होती, ते सगळेच साशंक होते. दादा मात्र आपल्या निर्णयावर ठाम होते; आणि त्यांनी आपला आत्मविश्वास सार्थ करून दाखविला. ह्या चित्रपटात कोर्टात नायिकेला वेड लागतं, असा मोठा सीन आहे. तो सबंध सीन त्यांनी एका शॉटमध्ये चित्रित केला होता. आजही तो प्रसंग पाहताना अंगावर शहारा येतो.

सिनेमा–नाटक सोडल्यास पत्त्यांच्या खेळाचं दादांना जबरदस्त वेड होतं. त्या नादापायी 'मेरा साया'सारखा चित्रपटही त्यांच्या हातांतून निसटला. दादांना वाचन, फिरायला जाणं अशांसारख्या सवयी अजिबात नव्हत्या. मात्र रोजची वर्तमानपत्रं ते संपूर्णतया वाचून काढीत, तीच सवय त्यांच्यामुळं घरातील सर्व मुलांना लागली. चित्रपट सुरू असेल, तर सतत त्याचा विचार. नाटक असेल, तर त्याचं पाठांतर. यांव्यतिरिक्त त्यांना दुसरी कसलीही आवड नव्हती. त्यांच्यामुळंच आमचं घर फिल्मी वातावरणापासून दूर राहिलं. आमच्या घरी येणं–जाणं फक्त मराठी नाट्य-चित्रपट व्यावसायिकांचं असायचं. पार्ट्या, गेट-टुगेदर असे प्रकार कधी आमच्याकडं व्हायचे नाहीत. पाहुणे जेवायला यायचे, ते दिवसा. रात्री नाहीत. ओल्या पार्टीचा तर चुकूनही स्पर्श नव्हता. त्याचं मुख्य कारण म्हणजे आत्तीला मद्यपानाचा तिटकारा होता. कदाचित यावर कुणाचा विश्वास बसणार नाही. पण मी जेव्हापासून दादांना पाहते आहे, तेव्हापासून त्यांना प्रत्यक्ष कधी मद्यपान करताना किंवा बाहेरून करून आल्याचं कधीही पाहिलं नाही. शूटिंग, एडिटिंग, नाटक यांमुळं रात्री-अपरात्री ते घरी परत येत. त्यांना दार उघडायचं, जेवण गरम करून वाढायचं काम माझ्याकडंच असे. आत्ती घरी असो वा नसो, त्यांनी आपला शब्द कधीच मोडला नाही. दादांच्या या संयमाबद्दल मला खूप आश्चर्य वाटायचं. ते पट्टीचे पिणारे होते. अतिरिक्त मद्यपानाबद्दल मशहूर होते. पण जेवढे दिवस ते आमच्याबरोबर राहिले, तेवढे दिवस दारूसाठी साधे अस्वस्थ झालेलेही आम्ही त्यांना कधी पाहिलं नाही.

आत्ती व मी युरोपच्या ट्रिपवर निघालो, तेव्हा आत्तीनं दादांना त्यांच्यासाठी तिथून काय आणू, असं विचारलं.

रुसल्यासारखे दादा तिला म्हणाले,

'मला काय आवडतं, हे तुला माहीत आहे... आणि ते तू मला आणून देणार नाहीस–हेही मी जाणतो. मग ही चर्चा हवीच कशाला?'

—आणि मग माझ्याकडं वळून बघत दादा मला म्हणाले,

'तुझा नवरा तरी दारू पिणारा असू दे. म्हणजे मला तुझ्या घरी तरी येऊन पिता येईल.'

याबरोबरच दादांना मी असभ्य बोलतानाही कधी ऐकलं नाही. साधी 'आयला' सारखी शिवी त्यांनी कधी आम्हां मुलांच्या समोर कुणाला दिली नाही. मग व्यवसायातील दुसर्‍यांच्या भानगडींचा पुनरुच्चार तर दूरच राहिला. त्यांच्या समवयस्कांशी, व्यावसायिकांशी त्यांचे तात्त्विक मतभेद फार असायचे. पण त्याच्याशी त्यांनी त्यांच्या वैयक्तिक गोष्टींशी कधीही सरमिसळ केली नाही. कितीही वरच्या

पातळीवरची भांडणं असली, तरी शेवटी माणसं वैयक्तिक वैगुण्यावर प्रहार करण्याइतपत खाली येतात. पण दादांनी असलं कधीही केलं नाही. इतकंच काय, 'रसरंग' व 'स्क्रीन' वगळता इतर कोणतंही सिनेमा साप्ताहिक घरी येण्यावर त्यांची बंदी असे.

उत्तम मराठी भाषेचा संस्कारही त्यांनीच आमच्यावर केला. आम्ही कोल्हापुरातून आल्यामुळं आमच्या हेल काढून मराठी बोलण्याची शाळेत फार टिंगल व्हायची. आम्ही रडकुंडीला यायच्या. त्यामुळं दादा आमच्या मराठी उच्चारावर सतत लक्ष द्यायचे. काही काही शब्द आणि उच्चार तर अक्षरशः घोकून घ्यायचे. शुद्ध-अशुद्ध मधील फरक तिथल्या तिथं दाखवून द्यायचे. तसंच, 'पारिजातक' चित्रपटाच्या वेळी त्यात सत्यभामेची भूमिका करणारी आत्ती सारिकेऐवजी 'सारके, सारके' अशी हाक कशी मारायची किंवा 'आण तो परशू' हे वाक्य 'आन त्यो परसू' असं कसं म्हणायची, ते अगदी साभिनय दाखवून पोट दुखेपर्यंत हसवायचे. या 'पारिजातक' चित्रपटाचे दिग्दर्शक दादाच होते आणि सत्यभामेच्या भूमिकेसाठी आत्तीला घेण्याबद्दल त्यांचा सक्त विरोध होता. ग. दि. माडगूळकरांच्यामुळं त्यांचा नाइलाज झाला. पण सबंध चित्रपटभर आत्तीची चेष्टा करून, आत्तीला त्यांनी हैराण करून सोडलं होतं, असं आत्ती सांगते.

दादा हजरजबाबी होते. कुणाची कधी विकेट उडवतील, पत्ता लागायचा नाही. आत्तीची एक मैत्रीण आहे. पुण्याची माणिक बेहेरे. दोघींची पन्नास सालापासूनची मैत्री. ती आजतागायत तशीच दाट आहे. दादांची व तिची शाब्दिक आतशबाजी सतत सुरू असायची. दोघेही पुणेकर. एकमेकांच्यावर सतत कुरघोडी करण्याची एकही संधी दोघे सोडायचे नाहीत. बऱ्याचदा माणिकची सरशी व्हायची. त्यामुळं दादा सारखी संधीची वाट पाहत टपून बसायचे.

एकदा आम्ही सर्व गप्पा मारीत बसलो होतो. त्याच वेळी रेडिओवर 'एक धागा सुखाचा' चित्रपटातील गाणं लागलं होतं : 'अ आ आई, म म मका, मी तुझा मामा, दे मला मुका.' गाण्याची ही ओळ संपायचा अवकाश, दादा पटकन् माणिकला म्हणाले,

'माणिक, मी तुझा मामा, बरं का.'

माणिकला प्रत्युत्तर देणंही शक्य झालं नाही. दोन्ही हातांनी तोंड झाकून, लाजून तिनं तिथून पळच काढला.

माझ्या आजीचा घरात खूप दरारा असे. दादांच्यापासून सगळेच तिला घाबरून असत. त्यामुळं ती कोल्हापूरला गेली की, आमचं हॉटेलमध्ये जेवायला जाणं,

इंग्रजी चित्रपटाचा बेत असे, वेळेचं बंधन नसणारे कार्यक्रम ठरत. मध्यरात्री घरी परत आल्यावर मला हमखास भूक लागायची. तसंच झोपायचा प्रयत्न केला, तरी झोप यायची नाही. मग माझी अंधारात डबे धुंडाळायला सुरुवात व्हायची. थोड्याच वेळात दादाही माझ्या पाठीशी येऊन उभे राहत. 'काय करतेस?' म्हणून विचारायचे. मी त्यांना भुकेमुळं झोपच येत नसल्याचं सांगत असे. दादाही केविलवाणा चेहरा करून त्यांचीही तशीच स्थिती असल्याचं सांगत. मग आम्ही दोघे मिळून खाण्याच्या वस्तूंचा शोध घेत असू. आमच्या पाठोपाठ सगळेच जागे होत. सगळ्यांनाच भूक लागायची. मग असेल त्या वस्तूचा फडशा पडत असे. काही वेळेला हे तयार खाणं असायचं नाही. मग एखाद्या गृहिणीच्या तत्परतेनं दत्ताकाका (राजदत्त) स्वयंपाकघरात शिरत आणि सगळ्या तऱ्हेचे मसाले, पिठं, आंबट-गोड मिसळून स्वतःच्या कल्पनेनं एखादा चटपटीत प्रकार तयार करीत आणि मग मध्यान्हरात्री आमच्या गच्चीत आमची पंगत बसायची.

मराठी नाटकं आणि इंग्रजी चित्रपट पाहायला उत्साहानं येणारे दादा हिंदी चित्रपट बघायला यायला मात्र टाळाटाळ करायचे. काही ठरावीक निर्माता-दिग्दर्शकांचे हिंदी चित्रपट सोडले, तर हिंदी चित्रपट पाहायला यायला त्यांचा नकारच असायचा. एकदा आम्ही त्यांना जबरदस्तीनं 'ज्वेल थीफ' हा चित्रपट बघायला घेऊन गेलो. थिएटर होतं दादरचं 'कोहिनूर.' चित्रपट सुरू झाल्यापासूनच त्यांचं कोट्या करणं सुरू झालं. आम्ही हसू दाबीत गंभीरपणे चित्रपट पाहत होतो. एवढ्यात देव आनंदचं गाणं सुरू झालं 'दिल पुकारे आ, रे, आ, रे' आणि क्षणाचाही वेळ न दवडता दादांनी गाणं सुरू केलं 'अरे अरेऽऽ' आजूबाजूची मंडळीही ते ऐकून हसायला लागली. दादांना गप्प करीपर्यंत नाकी नऊ आले. दादांना पुन्हा म्हणून चित्रपट बघायला–आणायचं नाही, असं आम्ही ठरवलं.

केस हा दादांचा अत्यंत जिव्हाळ्याचा विषय. पण त्यांनीच त्यांना फार लवकर दगा दिला आणि उरलेले केसही फार लवकर पांढरे व्हायला लागले. त्या वेळी 'लोमा' नावाचं एक तेल केस काळे होण्यासाठी प्रसिद्ध होतं. सबंध हिंदुस्थानात त्या लोमाचा वापर दादांच्या इतका कुणीच केला नसेल. अंघोळीच्या आधी नियमानं बराच वेळ या लोमाचं मालिश डोक्याला चाले. पण केस भुरे होण्यापलीकडं त्याचा काहीच उपयोग झाला नाही.

मग त्यांनी केस कलप करायचा निर्णय घेतला. त्यासाठी चार दिवस आधीपासून मला मस्का मारायला सुरुवात करायचे. दादांना कलप करणं म्हणजे एक सोहळाच असायचा. दादांच्या एवढ्या केसांसाठी अर्धा दिवस लागायचा. कारण केस कमी, टक्कलच जास्त होतं. डोक्यावरची कातडी वाचवून कलप करणं म्हणजे

दिव्यच असायचं. शिवाय इकडं थोडं, तिकडं थोडं लाव, हे दादांचं संपायचंच नाही. आमच्या या नाचानाचीत खोली, माझे कपडे कलपाच्या डागांनी भरून जायचे.

समारंभाला जाताना आम्हांला तयार व्हायला लागणाऱ्या वेळामुळं दादा जाम वैतागायचे. संध्याकाळपासूनच ते आम्हांला सांगायला सुरुवात करीत,

'काय धूळबीळ (म्हणजे पावडर) तोंडावर मारून घ्यायची, ती लवकर मारून घ्या.'

आम्ही तयार होऊन उभे राहिलो, की त्यांचं केस विंचरणं सुरू व्हायचं. कानाजवळ व मानेवर काय ते थोडेसे केस होते. पण डोक्यावर एकही केस नसताना दाट केसांतून कंगवा फिरवावा, तसे तन्मय होऊन दादा आपल्या टकलावर कंगवा फिरवीत राहत. त्यांची अगदी समाधीच लागायची. डोळे बंद करूनही काम चाले. आम्ही त्यांना घाई केली की, 'थांब, ग, माझे केस बसत नाहीत.' म्हणून दोन्ही हातांनी चापून चोपून केस बसवीत. कपाळावर येणारी झुलपं जसा एखादा तरुण डोकं मागं झटकून मागे सारील, तसा सगळा प्रकार दादा करायचे. संपूर्ण अभिनय तंतोतंत जमायचा. पण मुख्य ते केसच जाग्यावर नसायचे.

दादा घाबरट तर नंबर एकचे होते. १९६५साली पाकिस्तानी आक्रमणाच्या वेळी मुंबईत वारंवार सायरन वाजे. ब्लॅक-आऊट व्हायचा. जेवढा वेळ सायरन वाजे, तेवढा वेळ दादा आम्हांला सरकारी सूचनेप्रमाणे कॉटखाली कोंबायचे. माझी मामी बरीच जाड होती. तिची हालत तर फार वाईट व्हायची. पण दादांच्या समोर कुणाचंच चालायचं नाही. स्लिपडिस्कचा त्रास असल्यामुळं आत्तीची मात्र सुटका व्हायची आणि आमची अशी व्यवस्था लावून स्वतः मात्र शत्रूची विमानं आलीत का, हे पाहायला गॅलरीत जाऊन उभे राहायचे. रात्री तर ब्लॅक-आऊट असायचा. त्यामुळं जेवणं वगैरे लवकर आटपायची. मग सगळे पाय मोकळे करायला म्हणून बाहेर पडायचे. दादांनाही आग्रह व्हायचा. एक तर त्यांना पायी फिरायला जायचा फार कंटाळा यायचा. शिवाय अंधार आणि सायरन वाजला, तर, ही भीतीही त्यांना वाटायची. पण भीतीचं कारण लपवीत ते म्हणायचे,

'छे छे! मला सारख्या बातम्या ऐकायच्या असतात. मला नाही तुमच्यासारखं भटकायचं.'

आम्ही रस्त्यावर गेलो की, मग ते गॅलरीत उभे राहून आम्हांला सूचना देत राहायचे,

'सांभाळून जा. लवकर परत या.'

एकमेकांना सावरीत असं हे ऊन-पावसाचं सहजीवन आम्ही १९७१ सालापर्यंत घालवलं. आता दादांच्या प्रकृतीची कुरबूरही सुरू झाली होती. 'आधार' व 'गुरुकिल्ली' या दोन चित्रपटांच्या अपयशानं दादा पार हादरून गेले. त्यांचा त्यांच्या कर्तृत्वावरचा विश्वासच उडाला. त्यांची स्वतःची 'श्रीपाद चित्र' ही संस्था बंद पडली. बाहेरचे चित्रपट त्यांच्याकडं यायचे बंद झाले. मध्यंतरी एकदा चित्रपटनिर्मितीचा सगळा योग जुळून आला. सर्व तयारी सुरू झाली आणि चित्रपट–लेखकानं सांगितलं की, ठरलेली कथा तुम्हांला देता येणार नाही. ती यापूर्वीच मी दुसऱ्याला दिलेली आहे. तीवर हिंदी चित्रपट होतो आहे. दादांचा सगळा उत्साह मावळला. जुने आजार अधिकच बळावू लागले. दादांनी प्रकृतीची हेळसांडही खूप केली. औषधांची बॅग घेऊन हिंडायचे. पण ती औषधं वेळच्या वेळी घेणंही त्यांनी केलं नाही. पथ्य पाळलं नाही. दोन वाक्यं बोलणं आणि चार पावलं टाकणंही त्यांना शक्य होईना. सायन येथील आमच्या बिल्डिंगला लिफ्टची सोय नव्हती. आमचा ब्लॉक तिसऱ्या मजल्यावर होता. त्यामुळं नाइलाजानं दादा दादर-शिवाजी पार्क येथील दादांचे मित्र व आमचे फॅमिली डॉक्टर एम्. एस्. फडके यांच्या नर्सिंग होममध्ये राहायला गेले. स्लिपडिस्कमुळं आत्तीलाही जिने चढणं मुश्किल व्हायला लागलं. मग दोघांच्यासाठी म्हणून प्रभादेवी इथं लिफ्ट असलेली पहिल्या मजल्यावरची जागा आम्ही निश्चित केली. ब्लॉक ताब्यात मिळून तिकडं राहायला जायला ७४ साल उजाडलं. दादा नवीन ब्लॉकच्या वास्तुशांतीला म्हणून आले. तेव्हा राहिले, ते मात्र शेवटचेच.

एकदा नागपूर इथं ते गेले असता त्यांचा आजार इतका बळावला, की डॉक्टर्सनी अक्षरशः मृत्यूच्या दारातून त्यांना परत आणलं होतं. त्या आजारानंतर मात्र डॉक्टरी सल्ल्याप्रमाणे त्यांनी वजन कमी केलं. सिगारेट जवळ जवळ सोडली, काठी घेऊन का होईना, ते हिंडू–फिरू शकत होते.

आम्ही एकदा लग्नासाठी पुण्याला गेलो असता, आम्ही आल्याचं कळताच एकटेच रिक्षा करून श्रेयस हॉटेलवर आम्हांला भेटायला आले.

त्यांना पूर्ववत बघून मला खूप आनंद झाला होता. मी त्यांच्या हाताला धरून म्हटलं,

'आता तुम्ही अगदी बरे आहात. आता तुम्ही पुन्हा चित्रपट काढा. तुम्ही आणखी बरे व्हाल. चित्रपट आणि स्टूडिओचं वातावरण हेच तुम्हांला खरं औषध आहे. त्या वातावरणात तुम्हांला तुमच्या व्याधींचा नक्की विसर पडेल.'

त्यावर खिन्नपणे हसून दादा म्हणाले,

'माझ्या बॅनरवर मी चित्रपट काढू शकत नाही; आणि चित्रपटसृष्टीला राजा

परांजपेची गरज नाही. मला सगळे विसरलेत.'

त्यांचा हुरूप वाढवीत मी त्यांना म्हणाले,

'तुम्ही मुंबईला या. आपण दुसरी काही व्यवस्था होते का, ते पाहू. तुम्ही चित्रपट निर्माण केलाच पाहिजे.'

तेवढ्या सांगण्यानंही त्यांचे डोळे आनंदानं चमकले.

त्यांनी त्यांच्यावर निघालेला एक विशेषांक माझ्या हातात ठेवला.

मला भडभडून आलं. नेहमीप्रमाणे दादा आपलं कौतुक घरच्यांनी वाचावं, म्हणून आठवणीनं तो अंक घेऊन आले होते. दादांच्या जुन्या सवयी अजून तशाच होत्या.

पण पुन्हा दादांचं येणं झालंच नाही. त्यांच्या सर्व वस्तू, कपडे जशाच्या तशा ठेवून आम्ही त्यांची वाट पाहत राहिलो. दादा फक्त एकदाच मुंबईला आले, तेही महाराष्ट्र शासनाचा पुरस्कार घ्यायला. त्या वेळी मात्र आवर्जून घरी आले. त्यांच्या आवडीचं माशाचं जेवण तृप्त होईपर्यंत जेवले. या वेळी मात्र त्यांच्यांत फार बदल झाला होता. सारखे हरवल्यासारखे वाटत होते. क्षणभर एका जागेवर बसत नव्हते. सारखे अस्वस्थ, भ्यायल्यासारखे करत होते.

जाताना खूप रडले. त्यामुळं एक आत्ती व मी वगळता घरच्या सगळ्यांनीच रडायला सुरुवात केली. मला तर सगळ्यांचा खूप संताप येत होता. दादा आता परत कधी दिसणार नाहीत, अशा तऱ्हेनं सर्वजण त्यांचा निरोप घेत होते. आत्ती रडत नव्हती. पण आतला उमाळा बाहेर पडू नये, म्हणून तिनं ओठ घट्ट मिटून घेतले होते. मी मात्र एकटीच दादा गाडीत बसेपर्यंत 'दादा, लवकर या हं...' असं पुनः पुनः त्यांना सांगत होते.

दादांची गाडी नजरेआड झाली मात्र, आत्तीनं आवरलेल्या दुःखाला वाट करून दिली. कदाचित तिला भविष्याची कल्पना आली असावी. मला मात्र ते नक्की येतील, असं वाटलं होतं. कारण यापूर्वी त्यांनी बऱ्याच वेळी मृत्यूला चकवलं होतं.

पण या वेळी मात्र मृत्यूनं त्यांना चकवलं होतं. अगदी बेसावध क्षणी त्यांना अलगद उचललं. किडनी अटॅकमधूनही ते बरे झाले होते. दोन-तीन दिवसांत डॉक्टरांनी त्यांना हॉस्पिटलमधून घरी जायलाही परवानगी दिली होती. मृत्यूच्या आदल्या दिवशीच त्यांनी आपण बरे आहोत आणि घरी गेल्यावर स्पेशल गाडी करून मुंबईला जाण्याचा बेतही त्यांनी आपला मुलगा शेखर याला सांगितला होता. त्या वेळी मृत्यू जवळपासच दडून बसला आहे, याची त्यांना कल्पनाही नसावी.

लपून बसण्यावरून आठवलं, पूर्वी दादा घरी असले, की मधूनच घरातल्या घरात लपून बसायचे. ते लपायला अशा काही जागा शोधून काढायचे की, ते तिथं असतील, याची शंकाही यायची नाही. बऱ्याच वेळानं आम्ही शरणागती पत्करली, की ते हळूच लपलेल्या जागेतून बाहेर यायचे, आणि कशी सगळ्यांची गंमत केली, म्हणून हसत राहायचे.

आजही असं वाटतंय्, की दादा कुठंतरी न सापडणाऱ्या जागी लपून बसले आहेत. पण आता आम्ही कितीही शोधलं, शरणागती पत्करली, तरी ते परत बाहेर येणार नाहीत. पण जिथं असतील, तिथून मात्र 'कसं चकवलं', असं म्हणत आमच्याकडं बघून मिश्किलपणे हसत असतील.

◆

आकाशाशी
जडले नाते!

एक चित्पावनी ब्रह्मकमळ माझ्याही आयुष्यात फुललं. वास्तविक पाहता ब्रह्मकमळ बारा वर्षांनी एकदा फुलतं, म्हणतात. माझ्याही आयुष्यात 'त्या' घटनेनंतर ते बारा वर्षांनीच फुललं. ती घटना म्हणजे १९७० साली डॉक्टरांचं व माझं वादग्रस्त ठरलेलं प्रेमकरण बासनात बांधून ठेवावं लागलं. हेमामालिनी, स्मिता पाटील, जयाप्रदा, इ. अभिनेत्रींनी विवाहित पुरुषाशी दुसरा विवाह केल्यावरही, आता काय करायचं, म्हणून त्यांच्या घरच्या लोकांनी जशी माघार घेतली, ते गप्प राहिले, तशीच आत्तीही गप्प राहील, अशी मला आशा वाटायची. पण तिनं शेवटपर्यंत असं करण्याला कडाडून विरोध केला.

त्यामुळं मी पुन्हा डॉक्टरांचं नाव काढायचं नाही; आणि तिनं मला दुसऱ्या कुणाशी लग्न करायला आग्रह करायचा नाही, या अटीवर मी हे सतीचं वाण पत्करलं. सती एकदाच जळून जाते; पण मी वर्षामागून वर्षं जळून काढली. मानसिक वनवास भोगत राहिले. समाजाच्या टोमण्यांनी घायाळ होत राहिले. माझ्याबरोबरच माझ्या आईच्या वाट्यालाही हे सर्व आलं; आणि पर्यायानं त्याची झळ साऱ्या घरालाच पोहोचत राहिली. आई व मी असह्य तणावाखाली एका घरात राहत होतो. वरकरणी खोटं खोटं हसून सर्व साजरं करीत होतो. पण आत प्रचंड खळबळ होती. सुख सामोरी, मी पाठमोरी, असं माझं नशीब होतं. पण ही परिस्थिती मी स्वेच्छेनं पत्करल्यामुळं निग्रहाचं बळ माझी साथ करत होतं. निव्वळ त्या आधारावरच मी उभी होते.

त्रिकोण सुटत नव्हता. माझ्या दृष्टीनं तर जगण्यातील सर्व आनंद, उत्साह, संपल्यातच जमा होता; आणि अचानक एके दिवशी ध्यानी-मनी नसताना १९८३ साली – म्हणजे बरोबर बारा वर्षांनी डॉक्टरांनी माझ्या समोर विवाहाचा प्रस्ताव ठेवला. अगदी कायदेशीर लग्नाचा. माझ्या आईला हवा, तसा. विरोधाचं, संघर्षाचं मूळच नाहीसं झालं; आणि माझी आई हा विवाह करून देण्यासाठी मोठ्या खंबीरपणे माझ्या पाठीशी उभी राहिली. डॉक्टरांच्या पूर्वायुष्यातील पुनरुक्ती टाळण्यासाठी तिनं डॉक्टरांना माझ्यासहित तिच्या घरीच राहण्याचा आग्रह केला.

खरं म्हणजे, डॉक्टर आपला वरळीचा ब्लॉक विकून दुसरा घेण्याच्या विचारात आमच्या लग्नाच्या आधीपासूनच होते. माझ्या आईच्या घराजवळच एखादा ब्लॉक

आहे का, याची त्यांनी चौकशीही करायला सांगितली होती. कदाचित ज्या ब्लॉक – मध्ये पंचवीस वर्षांच्या संसाराचा दुर्दैवी शेवट झाला, जिथं त्यांची वंशवेल बहरली नाही, अशा त्या जागेत नव्या संसाराची सुरुवात करणं त्यांना नको वाटलं. त्यामुळं सकाळी लग्न झाल्यावर (ते माझ्या आईच्या घरीच झालं.) संध्याकाळच्या गाडीनं आम्ही कोल्हापूरची वाट धरली. परंतु तिथून परत आल्यावर माझ्या आईच्या लक्षात यायला लागलं की, डॉक्टरांची गाडी पुन्हा जुन्या वळणांनी जायला लागली आहे. कोंडलेली वाफ दुप्पट जोरानं उसळून यावी, तसं डॉक्टरांचं झालं होतं. कारण आमच्या लग्नाआधीचा वर्षाचा काळ डॉक्टरांनी फार मानसिक तणावात काढला होता. ते खूपच खचल्यासारखे झाले होते. कारण वर्षापूर्वी त्यांच्या पूर्वपत्नी इरावतीबाई विभक्त होण्यासाठी त्यांच्या घरातून बाहेर पडल्या होत्या. त्या   घटस्फोट घेणार, हे अटळ होतं. त्या दुसरा विवाह करणार असल्याचंही त्यांच्या कानांवर आलं होतं. सर्वांची सहानुभूती त्यांच्यामागंच होती. या सर्वांमुळं माझ्याशी लग्न करताना डॉक्टर अत्यंत दडपणाखाली होते. लोक यात सर्वस्वी आपल्यालाच दोष देणार, कदाचित आपण वाळीतही टाकले जाऊ, याचा आपल्या व्यवसायावर परिणाम होईल का, अशा नाना विचारांच्या ओझ्याखाली ते दबल्यासारखे झाले होते. पण आमच्या लग्नानंतर सुलोचनाबाईंचा जावई म्हणून त्यांचं जिथं तिथं मनापासून स्वागतच झालं. तसंच, इरावतीबाईंनी दुसरा विवाह केल्यामुळं डॉक्टरांच्यासाठी त्यांना एकाकी आयुष्य जगावं लागलं, ह्या संभाव्य आरोपातूनही त्यांची सुटका झाली. असे सगळेच ताण नाहीसे झाल्यामुळं मोठ्या उत्साहानं डॉक्टर पुन्हा आपल्या आवडत्या व्यसनाकडं वळले.

मद्यप्रिय लोकांचं गणित मला अजूनही सुटत नाही. खूप दुःख झालं की, ते दारूत स्वतःला बुडवून घेतात; आणि खूप आनंद झाला, तरी त्याच दारूत गटांगळ्या खातात!

हे सर्व पाहता माझ्या धोरणी आईनं डॉक्टरांना त्यांचा ब्लॉक बंद ठेवायला लावून, तिच्या घरात राहायला सुचवलं. अट एकच, त्यांनी तिच्या घरात मद्यपान करायचं नाही अथवा करूनही यायचं नाही. यदाकदाचित तसा प्रसंग कधी आलाच, तर त्यांनी त्या वेळी आपल्या वरळीच्या ब्लॉकवर राहावं आणि मग दुसऱ्या दिवशी परत यावं.

मला तर वाटलं होतं, डॉक्टर ही अट मान्य करणार नाहीत. पण काय आश्चर्य, डॉक्टरांनी नंतरही ती अट कधीच मोडली नाही आणि ते प्रभादेवीला राहायला आले. डॉक्टरांची मोठ्या कुटुंबात राहण्याची सवय मोडली होती. त्यामुळं त्यांना स्वतंत्र रूम हवी, एवढीच त्यांची अट होती. ती पुरी करणं अवघड

नव्हतं. कारण माझ्या सर्व मामेभावंडांची लग्नं होऊन ते सर्व आपापल्या घरी होते. त्यामुळं डॉक्टरांची स्वतंत्र व्यवस्था राखणं अशक्य नव्हतं. मात्र ते यायच्या आधी माझ्यासहित सर्वांना आत्तीनं ताकीद दिली की,

'काशिनाथ बाहेरून या घरात येणार आहे. तुम्ही तुमच्याच घरात राहता आहात. त्याचा जरासाही अपमान झालेला मला चालणार नाही. प्रसंगी तुमचा झाला; तरी चालेल.'

अल्पावधीतच डॉक्टर आमच्या घरातील मंडळींशी एकरूप झाले. काही वेळेला कामानिमित्त मला आईबरोबर बाहेरगावी जावं लागे. अशा वेळी मी डॉक्टरांना, वरळीला जाऊन राहता का, असं विचारायची. कारण नाटकामुळं डॉक्टरांना मुंबईतच थांबावं लागे. पण डॉक्टर अजिबात वरळीच्या ब्लॉककडं फिरकायचे सुद्धा नाहीत. माझी आई त्यांच्यावर घराची जबाबदारी सोपवून निर्धास्तपणे बाहेरगावी जायची आणि सर्वांना समाधानानं सांगायची, आता तिला कांचनची काळजी नाही.

याच वेळेत पूर्वी गुंतवणूक केलेले पैशाच्या व्यवहाराचे कागदपत्र डॉक्टर माझ्या नावे बदलून घेत होते. ते सांगतील, तिथं मी सह्या करत होते. मी घरात नसताना डॉक्टर माझ्या आईला आपण कांचनच्या नावे काय काय करतोय्, ते सांगायचे. ती त्यांना म्हणायची,

'काशिनाथ, काय घाई आहे सर्व करण्याची? सावकाश करा. खूप आयुष्य पडलंय् हे सर्व करायला.'

त्यावर गंभीर होत डॉक्टर म्हणायचे,

'माझ्यानंतर माझ्या बायकोनं माझ्याच पैशावर जगलं पाहिजे. तिला कुणासमोर हात पसरायला लागता कामा नये.'

डॉक्टरांची राहणी स्वच्छ व साधी होती. घरातले त्यांचे कपडे इस्त्रीचे नसले, तरी चालतील, पण ते रोजच्या रोज स्वच्छ धुतलेले पाहिजेत, असा त्यांचा कटाक्ष असायचा. कपडे लॉंड्रीत टाकलेलेही त्यांना आवडत नसत. तसेच, घरातील मोलकरणीच्या हातचे धुतलेले कपडे त्यांना चालत नसत. कारण एकच, ती बाई बऱ्याच घरची कामं करते, मग तिच्या हातांना भेगा असतात, त्यांत जंतू असतील, तर ते आपल्या कपड्यांनाही चिकटणार. इतका दूरवरचा विचार त्यात असे. त्यामुळं कपडे बायकोनंच धुतले पाहिजेत, असं त्यांना वाटे. जेवणाखाण्याच्या बाबतीतही ते काटेकोर होते. कमी, पण सकस आहार ते घ्यायचे. पण तेही

वेळच्या वेळी. दिवसभर चरणं त्यांना मंजूर नव्हतं. मात्र दूध, दही व केळ्याचं शिकरण त्यांना जीव की प्राण होतं. पंचपक्वान्नाचं ताट समोर आलं, तरी सोबत केळ्याचं शिकरण हवंच. डॉक्टर ज्या वेळी अतिरिक्त मद्यपान करीत, तेव्हाही त्यांनी सकाळी उठल्यापासून दारूचा ग्लास कधीच तोंडाला लावला नाही. उठायला कितीही उशीर झाला, तरी उठल्याबरोबर मोठा दुधाचा ग्लास त्यात तीन चमचे प्रोटिनेक्स घालून प्यायल्याशिवाय त्यांचा दिवसच सुरू व्हायचा नाही.

'काशिनाथ दारू पिऊन, लिव्हर खराब झाल्यामुळं मेला, असं तुम्हांला कधीच ऐकायला मिळणार नाही,' असं ते मोठ्या आत्मविश्वासानं सांगायचे.

मुलांशी तर त्यांची क्षणात गट्टी जमायची. माझी मोठी भाची इराला ते तिच्या अभ्यासात मदत करायचे. तर माझी दोन नंबरची भाची प्रीति घड्याळ ओळखायला त्यांच्याकडंच शिकली. तेही मराठी आणि इंग्रजी दोन्ही भाषांत. डॉक्टर घरात आल्यापासून मुलांना चॉकलेट आणि बिस्किटं देण्यावर पूर्ण बंदी आली. ते स्वतः तर आणायचे नाहीतच; पण आणूही द्यायचे नाहीत.

डॉक्टरांना वाचनाचा प्रचंड नाद होता. वर्तमानपत्र तर संपूर्ण वाचल्याशिवाय खाली ठेवत नसत. प्रभादेवीला राहायला आल्यानंतर त्यांनी आपला दिनक्रमच बदलून टाकला. नाटक नसेल, तर ते त्यांचा जास्तीत जास्त वेळ वाचनातच घालवीत. संध्याकाळचा वेळ टी.व्ही.चे कार्यक्रम पाहण्यात, तर रोज रात्री व्हीडीओवर एक चित्रपट पाहत. नाटक सुटल्यावर अर्ध्या तासात ते घरी असत. नाटकाच्या दौऱ्यावर जायलाही फारसे उत्सुक नसत. प्रभाकर पणशीकरांनी दौऱ्याचं विचारलं, तर दुसरी नाटकं घेऊन जा, म्हणून सांगत.

पणशीकर मला डिवचत,

'कसली बायको तू? त्याला जरा बाहेर काढ.'

पण डॉक्टर किती निग्रही आणि हट्टी आहेत, हे मी जाणून होते.

डॉक्टरांनी पुन्हा 'रायगड' हे नाटक मात्र करावं, असं मला खूप वाटे. कारण 'रायगड'मध्येच तर मी त्यांना प्रथम पाहिलं होतं आणि माझा जीव वेडावला होता. त्या दिवसांचा पुन्हा एकदा प्रत्यय आता त्यांची पत्नी झाल्यावर घ्यावा, असं वाटत होतं.

त्याविषयी डॉक्टरांना एकदा छेडलंही.

त्यावर डॉक्टरांनी जे उत्तर दिलं, ते ऐकल्यावर मी पुन्हा कधीही त्यांना तसा आग्रह केला नाही.

डॉक्टर म्हणाले,

'हे बघ आज वीस वर्षं होऊन गेली, तरी प्रेक्षक माझा संभाजी अजूनही विसरले नाहीत. अवघ्या शंभर प्रयोगांत तर मी काम केलं. पण आज त्या वेळचं माझं वय, आवाज, प्रकृती यांत वीस वर्षांनी फरक पडला आहे. तो जोम, ती तडफ आज मी तशीच दाखवू शकेन का? मनाचा उत्साह कितीही असला, तरी निसर्गापुढं काहीही चालत नाही. माझा संभाजी पाहायला प्रेक्षक आजही गर्दी करतील. पण त्यांना अपेक्षाभंगाचं दुःख द्यायचं का? त्यापेक्षा त्यांना माझ्या त्या वेळच्या संभाजीच्या स्मृतीतच राहू दे.'

मला डॉक्टरांचं हे सांगणं तंतोतंत पटलं. मात्र त्यांनी आता चरित्रअभिनेत्याच्या रूपात यावं, असं वाटायचं.

या दरम्यान डॉक्टर रेश्माच्या बंधनात अडकले. पितृत्वाच्या नव्या भूमिकेत हरखून गेले. तिच्या शिक्षणासाठी, लग्नासाठी आता पैसे साठवायला पाहिजेत, अशी जबाबदार पित्याची भाषा बोलायला लागले.

सकाळी डॉक्टर हॉलमध्ये जिथं पेपर वाचीत बसत, तिथंच रेश्माचा भातुकलीचा डाव मांडला जायचा.

'रेश्मा, बाबांना पेपर वाचू दे. त्यांना त्रास देऊ नको.' असं सांगितलं, तरी ती ऐकायची नाही. तिला आमच्यापेक्षा तिच्या बाबांचा सहभागच त्या खेळात हवा असायचा आणि मग आपण भातुकलीत काय-काय करतो आहोत, ते बाबांना सांगतच तिची कामं चालायची.

डॉक्टरही न कंटाळता पेपर वाचता-वाचताच हुंकार भरायचे.

काही वेळेला तर ती डॉक्टरांनाच आपल्या खेळात सामील करून घ्यायची. मग बाबांना भाकऱ्या करायची ऑर्डर सुटायची, एरवी गुरकावणारे डॉक्टर तिला तसा अभिनय करून दाखवायचे. मग रेश्मा कपडे धुवायची आणि बाबांना भांडी घासण्याचं काम सांगितलं जाई की, बाबा तेही करत.

काही वेळेला मात्र डॉक्टर, सारखी सारखी भातुकली खेळते, म्हणून तिच्यावर चिडायचेही. त्या वेळी तिचे हात धरून तिला म्हणत,

'स्वयंपाकीण होणार आहेस का? म्हण, डॉक्टर होईन!'

डॉक्टरांच्या दरडावण्यानं घाबरलेली रेश्मा डॉक्टर व्हायचं कबूल करायची.

काही वेळेला डॉक्टर तिला स्वर लावायला शिकवीत. तर काही वेळां सदऱ्याची टोकं चिमटीत धरून किंवा पायजमा चिमटीत पकडून तिला राज कपूरसारखं नृत्य करून दाखवत.

चिमुरडी रेश्मा बाबांचा डान्स बघून दोन्ही हातानं टाळ्या पिटीत खदखदून हसायची.

रेश्माला झोपवणं, अंघोळ घालणं, फिरायला नेणं हेही डॉक्टर करायला लागले. रेश्माला आता तिचं नाव विचारलं की, ती सांगायची,

'रेश्मा काशिनाथ घाणेकर.'

डॉक्टर काही बाबतींत कमालीचे सनातनी, तर काही बाबतींत प्रगत विचारांचे होते. स्त्रियांच्या बाबतीतील सर्व जुन्या चालीरीती, जुन्या पद्धती त्यांना आवडायच्या. लिपस्टिक लावलेली त्यांना आवडायची नाही. मग खूप आधुनिक कपडे तर दूरच. मंगळसूत्र घातलंच पाहिजे, कुंकू लावलंच पाहिजे, ही त्यांची सक्त ताकीद होती. कुंकू सुद्धा गंध किंवा हल्लीच्या टिकल्या नाहीत. मेणावर लावलेलं कोरडं लाल कुंकू.

काही धार्मिक पद्धती त्यांना अजिबात पसंत नव्हत्या. उदा., मृत्यूनंतचे दिवस करणं वगैरे. माझा मामेभाऊ दिलीप गेला, तेव्हा त्याच्या तेराव्या दिवशी केलेलं जेवण बघून ते खूपच वैतागले. माणूस गेलाय् आणि जेवणावळी कसल्या उठवताय्, म्हणून संतापले; आणि त्याच वेळी त्यांच्या मृत्यूनंतर शोकसभा घ्यायची नाही. दिवस करायचे नाहीत. अंतिम संस्कार विद्युद्दाहिनीतच करावेत, मुख्य म्हणजे नेत्रपेढीला त्यांचं नेत्रदान करावं, असं त्यांचं सांगणं होतं. त्यांचा देह मेडिकल कॉलेजला देण्यात यावा, अशी त्यांची खूप इच्छा होती. त्यासंबंधीचा निर्णय मात्र त्यांनी संपूर्णतः माझ्यावर सोपविला होता.

जवळ जवळ चार वर्षं स्थिरावलेले डॉक्टर परत काहीसे अस्वस्थ वाटायला लागले. मी शांत राहून पाहत होते. कारण असं का करता, किंवा असं करू नका, म्हटलं की, डॉक्टर ते अधिक अट्टहासानं करीत. हा त्यांचा पूर्वीपासूनचा स्वभाव होता. त्यांना साजतील, अशाच भूमिका मिळाल्यानं, त्यांच्या भूमिका अधिक गाजल्या असाव्यात. मी कधी कधी त्यांचा मूड बघून माझा थोडासा निषेध नोंदवायची. त्यावर मात्र ते कळवळून सांगत,

'मी बदलतोय् ना? मला थोडासा वेळ द्या.'

यातच ८५ साल संपलं आणि मी निःश्वास सोडला. कारण गेली दोन–तीन वर्षं शरद पिळगावकर, अरुण सरनाईक, माझा भाऊ दिलीप, जयसिंगदादा पेंढारकर, इ. अगदी जवळच्या मंडळींच्या मृत्यूनं (अकाली) हादरवून सोडलं होतं. कधी हे साल संपतं आणि नवीन साल येतं, असं झालं होतं. निदान ८६ साल तरी बरं जावं, असं वाटत होतं.

जानेवारी ८६ संपला आणि डॉक्टर २ फेब्रुवारीला विदर्भ–दौऱ्यावर 'तुझे

आहे तुजपाशी'साठी जाणार होते. पण तो अचानक रद्द झाला. पु. लं. ची ३१ मार्चपर्यंतच परवानगी असल्यामुळं मार्चच्या पहिल्या आठवड्यात विदर्भाला जावंच लागलं. त्याआधी डॉक्टर आठ दिवस कोकणातच होते. तिथला दौरा पुरा करण्यासाठी. पंधरा दिवस बाहेर राहणं म्हणजे जरा जास्तच होतं. पण एकदा मान्य केल्यावर माघार घेणं शक्य नव्हतं. इतर बरीच मंडळीही त्यावर अवलंबून होती. त्यांचंही नुकसान झालं असतं.

डॉक्टर कोकण-दौऱ्यावर गेले, तेव्हा मी व रेश्मा त्यांना अलिबागच्या प्रयोगासाठी गाडीनं सोडूनही आलो होतो. तिकडचा दौरा संपवून डॉक्टर २६ फेब्रुवारीला पुण्यात आले. येण्या-जाण्याची दगदग नको, म्हणून दोन दिवस पुण्यातच राहिले. २८ तारखेला ते विदर्भ-दौऱ्यासाठी पुण्याहून बसनं बाहेर पडले. त्या दिवशी दिवसातून दोन-दोन वेळा फोन झाले. मी वारंवार चौकशी करत होते :

'तब्येत कशी आहे?'

डॉक्टरांचं एकच उत्तर :

'फर्स्ट क्लास!'

डॉक्टर ११ मार्चला परत यायचे होते. पुन्हा त्यांचा १३ तारखेपासून 'गुंतता हृदय'चा दौरा होता. डॉक्टर येईपर्यंत सर्व कामं आवरावीत, म्हणून माझी धांदल उडाली आणि २ मार्चला मला संपूर्ण गोठवून टाकणारी 'ती' बातमी आली. सगळ्या संवेदनाच गोठून गेल्या.

आभाळ-धरणीचं मीलन होत नाही, म्हणतात. पण कधीतरी इंद्रधनुष्यानं ह्या मीलनाचं अल्पकाळ तोरण बांधलं जातं. तीन वर्षांच्या विवाहबंधनाचं असंच काशिनाथ घाणेकर नावाचं इंद्रधनुष्य माझ्या आयुष्यावर उमटलं आणि अल्पकाळात अंतर्धान पावलं. इंद्रधनुष्यानंतर वर्षा होत नाही, म्हणतात. माझ्याही आयुष्यातील सौख्याची बरसात संपली.

डॉ. काशिनाथ घाणेकरांचं सौभाग्य मिरवणं हे जसं भाग्याचं होतं, तसंच त्यांची विधवा म्हणूनही मला सन्मान मिळतो. डॉ. काशिनाथ घाणेकरांची विधवा म्हणून समोर येताच आजही माणसं हळुवार होतात, हळहळतात, आसनं सोडून अदबीनं उभी राहतात.

डॉक्टरांना पाहिलं की, मला ज्येष्ठ कवयित्री पद्मा गोळे यांच्या 'आकाशवेडी' या कवितासंग्रहातील खालील कविता आठवायची, आजही आठवते.

इतकी बेपर्वाई आकाशालाच शोभते.
तूही स्वतःला आकाश समजू
लागलास का,
मी म्हटले, म्हणून?

कितीही म्हटले परस्परांना अलौकिक,
असामान्य,
तरी अखेर मुळे मातीतच.
हे तुला कळत नाही, असे का मी म्हणते?

एक विचारू,
कलंदराला हवीच का असली बेपर्वाई?
आकाशाची पोकळ निळाई?
चिडले नाही, रे
चंद्र-सूर्य पाहते ना मी तुझ्याच डोळ्यांत!

चंद्र-सूर्यांना का दिसावी आसवे कोणाची?
मातीचे मुके कढ मातीच जाणे
पण तू आकाशच राहा
नाहीतर डोळे उघडून पाहायचे तरी कोणीकडे?

बाई

त्या वेळी मी नऊ–दहा वर्षांची असेन. आत्तीनं (माझी आई) आम्हां सर्वांना कायम वास्तव्यासाठी मुंबईला आणलं होतं. शाळा सुरू होण्याआधी मुंबईदर्शनचा कार्यक्रम सुरू होता. त्या दिवशी आम्ही दादरभागात बहुतेक असू, रणजित स्टूडिओजवळ येताच माझ्या आईनं माझ्या आजीला (आक्का) सांगितलं,

'आपण रणजित स्टूडिओजवळ आहोत, बाई (ललिता पवार) तिथं शूटिंग करताहेत. त्यांना तुला भेटायचं आहे आणि कांचनलाही बघायचं आहे. दहा मिनिटं त्यांना भेटून जाऊ. त्यांनाही खूप आनंद होईल.'

आम्ही स्टूडिओच्या आवारात गाडीतच बसून राहिलो होतो. आत्ती बाईंना बोलवायला स्टूडिओत गेली. थोड्याच वेळात धुवट रंगाची पांढरी गुजराती पद्धतीनं नेसलेली साडी, पण त्याच्या पदराचं टोक मागे न खोचता डोक्यावरून खांद्यावर सोडलेलं, चमचमत्या चंदेरी रंगाच्या पावडरनं रंगवलेले केस, वृद्धत्वाचा पातळसा मेकअप अशा स्वरूपात लगबगीनं चालत ललिताबाई आमच्या गाडीजवळ आल्या. त्यांच्या मागं अदबीनं आत्ती उभी होती.

'नमस्कार आक्का!' असं म्हणत दोन्ही हात जोडीत तोंडभर हसत ललिताबाईंनी माझ्या आजीची चौकशी केली आणि उत्सुकतेनं आत्तीला विचारलं,

'कांचन कहाँ है?'

ललिताबाईंचं बोलणं फार मजेशीर असायचं. मराठी बोलता–बोलता त्या कधी हिंदीकडं वळायच्या, ते कळायचंही नाही. फारसं न शिकलेल्या बाई सराईतपणे इंग्रजी शब्दही अधून मधून वापरीत. बाईंचे उर्दू उच्चारही अस्खलित होते. त्या काळी हिंदी बोलणारा मराठी कलावंत बरोबर ओळखू यायचा. पण ललिताबाईंचा भाषेचा लहेजा उत्कृष्ट होता. त्याचं कारण त्या इंदौरच्या असल्यामुळंही असेल.

माझी चौकशी केलेली पाहून, आत्ती पुढं होत म्हणाली,

'ही काय, आक्कांच्या मांडीवर बसली आहे.'

'सुलू, ये तुम्हारी बेबी है?'

आश्चर्य, अपेक्षाभंग असं दोन्हींचं मिश्रण बाईंच्या स्वरात होतं. त्याचा खुलासा करीत त्या म्हणाल्या,

'मला माहीत नव्हतं, सुलू, तुला एवढी मोठी मुलगी आहे! मैं तो समझी थी साल-दो साल की होगी.'

नंतर मात्र त्यांनी आत्ती एकटी असताना तिला सल्ला दिला, इतकी मोठी मुलगी तिला असल्याचं तिनं बाहेर सांगू नये.

'बहेन है, करके बोलना. तुम अभी हिरॉइनके रोल करती हो. ऐसी बातें समझनेपर उसका गलत असर तुम्हारी करीअरपर होगा.'

त्या काळी हिरॉईन आईच काय, विवाहित असणंही निषिद्ध मानलं जाई. पुरुष कलावंत (नायकाची भूमिका करणारे) सुद्धा आपले विवाह लपवून ठेवीत. पत्नी-मुलांना उघडपणे आपल्या बरोबर न्यायचं टाळीत. या काळजीमुळं ललिताबाईंनी 'तो' सल्ला आत्तीला दिला असावा.

बाईंनी सुरुवातीपासूनच आत्तीची खूप काळजी घेतली. आपल्या धाकट्या बहिणीसारखं तिच्यावर प्रेम केलं. बाईंनी पहिला मौलिक सल्ला दिला, तो म्हणजे घर घेऊन मुंबईत कायम वास्तव्य करण्याचा. त्यांनी आत्तीला निक्षून सांगितलं की, हिंदी चित्रपटात तिला जम बसवायचा असेल, तर तिनं मुंबईत कायम वास्तव्य केलं पाहिजे. ती कितीही गुणी अभिनेत्री असली, तरी दरवेळी तिला कोल्हापूरहून कामासाठी बोलावून घेणार नाहीत. 'हाजिर तो वजीर' हा ह्या चित्रपटसृष्टीचा दस्तूर आहे, असा कानमंत्रही दिला. नवीन आलेल्या आत्तीसाठी ललिताबाईंनी प्रसंगी स्वतः कमी पैसे घेऊन निर्मात्याला तिला करारबद्ध करायला लावलं. बाईंनी ही आस्था नेहमीच मराठी कलावंतांसाठी दाखविली. फारसा गाजावाजा न करता त्यांनी अनेक मराठी चित्रपट–व्यावसायिकांना हिंदी चित्रपटसृष्टीचं दार उघडून दिलं. आर्. के.च्या 'अब दिल्ली दूर नहीं' या चित्रपटासाठी राज कपूर नव्या नायिकेच्या शोधात होते. ललिताबाईंनी आत्तीसाठी शब्द टाकला. राज कपूर बाईंचा शब्द डावलणं शक्यच नव्हतं. 'सजनी' हा आत्तीचा नायिका असलेला पहिला हिंदी चित्रपट. त्यात अनूपकुमार नायक होता. तेही नवेच होते. त्यातील नायिकेच्या खाष्ट भावजयीचं काम ललिताबाईंनी करून आपल्या नावाचा उपयोग या लो–बजेट चित्रपटासाठी करून दिला. त्यासाठी त्यांनी स्वतःचं मानधनही कमी घेतलं.

आत्ती नायिकेच्या भूमिकेत असतानाच १९५८ साली तिला 'सुजाता' चित्रपटासाठी बिमल रॉय यांच्याकडून विचारणा झाली. मात्र भूमिका नूतन व शशिकला यांच्या आईची होती. तरुण वय ते म्हातारपण असा मोठा कॅनव्हास या भूमिकेचा होता. पण जेमतेम तिशीपर्यंतही न पोहोचलेल्या आत्तीला इतक्या मोठ्या दोन मुलींच्या आईच्या भूमिकेत उभं राहायला मन घेईना. पण त्याचबरोबर बिमल रॉयसारख्या श्रेष्ठ दिग्दर्शकाचा चित्रपट नाकारणं हेही पटत नव्हतं. त्या द्विधा मनःस्थितीतच

आत्तीनं ललिताबाईंचा सल्ला विचारला. बाईंनी तिला एकच प्रश्न विचारला,

'तुला थोडे दिवसच काम करायचं आहे, की खूप वर्षं काम करायचं आहे?'

माझ्या आईनं सांगितलं,

'अगदी शेवटच्या श्वासापर्यंत.'

यावर बाई म्हणाल्या,

'होय ना? मग 'सुजाता'ची ऑफर मान्य करून टाक. कारण नायिकेची भूमिका तू आणखी दोन-चार वर्षांपलीकडं करू शकणार नाहीस. नंतर तरी तुला चरित्रभूमिकांकडं वळावंच लागेल. ती संधी आताच का घेत नाहीस? बिमल रॉयसारख्या दिग्दर्शकाचा चित्रपट मिळणं हा मोठ्या नशिबाचा भाग आहे. शिवाय रोलही उत्तम आहे... आणि मी व दुर्गाबाई नाही का आईच्या भूमिका करत? आम्हांला नायक-नायिकेपेक्षा कमी का मान आहे?'

ललिताबाईंच्या या सल्ल्यानं आत्तीची दोलायमान अवस्था संपली.

'सुजाता'मधील ही भूमिका इतकी गाजली, की त्यानंतर तशा भूमिकांचा तिच्याकडं ओघच सुरू झाला. मद्रासपर्यंत ती पोहोचली.

ललिताबाईंच्या या सल्ल्याचं मला विशेष कौतुक वाटतं; कारण त्या वेळी त्या स्वतः चरित्रभूमिका गाजवीत होत्या. त्याची मक्तेदारीच त्यांच्याकडं होती. अशा वेळी आत्तीच्या रूपानं एक प्रतिस्पर्धी आपण निर्माण करतोय्, असंही त्यांना वाटलं नाही.

असाच प्रसंग एकदा 'संपूर्ण रामायण' या चित्रपटाच्या वेळी आला होता. बसंत पिक्चर्सचे होमी वाडिया आणि त्या चित्रपटाचे दिग्दर्शक बाबुभाई मिस्त्री यांचा आग्रह होता की, आत्तीनं कैकेयीची भूमिका त्यात करावी. आत्तीनं स्वतःच त्याला नकार दिला. तिचं म्हणणं, ती कौसल्येसाठी योग्य आहे. पण कैकेयी ती कशी शोभणार? हे प्रकरण मग ललिताबाईंपर्यंत गेलं. कारण त्या त्या चित्रपटात मंथरेची भूमिका करत होत्या आणि मग ललिताबाईंनी त्यांच्या नेहमीच्या पद्धतीनं बोलून ते काम करण्यासाठीचा आत्तीचा आत्मविश्वास वाढवला. आपण कलावंत आहोत. निरनिराळे रोल्स आपण करून पाहिले पाहिजेत. आणि तिला काही अडचण आलीच, तर त्या तिच्या मदतीला सतत होत्याच. कारण मंथरा आणि कैकेयीचं काम एकत्रच असायचं.

आत्तीचे काही खास चित्रपट असतील, तर ते पाहण्याची बाईंना उत्सुकता असायची. शिवाय बाईंची आणखी एक सवय असायची, ती म्हणजे त्यांना ज्या

ज्या वेळी सुट्टी मिळायची, त्या त्या दिवशी त्या दिवसाचे तीन-तीन शो बघायला थिएटरवर जायच्या. ते मग त्यांचेच चित्रपट असतील, असं नाही, तर दुसऱ्यांचे चित्रपटही त्या आवर्जून बघायच्या. सोहराब मोदींच्या 'मेरा घर मेरे बच्चे' या चित्रपटाची आत्ती नायिका होती. स्वतः सोहराब मोदी व आत्ती या दोघांच्यावरच संपूर्ण चित्रपट बेतलेला होता. स्क्रिप्ट ग. दि. माडगूळकरांचं होतं. हा चित्रपट मुंबईच्या नाझ सिनेमात लागला होता. बाईंनी एक दिवस सुट्टीचा कळवला. आम्ही बाईंना न्यायला त्यांच्या घरी पोहोचलो.

दादर बंबखान्याच्या समोरील गल्लीत बाईंचं घर होतं. जुन्या पारशी पद्धतीच्या एकमजली घरात तळमजल्यावर त्या राहायच्या. खालचा संपूर्ण भाग त्यांच्याकडं होता. रेल्वेच्या डब्यासारख्या एकापाठोपाठ एक अशा मोठ्या खोल्या आणि त्यांना समांतर असा मोठा व्हरांडा. बाईंनी ती जागा सुशोभितही चांगली केली होती. प्रत्येकाला स्वतंत्र खोलीची व्यवस्था होती. एका खोलीत तर खूप देव होते. त्यांची पूजा भटजींच्या मार्फत व्हायची. एक खोली तर हारीनं मांडून ठेवलेल्या कपाटांची होती. त्यांत उत्तम-उत्तम ब्लाऊज-साड्या, पेटीकोटसहित व्यवस्थित अडकवलेल्या होत्या. एका खोलीत एका प्रचंड मोठ्या टेबलावर एक गडी सारखा इस्त्री करत असायचा. बाईंची राहणी उंची आणि रुचिपूर्ण होती. त्यात सवंग भडकपणा असायचा नाही.

ललिताबाई तयारीतच होत्या; पण आत्तीला नेहमीप्रमाणे साध्या पांढऱ्या साडीत पाहून त्यांच्या चेहऱ्यावर नाराजी पसरली. आपल्या कपड्यांच्या खोलीत आम्हाला नेऊन बाईंनी क्रीम कलरची एक उंची बिन्नी सिल्कची जरीची साडी आत्तीच्या हातात देऊन ती नेसायला फर्मावलं. तिच्या कानांतील छोट्या रिंगा काढून स्वतःचे झुबे घालायला लावलं आणि मग लिपस्टिक पुढं केली.

आता मात्र आत्ती गांगरली, अजिजीनं बाईंना म्हणाली,

'बाई, मी ही कधी लावत नाही. नाही लावली, तर चालणार नाही का?'

बाईंच्या कपाळावर अठी उभी राहिली. पण क्षणात त्याची जागा हसण्यानं घेतली.

'अच्छा, रहने दो' म्हणत बाईंनी आत्तीच्या पाठीवर प्रेमानं थोपटलं.

त्या दिवशीची ब्लाऊज-साडी त्यांनी आत्तीकडंच ठेवायला सांगितली.

मग पुढं एकदा आत्तीनं त्यांच्या वाढदिवसाला त्यांच्यासाठी एक साडी प्रेझेंट म्हणून नेली. बाईंनी आत्तीला सांगितलं,

'सुलू, ही साडी मी घेणार नाही. कारण आज तू मला दिलीस, म्हणून मी तुला उद्या देणार आणि याला शेवटच राहणार नाही. तुझं-माझं प्रेम या गोष्टींवर अवलंबून आहे का? तेव्हा मला ही साडी नको.'

त्या वेळी ललिताबाई रात्रंदिवस शूटिंगमध्ये गढलेल्या असायच्या. आत्तीची तशीच धावपळ सुरू झाली. त्यामुळं भेटीगाठी दुरावल्या. शूटिंगच्या वेळी भेट होई, तेवढीच. पण बाईंचं आत्तीवरचं प्रेम, आपुलकी कायम होती. आता तू मोठी नटी झालीस. मी तुझ्यासाठी इतकं केलं, तुला, मला भेटायलाही येता येत नाही, अशासारखे टोमणे मारणंही त्या कधीही करत नसत. त्यांच्याकडं कामाची खूप गर्दी असतानाही 'सुखाचे सोबती' ह्या मराठी चित्रपटात केवळ आत्तीच्या आग्रहासाठी पुण्याला जाऊन काम केलं. आत्तीला छळणाऱ्या सावत्र सासूची ही भूमिका होती. अर्ध्या बाह्यांचे ब्लाऊज घालणारी, बॅडमिंटन खेळणारी, पुनर्विवाह करणारी आधुनिक सासू मोठ्या झोकात त्यांनी सादर केली होती.

बाईंना कुठल्याही भूमिकेचं वावडं असायचं नाही. खाष्ट सासू, प्रेमळ आई, 'प्रोफेसर' चित्रपटातील कडक आणि नंतर फॅशनेबल झालेली आत्या, गरीब–श्रीमंत, अशिक्षित–सुशिक्षित, तमासगीर, वेश्या, चांभारीण, कुंभारीण, महारीण, बेगम, पेशवीण किती भूमिकांची नावं घ्यावीत? १९२८ सालापासून त्या भारतीय चित्रपटसृष्टीत आहेत. त्यांच्या चित्रपटांची संख्या ६०० इतकी भरते. हिंदी, मराठी, गुजराती, मारवाडी, बंगाली, तामीळ, भोजपुरी, इतक्या वेगवेगळ्या भाषांतील चित्रपट अगदी सराईतपणे ती ती भाषा बोलून त्यांनी केले आहेत. जवळ जवळ सत्तर वर्षं कार्यरत असलेली—अगदी मूकपटाचा जमानाही पाहिलेली कदाचित सगळ्या जगातील ही एकमेव कलाकार असावी.

बालनायिका-नायिका-चरित्र अभिनेत्री असा त्यांच्या भूमिकांचा प्रवास राहिला. आयुष्याच्या शेवटच्या क्षणापर्यंत अभिनय करीत राहण्याची त्यांची दुर्दम्य आकांक्षा होती. अभिनय केल्याशिवाय जगणं ही कल्पनाच त्यांना त्रासदायक वाटायची.

बऱ्याच वर्षांपूर्वी त्या एकदा मराठी चित्रपटाच्या शूटिंगसाठी कोल्हापूर येथील जयप्रभा स्टूडिओत आल्या होत्या. त्यांची हिंदीतील धावपळ मंदावली होती. आत्तीला भेटताच त्या म्हणाल्या,

'सुलू, किती दिवस झाले नाही आपल्याला एकत्र काम करून? क्या करें, फिल्में बनना ही कम हो गई हैं, शूटिंग नसलं, की वेड्यासारखं होतं. आता पैशासाठी काम नको, ग. मनाच्या विरंगुळ्यासाठी हवं.'

त्या दिवशी तिथं कमलाकर तोरणे यांच्या 'चोराच्या मनात चांदणं'चं शूटिंग चाललं होतं. आम्ही त्या सेटवर गेलो. ललिताबाईंना पाहताच दिग्दर्शक तोरणे त्यांना म्हणाले,

'बाई, परवा झालेल्या शूटिंगचं डबिंग करायचं आहे. तुमची वेळ सांगा.'

ते ऐकताच बाई त्यांच्यावर जवळ जवळ उसळल्याच. त्यांच्या मते डबिंग करायला लागणार, याची त्यांना आधीच कल्पना द्यायला हवी होती. कारण तो सीन त्यांनी आधीच लाऊड केलेला आहे. आता पुन्हा त्याचं डबिंग केलं, तर त्यांचा अभिनय नाटकी, आक्रस्ताळी वाटेल. डबिंग करणार, याची आधी कल्पना असती, तर त्यांनी शूटिंगमध्ये तो थोडा लो केला असता आणि डबिंगच्या वेळी आवाजाच्या तीव्रतेनं त्याचा योग्य तो परिणाम साधला असता.

बाईंच्या या सूक्ष्म निरीक्षणानं, अभ्यासानं मी तर थक्क होऊन गेले. इतका विचार आजची सुशिक्षित ट्रेनिंग घेतलेली मंडळी तरी करीत असतील का?

बाई अभिनयाचाच विचार करीत नसत, तर त्या व्यक्तिरेखेनं दिसावं कसं, पेहराव काय करावा, त्याच्या लकबी काय असाव्यात, याचाही त्या अगदी बारकाईनं विचार करायच्या. त्या म्हणायच्या, अश्रू गाळण्यासाठी त्यांना ग्लिसरीन घालावं लागत नाही. प्रसंग वठवितानाच त्यांचे डोळे ओले व्हायचे. त्यांच्या मते भावना आतून उफाळून याव्या लागतात. त्या वरवरच्या असून भागत नाहीत. सर्व व्यक्तिमत्त्वांत ती भूमिका भिनली पाहिजे, सर्व शरीरातून ती उमटली पाहिजे. चित्रपटाची कथा ऐकतानाच त्या त्यातील भावनांशी एकरूप व्हायच्या. त्या व्यक्तिरेखेची मूर्ती त्यांच्या मनात ते सर्व ऐकता-ऐकताच तयार व्हायची. अगदी खेळकर भूमिकेतही त्याच लयीत रंगायच्या. अगदी सहजपणे.

त्यांच्या मते वय म्हणजे काय? तुम्ही 'मनानं' असाल, ते तुमचं वय. वर्षांचं गणित इथं लागू पडत नाही.

ऋषि कपूरच्या बाबतीत घडलेला एक किस्सा सांगण्यासारखा आहे. ऋषि कपूर त्या वेळी नायक म्हणून लोकप्रिय झाला होता. त्या वेळची ही गोष्ट.

बाईंनी त्याला सांगितलं,

'तू आता लवकर लग्न करून टाक. म्हणजे तुला मुलगा झाला की, मी त्याच्या बरोबरही काम करू शकेन. यापूर्वी मी तुझे आजोबा, वडील व काका आणि आता तुझ्याबरोबर काम करते आहे. म्हणजे कपूरांची तिसरी पिढी. मला कपूरांच्या चौथ्या पिढीबरोबरही काम करायचं आहे. तेव्हा तू लवकर लग्न कर.'

अभिनयातील बाईंचं मन किती तरुण होतं, हे सांगायला आणि काय हवं?

बाईंच्या मोठ्या मोठ्या भूमिका खूप गाजल्या. पण त्यांची सर्वांत छोटी भूमिका 'श्री ४२०' मधील केळेवालीची होती. मुंबई शहराच्या वातावरणनिर्मितीसाठी लेखकांनी लिहिलेली ही व्यक्तिरेखा त्या चित्रपटाचं अविभाज्य अंग बनून गेली. त्याचं संपूर्ण श्रेय ललिताबाईंचं आहे.

या चित्रपटाच्या शूटिंगसाठी ललिताबाई आर्. के.मध्ये गेल्या, तेव्हा काठेवाडी बायका नेसतात, तसा आरसे बसविलेली घागरा–चोळी त्यांची वाट बघत होती. ते बघून बाई खवळल्याच आणि गाडीत बसून स्टूडिओबाहेर निघाल्या.

चित्रपटाचे पटकथालेखक के. ए. आब्बास धावत बाईंच्याकडं आले आणि शूटिंग सोडून कुठं चाललात, असं विचारलं.

बाईंनी शांतपणे सांगितलं,

'मी नारदाचं मंदिर कुठं आहे का, ते शोधायला चालले आहे.'

आब्बास म्हणाले,

'बाई, नारदजीका मंदिर होता है, ये, तो मैं ने कभी नहीं देखा...'

बाईंनी तोच मुद्दा पकडीत त्यांना विचारलं,

'मग मुंबईत अशी घागरा-चोळी घातलेली केळेवाली तुम्ही पाहिली आहे का? मी तर पाहिली नाही. पण तुम्ही मला मुंबईची केळीवाली दाखवण्यासाठी घागरा-चोळी आणून ठेवली आहे.'

बाईंच्या बोलण्यातील खोच त्यांच्या लक्षात आली. आब्बास आणि राज कपूरनी संपूर्ण शरणांगती पत्करीत ती भूमिका बाईंना पाहिजे तशी उभी करायला सांगितली. बाईंनी मग त्यातील आपले संवादही हिंदी-मराठीमिश्रित करून घेतले. ती केळेवाली राजूला दोन आण्यांची तीन केळी मिळतील, म्हणून सांगते. त्यावर तो तीन आने में दो म्हणतो. राजू करीत असलेली गंमत लक्षात न येऊन ती केळेवाली त्याला हुसकावून लावते आणि मग जेव्हा त्याच्या म्हणण्यातील अर्थ तिच्या लक्षात येतो, तेव्हा 'काय येडंबीडं हाय काय हे पोरगं' म्हणून हनुवटीला हात लावणाऱ्या ललिताबाई केवळ 'लाजवाब' ह्या शब्दाच्याच अधिकारी असतात.

ललिताबाईंच्या अभिनयसामर्थ्याचा चटका किती प्रखर होता, हे आम्ही एकदा आमच्या घरीच अनुभवलं आहे. 'भारतमाता'चे विनायकराव सरस्वते 'गोरा कुंभार' हा चित्रपट निर्माण करणार होते. १९४२ साली तो एकदा काढण्यात आला होता. त्यातील संतू कुंभारणीची भूमिका ललिताबाईंनी केली होती. त्याच भूमिकेसाठी आत्तीला विचारण्यात आलं होतं. त्या चित्रपटाची १६ मि. मि. प्रिंट उपलब्ध होती. ती आत्तीनं घरी आणून पाहायचं ठरविलं.

चित्रपट हळूहळू पुढं सरकत होता. एके ठिकाणी तर पोर कमरेवर घेऊन गावकऱ्यांवर चिडलेली संतू गावातून, चिडून बडबडत (स्वतःशीच) चाललेली असते. हा जवळ-जवळ दहा मिनिटांचा शॉट ललिताबाईंनी इतका सहजतेनं केला होता की, त्या खरंच चिडून बडबडत चालल्या आहेत, वाटत होत्या. बोलता–बोलता मधूनच कमरेवरून घसरणाऱ्या मुलाला तितक्याच सहजतेनं

पुन्हा कमरेवर बसवत होत्या. गोरोबाच्या पायांखाली पोटचं पोर तुडवल्यानं बेभान झालेली संतू, त्या तिरीमिरीत विठ्ठलाच्या मूर्तीचं टक्कुरं फोडायला निघालेली असते. त्याला उचलून फेकायला निघालेल्या संतूचा रुद्रावतार अंगावर सरसरून काटा आणीत होता.

आत्ती तर त्यात एवढी एकरूप झाली की, बाईंचं काम पाहून अक्षरशः तिला थंडी वाजून ताप भरला. तिची थंडी आवरायला घरातील ब्लँकेट्स अपुरी पडायला लागली.

ही भूमिका आपण करायची नाही, ह्या रात्रभर केलेल्या ठाम विचारानं सकाळपर्यंत तिचा ताप उतरला. तसा 'गोरा कुंभार'च्या निर्माता-दिग्दर्शकांना निरोप पाठविला.

सर्वांनी आत्तीची खूप समजूत घातली. त्या चित्रपटाचे लेखक ग. दि. माडगूळकरांनी संतूची व्यक्तिरेखा वेगळ्या पद्धतीनं चितारल्याचंही तिला सांगितलं. पण आत्तीचं एकच म्हणणं : बाईंच्या अभिनयाशी माझ्या कामाची तुलना होणार. ते नकोच.

शेवटी दिग्दर्शक राजा ठाकूर म्हणाले,

'जवळ-जवळ पंचवीस वर्षांपूर्वीचा तो चित्रपट असून, प्रेक्षकांच्या विस्मृतीतही गेला असेल. शिवाय त्याचं आता प्रदर्शनही होत नाही. तेव्हा दोघांची तुलना शक्य नाही. प्रेक्षक नव्यानंच आताचा चित्रपट पाहतील.'

हे त्यांचं म्हणणं मात्र आत्तीला पटलं आणि त्या भूमिकेनं तिला महाराष्ट्र शासनाचं उत्कृष्ट अभिनयाचं बक्षीसही मिळवून दिलं.

विविध कलाविष्कार दाखविणारे बाईंचे असे शेकड्यांनी चित्रपट आहेत. विस्तारभयास्तव त्यांचा सर्वांचा उल्लेख करणं शक्य नाही. पण ज्यांचं स्मरण केल्याशिवाय पुढं जाताच येणार नाही, असे चित्रपट कमी नाहीत. प्रथम नजरेसमोर येते, ती त्यांची 'रामशास्त्री' मधील आनंदीबाई. खऱ्या आनंदीबाई अशाच असतील, असं वाटायला लावण्याइतकी कमाल ललिताबाईंनी त्यात केली आहे. खरं म्हणजे, आनंदीबाईंचं देखणेपण, ब्राह्मणी आचार, व्यवहार, भाषा यांतील काहीच त्यांच्याजवळ नव्हतं. पण त्यांचं मन जातिवंत कलावंताचं असल्यामुळं आनंदीबाईंचा तोरा त्यांनी दिमाखदारपणे सादर केला. 'ध' चा 'मा' करतानाचा त्यांचा मुद्राभिनय, त्यांचं पटकन् खाली बसणं, स्वतःचीच भीती वाटल्यासारखे गपकन् डोळे मिटून घेणं, इकडं तिकडं पाहणं, स्वतःच्या श्वासाचीही भीती वाटल्यानं तो रोखून धरण्याचा त्यांचा प्रयास – सारं सारं अक्षरशः विलक्षण होतं.

'अमर भूपाळी'तील दिवा लावून जमीन मापण्याचा सीन आठवा. अर्धं लक्ष सुनेच्या पदराआडील दिव्याकडं, अर्धं लक्ष किती जमीन अजून मिळू शकते,

याकडं. ललिताबाईंच्या चेहऱ्यावरील अधीरता, उत्सुकता, हावरेपणा, दिवा फार आधीच विझतो का, याची भीती. या सगळ्या भावाविष्कारांचं क्षणाक्षणाला बदलणारं रूप बघितलं की, आश्चर्यानं थक्क व्हायला होतं. अभिव्यक्तीची इतकी लवचिकता पाहायला मिळणं हे फार दुर्मीळ होतं.

होनाजीच्या आईमध्ये एक संयम, धूर्तपणा, खेडवळ स्त्रीचा साधेपणा होता. तर 'चोरीचा मामला' मधील निळू फुल्यांच्या आईची भूमिका ही शहरातल्या झोपडपट्टीतील कष्टकरी स्त्रीची होती. दिवसभर मरेतो कष्ट करायचे आणि रात्रीला मिळणाऱ्या मजुरीच्या पैशातून भाकरतुकडा खाऊन जमिनीवर अंग टाकायचं. मुलगा कधी मिळवायला लागून आपले कष्ट थोडे तरी कमी होतील, म्हणून वाट पाहणारी ही म्हातारी, रात्री पोत्यातून मुलानं आणलेल्या दागिन्यांना पाहून भांबावते. पण मुलानं ते त्याचेच आहेत, असं सांगितल्यावर आणि तिच्यासाठीच ते आहेत, म्हटल्यावर अधीरतेनं एकामागोमाग एक ते दागिने अंगभर चढवायला लागते. आयुष्यात प्रथमच असे इतके दागिने पाहिलेली ती स्त्री त्यांतील काय घालू आणि काय नको, असं तिला होऊन जातं. दागिन्यांनी मढलेल्या आईला पाहून लेक तिला 'रानीवानी दिसतीस बघ' असं म्हणतो. त्यावर दोघेही खदखदून हसायला लागतात. आजवरचे कष्ट, क्लेश सगळं त्या हसण्यातून बाहेर पडायला लागतं. हलकं झालेलं त्या आईचं हृदय तो एवढा आनंदही पेलवू शकत नाही आणि हसता–हसता वर पाहतानाच ती आई निष्प्राण होते.

थोडा वेळ तर मुलाला आई गेल्याचं कळत नाही. मरताना मान खाली किंवा बाजूला झुकते. ललिताबाईंनी कॅमेऱ्याकडं समोर बघत चेहऱ्यावरचा तो आनंद काही क्षण तसाच गोठवून ठेवला आहे.

वरील भूमिकांपासून, अगदीच 'हटके' म्हणावी, अशी वेगळ्या प्रकारची भूमिका म्हणजे 'प्रोफेसर' चित्रपटातील रूक्ष, श्रीमंत, प्रौढेची. मला वाटतं, त्या भूमिकेचं नावही 'ललिता' असावं. सुरुवातीला अतिशय कर्मठ, रिझर्व्हड् वाटणारी ही प्रौढा तिच्या वेशभूषेपासूनच बदलायला सुरुवात होते. प्रथमच प्रेमात पडलेल्या तरुणीसारखं तिचं लाजणं, मुरकणं, सारखं आरशात बघणं, आधुनिक वेशभूषा सारखी एका हातानं चाचपणं. लचकत, मुरडत चालणं, गाडीतून जाताना मुद्दामच प्रोफेसरच्या खांद्याशी सलगी करणं– ललिताबाईंनी किती पद्धतींनी हे बदल दाखविले होते. तरुण अभिनेत्रींनीही तोंडात बोट घालावं, अशा नखऱ्यात बाईंनी ही भूमिका केली.

'दाग' आणि 'अनाडी' या दोन चित्रपटांत मात्र त्यांचा आमना सामना दिलीप कुमार व राज कपूर या दोन अभिजात कलावंतांबरोबर होता. अर्थात समोर कुणीही असलं, तरी बाईंना फरक पडायचा नाही. कारण त्यांचं नाणं खणखणीत होतं. 'दाग' मधील शंकर या दारुड्या मुलाच्या आईच्या भूमिकेत बाई होत्या. प्रेम आणि फक्त प्रेम एवढंच या आईला करता येत होतं. दारूच्या व्यसनानं मुलाचा होणारा अधःपात पाहत क्षणाक्षणाला ती खचत जाते. मुलाच्या भेटीसाठी जीव कोंडून ठेवणारी, त्याचे नेहमीच्या गाण्याचे सूर कानांवर पडताच वेड्यासारखी त्या सुरांच्या मागं धावणारी आई ललिताबाईंनी मूर्तिमंत उभी केली.

खाष्ट सासूच्या भूमिकेत कडाडणाऱ्या ललिताबाई त्या ह्याच का, असं विचारायला लागावं, इतकी ललिताबाईंची यातील आई मृदू होती.

'अनाडी' चित्रपटातील ललिताबाईंची मिसेस् डिसा ही भूमिका तर त्यांच्या कलावैभवाचा कळस होती. खरं तर, प्रथम ही भूमिका मूकपटाच्या अत्यंत देखण्या नायिका रूबी मायर्स करणार होत्या. कारण ही ख्रिश्चन विधवा वृद्धेची भूमिका होती. परंतु शूटिंग करताना काही दिवसांतच हृषीकेश मुखर्जींच्या लक्षात आलं की, रूबी मायर्सना ती भूमिका पेलत नाही. त्यांनी झालेलं चित्रण रद्द करून ललिताबाईंना गाठलं आणि सर्व परिस्थिती त्यांना सांगून ती भूमिका करण्याची बाईंना विनंती केली. बाईंनी कथा ऐकून प्रथम त्यांना स्पष्ट केलं की, ही व्यक्तिरेखा अँग्लोइंडियन स्त्रीची आहे. रूबी मायर्ससारखी देखणी स्त्री त्यासाठी योग्यही होती. पण तुम्ही माझं रूप पाहता आहाच. तेव्हा मी ही भूमिका गोवानीज् स्त्रीसारखी करीन. हृषीकेश मुखर्जींनाही ते पटलं. बाईंनी त्या चित्रपटातील संवादही त्या पद्धतीनं बदलून घेतले. 'हम मालूम, हम मालूम' किंवा 'तुम खाली पिली ऐसा कायकू करता' अशासारख्या भाषेनं गोवानीज् ख्रिश्चन स्त्री मूर्तिमंत उभी राहिली.

या चित्रपटात मोतीलाल, राज कपूर, नूतन आणि ललिता पवार असा अभिनयाचा चौरंगी सामना होता. सर्वांत लक्षात राहिली, ती बाईंची मिसेस् डिसाच.

शेवटच्या प्रसंगात तापानं फणफणलेली मिसेस् डिसा वकिलाकडं जाऊन आपली संपत्ती राजूच्या नावानं करते आणि थरथरत्या पायांनी बाहेर जाताना दारावर हात आपटून तिथंच कोसळते.

शॉट संपल्यावर हृषीकेश मुखर्जी बाईंना हात देऊन उठवायला गेले, तर चटका बसण्याइतकं बाईंचं अंग तापलं होतं. काचेच्या दारावर जोरात हात आपटल्यामुळं काचा फुटून हातात घुसल्या होत्या आणि हात रक्तबंबाळ झाले होते.

केवढी ही अभिनयसिद्धी! शॉटपूर्वी नॉर्मल असलेलं आपलं शरीर, त्या सीनची गरज ओळखून तापानं फणफणल्याइतकं त्यांनी ते गरम केलं.

त्या वेळी चित्रपटसृष्टीत असं बोललं जाई की, 'दाग' नंतर दिलीपकुमारनं आणि 'अनाडी' नंतर राज कपूरनं ललिताबाईंच्या बरोबर पुन्हा कधी चित्रपट केला नाही.

ललिताबाईंच्या अभिनयाचा त्यांच्या भूमिकांवर इतका जबरदस्त परिणाम असायचा की, वैयक्तिक जीवनातही त्या तशाच असतील, असा समज व्हायचा. त्यांच्या खाष्ट सासूच्या इमेजमुळं त्यांच्याकडं धुणी-भांड्याचं काम करायला बायका घाबरायच्या, असं त्या स्वतःच सांगायच्या.

'अमृत' चित्रपटातील त्यांची चांभारणीची भूमिका इतकी गाजली की, त्या जातीनं चांभार आहेत, असा बऱ्याच जणांचा समज झाला होता. त्यांच्या त्या भूमिकेविषयी आपल्या 'चित्र आणि चरित्र' या आत्मचरित्रात बाबूराव पेंढारकर म्हणतात की, ललिताबाईंनी चांभाराच्या बायकोचं काम इतक्या समरसतेनं केलं की, त्यांनाही तितक्याच समरसतेनं त्यांना साथ द्यावी लागली. त्यांची भूमिका चांगली वठली, त्याचं बहुतेक श्रेय त्यांनी ललिताबाईंना दिलं आहे. ललिताबाईंना ते जातिवंत कलावंत मानीत.

१९८४-८५ च्या सुमारास त्यांनी व आत्तींनी 'घरसंसार' हा चित्रपट केला. यातही त्या तिच्या सासूच्या भूमिकेत होत्या. पण हा त्या दोघींचा शेवटचा चित्रपट झाला. अधूनमधून फोन करायच्या. आत्ती डबिंगसाठी जुहूच्या बाजूला गेली की, त्यांना भेटून यायची. तिथून निघताना, बाईंचा आग्रह असायचा, 'सुलू, सबंध दिवस ये. खाना खाने ही आना.' बाई स्वयंपाक फार उत्तम करायच्या आणि तो करून घालण्याचीही त्यांना आवड होती. त्या वेळी माझे पती डॉ. घाणेकरही होते. बाई फोनवरून त्यांच्याशीही बोलायच्या. ते गेले, तेव्हा सर्वांत प्रथम बाई सांत्वनासाठी हजर होत्या. डॉक्टरांनाही त्या सगळ्यांसारखं बाबाच हाक मारायच्या. डॉक्टरांच्या अकाली निधनाचं त्यांना फार दुःख झालं. त्यांना कधी फोन केला, की पहिली चौकशी माझी व्हायची. 'कांचन को देखकर मुझे रोना आता है! कितनी छोटी उमरमें उसका ये हाल हो गया.' असं म्हणून हळहळायच्या.

काही वर्षांपासून प्रकृतीच्या कारणासाठी बाईंचं वास्तव्य पुण्यालाच होतं. पृथ्वी गोल असते, म्हणतात. ज्या नानासाहेब सरपोतदारांच्यामुळं त्या या व्यवसायात आल्या, ज्या पूना गेस्ट हाऊसमध्ये त्या सुरुवातीच्या काळात राहत होत्या, तिथंच त्यांचं येणं-जाणं सुरू झालं. नानासाहेब व सरस्वतीबाई सरपोतदारांचा वारसा चालविणाऱ्या चारुदत्त सरपोतदारांचाच मोठा आधार या शेवटच्या दिवसांत त्यांना वाटायचा. कसलीही अडचण आली, कुठं जायचं असलं, तर चारूकाकांच्या सल्ल्यासाठी पूना गेस्ट हाऊसवर धावायच्या.

कार्यक्रम, एखादं शूटिंग यासाठी अधून मधून मुंबईला आल्या, की भेटीगाठी व्हायच्या. आम्ही पुण्याला गेलो की, धावत, पळत आम्हांला भेटायला हॉटेलवर यायच्या. पुण्याच्या त्यांच्या घरी येण्याचं आमंत्रण मात्र कधी द्यायच्या नाहीत. कारण कधीच समजलं नाही आणि आता समजणारही नाही.

'सुलू, तुम्हारी बहोत याद आई, इसलिए फोन किया...' असं सांगत अधून मधून फोन करायच्या.

एकदा तर हैद्राबादला शूटिंगला गेल्या, तेव्हा तिथूनही खुशाली विचारायला फोन केला होता.

पुण्याला कबीर बागेत योगोपचार करणारी एक संस्था आहे. तिथं एकदा उपचार करून घेतले पाहिजेत, असं आत्तीला वाटायचं. पण तिथं कमीत कमी पंधरा दिवस तरी जाऊन राहण्याची जरुरी असते. गेल्या वर्षी माझी मुलगी एस्.एस्.सी.ला असल्यामुळं मी मुंबईबाहेर जाणं शक्य नव्हतं. त्यामुळं माझ्याशिवाय आत्तीलाही जाणं शक्य नव्हतं. ललिताबाईंना जेव्हा हे समजलं, तेव्हा त्यांनी आत्तीला फोन करून सांगितलं,

'कांचन की क्या जरुरत है तुम्हें? मी तुझ्याबरोबर येऊन तिथं राहीन. तुझ्या पायाचं दुखणं बरं होणं हे आधी महत्त्वाचं आहे.'

बाईंचं हे आईसारखं प्रेम बघून आत्तीला भरून आलं.

गेल्या वर्षी फेब्रुवारीमध्ये चारूकाकांच्या नातवाच्या मुंजीत बाईंची भेट झाली. सकाळपासून दुपारपर्यंत बाई हॉलवर होत्या. ती आमची शेवटची भेट असेल, असं वाटलंही नव्हतं.

आम्ही पुण्याहून परतलो, त्याच्या आठवड्याभरातच बाईंच्या निधनाची बातमी समजली.

बाईंचा मृत्यू ज्या पद्धतीनं झाला, ते ऐकून तर आत्ती फारच कळवळली. ती म्हणत होती, बाईंनी आपल्या वडिलांची त्यांच्या शेवटच्या दिवसांत किती

मनोभावे सेवा केली होती. ते तर अंथरुणावर खिळलेले होते. शूटिंगला जायच्या आधी बाई त्यांची स्वच्छता स्वतः करायच्या. त्यांचं अंथरूण-पांघरूण बदलण्यापर्यंत स्वतः सर्व करायच्या आणि हे शूटिंगहून त्या परत आल्यावरही करायच्या. जवळपास शूटिंग असेल, तर जेवणाच्या सुट्टीत येऊन वडिलांना जेवण भरवून जायच्या.

अशा बाई दोन-तीन दिवस मृतावस्थेत घरात होत्या, पण कुणाला कळलंही नाही. असलं कसलं बेवारशासारखं मरण त्यांना आलं, म्हणून आत्तीचे डोळे भरून येतात.

माझे डोळे पाणावतात, ते फाळके ॲवार्ड मिळालं नाही, म्हणून तडफडणाऱ्या ललिताबाई आठवून. त्या बक्षिसावर त्यांचाच पूर्ण हक्क होता. पण दरवेळी त्या डावलल्या जायच्या. सत्तर वर्षांच्या प्रदीर्घ वाटचालीमध्ये बाईंच्या वाट्याला अवघी दोन मोठी पारितोषिकं आली. पहिलं दिल्लीच्या संगीत नाटक अकादमीचं आणि दुसरं महाराष्ट्र शासनाचा व्ही. शांताराम पुरस्कार.

पिकतं, तिथं विकत नाही, हेच खरं.

◆

धनीऽऽऽ

कोल्हापूर नगरी ही अनेक कलांची पंढरी आहे. निसर्गतःच कलेची माळ ज्याच्या गळ्यात आहे आणि ज्यानं कपाळावर रंगाचा टिळा लावला आहे, असा एक वारकरी करवीर नगरी वास्तव्य करून आहे. अभिनेता चंद्रकांत आणि चित्रकार चंद्रकांत मांडरे ही एकाच व्यक्तीची दोन रूपं. दोन्ही क्षेत्रांतील कर्तृत्व सारख्याच तोलामोलाचं आहे. कलामहर्षी बाबूराव पेंटर, चित्रतपस्वी भालजी पेंढारकर, चित्रपती व्ही. शांताराम अशा दिग्गजांच्या देखरेखीखाली त्यांचा अभिनय बहरला. तर बाबूराव पेंटर, बाबा गजबर अशांसारख्या कलामहर्षींच्या हातांखाली त्यांनी चित्रकलेचे धडे गिरवले. निसर्गचित्र व पोर्ट्रेटसाठी ते प्रसिद्ध आहेत.

काही वर्षांपूर्वी चंद्रकान्त यांनी आपला राहता बंगला आणि अपत्यवत अशी स्वतःची तीनशे पेंटिंग्ज महाराष्ट्र शासनाच्या हवाली केली आहेत. शासनानंही कलावंताची कदर करण्याच्या आपल्या भूमिकेतून चंद्रकांत यांच्या 'निसर्ग' या बंगल्याचं 'चंद्रकांत मांडरे कला-संग्रहालय' नावाचं कायमस्वरूपी कलादालन निर्माण केलं आहे. 'कोल्हापूर-दर्शन' मध्येही ह्या वास्तूचा समावेश करण्यात आला आहे.

चंद्रकांतांच्या चित्रपट व चित्रकलेचा जवळ जवळ पन्नास-साठ वर्षांहून अधिक काळाचा इतिहास इथं उभा आहे. पण हा इतिहास भूतकाळात जमा नाही, तर वर्तमानाइतका जिवंत आणि भविष्याचा वेध घेणारा आहे.

चंद्रकांतदादांनी आता चित्रपट-संन्यासही घेतला आहे. वरील संग्रहालयातच त्यांचं निवासस्थान आहे. सखी, सचिव, सहधर्मचारिणी अशी सार्थ बिरुदावली ज्यांना अर्पण करावी, अशा शशिकलावहिनींबरोबर दादा ह्या संग्रहालयाची देखभाल करतात. विद्यार्थ्यांना शाळा-कॉलेजच्या सुट्ट्यांमध्ये दादा चित्रकलेचं शिक्षण विनामूल्य देतात. स्वतःही उरलेल्या वेळात चित्रकलेची उपासना करतात. स्वतः अजूनही विद्यार्थी असल्यासारखे चित्रं रंगवीत राहतात. चंद्रकांतदादांनी ८१व्या वर्षात पदार्पण (आता ८५ वर्षांचे आहेत) केलं, त्या वर्षी त्यांचं अभीष्टचिंतन करावं, म्हणून माझी आई (सुलोचनाबाई) व मी राजारामपुरीत सातव्या रस्त्यावर असलेल्या या कलादालनात गेलो होतो. त्या दिवशी सोमवार असल्यामुळं संग्रहालयाला सुट्टीच होती. आम्ही आलो आहोत, असं समजताच शशिकलावहिनी वरून अक्षरशः धावतच खाली आल्या. त्यांचं ऐसपैस स्वागत घेतच आम्ही स्वागतिकेत

स्थानापन्न झालो. दादांच्या अनेक कलाकृती भिंतींवर झळकत होत्या. त्यांतील एका चित्राकडं बोट दाखवीत वहिनी माझ्या आईला म्हणाल्या,

'हे बघा, तुमच्या फोटोवरून ह्यांनी मुलांना शिकविण्यासाठी पावडर शेडिंगचं चित्र तयार केलं आहे.'

ते चित्र माझ्या आईच्या हातात देऊन, त्यांनी पुन्हा एक माझ्या आईचं तसंच चित्र आणून दाखवलं.

भालजी पेंढारकर यांच्या 'मीठ-भाकर' या चित्रपटात चंद्रकांतदादा व माझ्या आईनं प्रथमतः नायक-नायिकेच्या (पती-पत्नीच्या रूपांत) भूमिका केल्या. 'मीठ-भाकर'नं सुवर्णमहोत्सवी यश पाहिलं आणि चंद्रकांत–सुलोचना या जोडीच्या यशस्वी लोकप्रियतेचा पाया घातला गेला. त्यांची जोडी चांगलीच जमली. ज्या चित्रपटात चंद्रकांत असतील, तिथं सुलोचना असणार, असं समीकरणच बनून गेलं. त्या दोघांनी नायक-नायिका म्हणून अभिनय केलेले चित्रपटच केवळ गाजले, असं नाही, तर 'सांगत्ये ऐका' सारख्या चित्रपटातील छोट्या भूमिकाही गाजल्या. हा चित्रपट पुण्याच्या विजयानंदमध्ये १३१ आठवडे चालला. मराठी चित्रपटसृष्टीतील हे अनोखं उदाहरण आहे.

या दोघांना संवाद पाठ करावे लागत नाहीत. एकदा संवाद वाचायला दिले आणि प्रसंग काय आहे, हे सांगितलं की, त्यांना दुसरं काही सांगावं लागत नाही आणि शॉट व्हायला वेळही लागत नाही, असा दिग्दर्शकांचा या दोघांवर विश्वास असायचा.

चंद्रकांत-सुलोचना या जोडीचे आजवर जवळ-जवळ ४५-४६ चित्रपट झाले आहेत. श्री. दिनकर द. पाटील यांच्यासारख्या स्वतः लेखक असलेल्या दिग्दर्शकानं या दोघांना डोळ्यांसमोर ठेवून चित्रपट लिहिले. इतकंच काय, दिवाळी अंकातील लेखही त्यांनी 'माझा चंद्रकांत, माझी सुलोचना' असाच लिहिला.

त्यांच्या आजवरच्या सर्व भूमिका पती-पत्नीच्याच झाल्या. पण तरीही दरवेळी त्यात नवेपणा असायचा, ताजेपणा दिसायचा. पुन्हा पुन्हा त्याच भूमिकेत त्यांना पाहायला प्रेक्षकही कंटाळले नाहीत. हीही आणि नवलाची गोष्ट. या बाबतीत श्री. सूर्यकांतनिर्मित व दिग्दर्शित 'ईर्ष्या' या चित्रपटाच्या वेळी झालेली गंमत सांगण्यासारखी आहे. हा चित्रपट तसा चरित्र नायक-नायिकांच्या दोन जोड्यांवर आधारित होता. शिवाय एक तरुण नायक-नायिकाही होते. त्यामुळं या दोघांच्या वाट्याला एकत्र अशी दृश्यं खूपच कमी आली होती. पण जेवढी दृश्यं होती, त्यांतही त्यांनी त्यांचा म्हणून असलेला ठसा उमटविलेला होताच.

चित्रपट पाहिल्यावर पहिली प्रतिक्रिया उमटली, ती चंद्रकांतांच्या सौभाग्यवतींची.

'ह्यांची व सुलोचनाबाईंची दृश्यं आणखी हवी होती.'

१९४७ साली सुरू झालेला या दोघांचा हा चित्रपट–संसार. पस्तीस–चाळीस वर्षांच्या या संसारात प्रियकर-प्रेयसीपासून अगदी आजोबा-आजीपर्यंत सर्व भूमिका पार पडल्या आहेत. पण हा चित्रसंसार सुखाचा झाला. भांडणाची दृष्ट कधी लागली नाही. सहवासाचं इतकं सातत्य असूनही 'अहो सुलोचनाबाई' व 'अहो गोपाळराव' (चंद्रकांतांचं खरं नाव) ही आदराची मर्यादा दोघांनीही कधी ओलांडली नाही.

एकदा शशिकलावहिनींनी सांगितलेला किस्सा ऐकून खुद्द माझी आईही थक्क झाली. वहिनी त्या काळी चित्रपटाच्या समारंभांना फारशा हजर असायच्या नाहीत. त्यामुळं त्या कशा आहेत? कशा दिसतात? हे फारच थोड्या आणि अगदी जवळच्या मंडळींना माहीत होतं.

एकदा चंद्रकांतदादा कुठल्याशा गावी वहिनींना एका लग्नसमारंभासाठी घेऊन गेले. त्या आल्या आहेत, असं समजताच जमलेल्या मंडळींनी दादांना, तुमच्या पत्नींना बाहेर बोलावून आमचा परिचय करून द्या, असा आग्रह सुरू केला. दादांनी वहिनींना बाहेर बोलावलं. पण जमलेल्या मंडळींनी, आमची चेष्टा करता का? तुमच्या खऱ्या पत्नीला बोलवा, असा धोशा लावला. दादा परत–परत हीच माझी पत्नी, असं परोपरीनं सांगत राहिले. पण कुणाची समजूत पटत नव्हती. एकजण तर वैतागून म्हणाला,

'काय, राव! आम्हांला सांगता? इतक्या सिनेमांमध्ये त्यांना तुमच्याबरोबर पाहिलंय्. आम्हांला त्या ओळखू येत नाहीत, होय? कुणा दुसऱ्या बाईंना दाखवून आमची चेष्टा करताय् का?'

हे ऐकल्यावर मात्र सर्व घोटाळा दादांच्या लक्षात आला आणि मग त्यांनी त्या मंडळींसमोर खुलासा केला की,

'सुलोचनाबाई ह्या चित्रपटापुरत्या माझ्या पत्नी असतात. आमचं नातं फक्त सहकलाकाराचंच आहे. माझ्या खऱ्या पत्नी शशिकलाबाईच आहेत.'

आता ही गोष्ट चित्रपटव्यवसायाबाहेरील मंडळींच्या बाबतीत झाली. पण मराठी चित्रपट व्यावसायिकही या दोघांची त्यावरून चेष्टा करतात. श्री. चित्तरंजन कोल्हटकर व श्री. सूर्यकांत कधी माझ्या आईच्या सेटवर भेटायला आले की, पहिला प्रश्न विचारीत,

'मंगळसूत्र कुठलं घातलंय्?'

काळ्या मण्यांचं जाडजूड मंगळसूत्र तिच्या गळ्यात दिसलं की, ते म्हणत,

'हं, आज दादांच्या (चंद्रकांत) बरोबर काम दिसतंय्.'

स्वतः चंद्रकांतदादाही ह्या चेष्टेत कधी कधी सामील होत.

माझ्या आईचे अधून मधून बारीक व्हायचे प्रयोग सुरू असायचे. अशा वेळी ती दुपारच्या वेळी जेवायची नाही. लंचटाईमला ती जेवायला उठत नाही, हे पाहिल्यावर दादा तिच्याजवळ येऊन हळूच सांगत,

'जेवण कमी करून कशाला जिवाला त्रास करून घेताय्? नाही तरी तुम्हांला माझीच नायिका म्हणून काम करायचं आहे ना? आता आहात, तशाच मला शोभताय्. मग कशाला बारीक होताय्?'

आईलाही भूक लागलेली असायचीच. शिवाय दादांचा हा सयुक्तिक आग्रह तिलाही मोडवायचा नाही. मग दोघेही कोल्हापुरी मटणावर ताव मारायचे.

मागं एकदा माझ्या आईला कुंकुवाची ॲलर्जी झाली होती. त्यामुळं काही दिवस कोरड्या कुंकवाऐवजी फिक्या रंगाची लिपस्टिक कपाळाला लावायची. मला वाटतं, तीन-चार वेळा तरी चंद्रकांतदादांनी तिला तसं पाहिलं असावं. एकदा मात्र अगदी न राहवून ते तिला म्हणाले,

'अहो सुलोचनाबाई, सिनेमात का होईना, मी तुमचा नवरा असतो. माझ्या तब्येतीकडं बघून तरी ठसठशीत कुंकू लावत चला. तुमचं हल्लीचं कुंकू बघून मला स्वतःला आजारी झाल्यासारखं वाटतंय्.'

त्यांच्या या गंभीर बोलण्यावर मला तरी हसू आवरता आवरेना.

जेव्हा त्यांना खरी परिस्थिती कळली, तेव्हा मात्र 'मग असू दे' म्हणाले.

दादांचा हा मनमोकळेपणा, लहान मुलासारखा निर्व्याज स्वभाव मला खूप आवडतो. त्यांनी व माझ्या आईनं गेली पस्तीस-चाळीस वर्षं कुठलाही गैरसमज न होता हसत-खेळत, निरोगी मनानं काम केलं. कधीही एकमेकांचा मत्सर केला नाही. ते मोठे, की ती मोठी, हा विचार त्यांच्या मनाला शिवला नाही. त्या दोघांच्या चित्रपटाच्या वेळी वातावरण इतकं खेळकर, प्रसन्न असे की, चित्रपट कधी पूर्ण झाला, हे समजतही नसे.

तसे दादा गंभीर प्रकृतीचेच. सेटवर एका बाजूला खुर्ची टाकून शांतपणे ते बसलेले असायचे. आपलं काम बरं की, आपण बरं, हा त्यांचा 'स्वभाव'. कुणी बोलायला आलं, तर तितक्याच अगत्यानं बोलणार. पण सर्व मर्यादाशील. शिस्तपूर्ण. ही शिस्त त्यांच्या दिनचर्येतही आढळायची. नियमित फिरण्याचा व्यायाम करून, बरोबर ठरलेल्या वेळी मेकअप-कपडे करून बोलावण्याची वाटही न पाहता

सेटवर हजर व्हायचे. आहारही व्यवस्थित. मटण मात्र खूप प्रिय. ते रोज हवंच.

त्या दिवशी त्या स्वागतिकेत बसले असता अशा किती तरी आठवणींनी फेर धरला होता. एवढ्यात, 'अलभ्य लाभ' असं म्हणत चंद्रकांतदादा नेहमीच्या उत्साहानं आणि अगत्यानं खाली आले. प्रथम माझ्या आईची आस्थापूर्वक चौकशी. मग तिला पाठदुखी आहे, हे माहीत असल्यामुळं ती बसलेली खुर्ची बरोबर आहे ना? काही त्रास होत नाही ना? याचीही चौकशी केली गेली. खरं म्हणजे, त्यांनाही पाठदुखीचा त्रास आहे. त्यांनाही विशिष्ट प्रकारची खुर्ची बसण्यासाठी लागते. पण त्या खुर्चीवर स्वतः न बसता माझ्या आईनं त्यावर बसावं, असा त्यांचा आग्रह सुरू झाला. दादांच्या या अगत्यानं माझी आई संकोचत होती, तर शशिकलावहिनी मिश्किलपणे डोळे मिचकावीत मला म्हणाल्या,

'बघा, हिरॉईनची कशी काळजी घेणं चाललं आहे.'

पांढरी स्वच्छ पैरण, पायजमा, पांढरेशुभ्र केस आणि प्रकृतीची बुलंदी दाखविणारं व्यक्तिमत्त्व. मी त्यांच्याकडं पाहतच राहिले. मराठी चित्रपटाच्या या रुबाबदार नटानं माझ्या लहानपणापासून माझ्यावर प्रभाव टाकला होता. केसांचा रुपेरीपणा आणि वाढत्या वयाच्या खुणा दिसत असल्या, तरी पाहत राहावं, अशी ऐट ह्या माणसात अजून आहे.

चंद्रकांतदादांनी केवळ रगेल ग्रामीण युवक, रंगेल पाटील, भोळाभाबडा शेतकरी अशा प्रकारच्याच फक्त भूमिका केल्या नाहीत, तर त्या यादीत 'रामराज्य'मधील मर्यादापुरुषोत्तम राम आहे, तर 'सीता-स्वयंवर' मधील वेद-कला-शास्त्र-संपन्न रावण–ही आहे. 'छत्रपती शिवाजी' या भालजी पेंढारकरांच्या प्रतिष्ठा-चित्रपटात तर ते शिवाजी महाराज झाले होते. नेहमी रांगड्या भूमिकेत शोभून दिसणाऱ्या दादांना 'शेजारी' चित्रपटात जयश्री शांताराम यांच्याबरोबर मशाल घेऊन 'लखलख चंदेरी तेजाची न्यारी दुनिया' या गाण्यावर नृत्य करताना पाहिलं की, येत नसलेली गोष्ट कष्टपूर्वक साध्य करण्याच्या त्यांच्या वृत्तीचं कौतुक वाटल्यावाचून राहत नाही. असेच परिश्रम त्यांनी 'पतिव्रता' चित्रपटातील शास्त्रीय गायकाची भूमिका करताना घेतले होते. त्या चित्रपटातील त्यांची सर्व गाणी भीमसेन जोशींसारख्या अभिजात पंडितानं गायली होती. त्या गाण्याबरहुकूम नुसते ओठ हलवणं हेही सोपं नव्हतं. त्या चित्रपटाचे दिग्दर्शक दत्ता धर्माधिकारी यांना शास्त्रीय संगीताची चांगलीच जाण होती. त्यामुळं एखाद्या लहान मुलासारखे दादा त्यांच्या पुढ्यात जाऊन बसून गाण्यातील सर्व हावभाव शिकून घ्यायचे. शिकवताना धर्माधिकारी थकायचे. पण चंद्रकांतदादा परत परत रियाज करीत

राहायचे. त्यांच्या ह्या जिद्दीतूनच त्यांनी शिवाजी महाराजांच्या जीवनावरील चित्रपटात बाजी प्रभूंच्या भूमिकेसाठी इंग्रजी संवादही घोटून पाठ केले होते.

चंद्रकांतदादांचा कलासंसार जसा समृद्ध आहे, तसाच त्यांच्या वैयक्तिक जीवनातील संसारही समाधानी आहे. प्रसन्न करणारा आहे. अर्थात त्याचं श्रेय दादांच्या पत्नींना –शशिकलावहिनींना जातं. कलावंताच्या बरोबरचा संसार म्हणजे तारेवरची कसरत. कलावंत जितका हळवा, तितकाच लहरी. पण हा स्वभाव वहिनींनी कौशल्यानं, हळुवारपणे हाताळला. त्या स्वतः उच्चशिक्षित आहेत. त्यांच्याजवळही चित्रकलेचं अंग आहे. त्याही सुंदर चित्रं काढतात. त्यामुळं दादांच्या घराला सुसंस्कृतपणाचा, कलात्मकतेचा स्पर्श आहे. त्या स्वतः चित्रकार असल्या, तरी त्यांनी स्वतःच्या प्रकाशाचा विचार न करता दादांची सावली बनून राहणंच पसंत केलं आहे. दादांनी आता आपलं सारं लक्ष रंगांच्या दुनियेत केंद्रित केलं आहे. त्यासाठी उभयतांनी देश-विदेश पालथे घातले आहेत. गेल्या पिढीतील मातब्बरांचा वारसा आजच्या पिढीपर्यंत पोहोचविण्याचं महत्त्वपूर्ण कार्य दादा करीत आहेत. आपली कला बंदिस्त न करता तिचा आस्वाद सर्वांसाठी खुला केला आहे. याबाबतीत वहिनींचंही कौतुक करावं तेवढं थोडंच आहे. स्त्रियांना मोह सोडवत नाही, म्हणतात; परंतु पतीच्या निर्णयात सहभागी होऊन स्त्रियांच्या बाबतीतील अनुमान त्यांनी बदलायला लावलं आहे.

दोन ज्येष्ठ कलावंतांच्या मध्ये कुठल्याही नात्याचं लेबल नसताना असलेल्या स्नेह, औदार्याचं दर्शन मी त्या दिवशी घेतलं. त्याचा आनंद वेगळाच असतो, हेही अनुभवलं. माझ्या आईच्या भेटीमुळं झालेला आनंद वहिनींसारखाच दादांच्याही चेहऱ्यावरून नुसता ओसंडून वाहत होता. दादांना तर किती बोलू आणि किती नको, असं झालं होतं. त्यांच्या बोलण्याच्या धबधब्याला बांध घालण्याचा प्रयत्न वहिनी करत होत्या. पण दादांनी त्यांना साफ सांगितलं की, सुलोचनाबाई मला खूप दिवसांनी भेटताहेत. आज मी त्यांच्याबरोबर मनसोक्त गप्पा मारणार. तुम्ही मला अडवू नका.

–आणि मग आठवणींची भेंडोळी किती तरी वेळ उलगडत होती.

माझ्या आईनं एका चित्रपटात दादांना 'धनी ऽ ऽ ऽ' अशी हाक मारली होती, तशीच साद शशिकलावहिनीही अधून मधून घालतात, असं मोठ्या खुशीत येऊन दादा सांगत होते. परंतु ती हाक 'मीठभाकर' चित्रपटातील होती, की 'शिवा रामोशी' चित्रपटातील होती, या संभ्रमात ते पडले होते. ते पाहून त्यांचा गुंता सोडवीत माझी आई त्यांना म्हणाली,

'अहो, कशाला इतका विचार करताय्? नाही तरी जवळ-जवळ प्रत्येक चित्रपटात मी तुम्हांला तशीच हाक मारली आहे.'

यावर मात्र सगळेच खळाळून हसले.

गप्पांना अंत नसतोच. कुठंतरी थांबावं लागतंच. पण आम्ही मात्र नाइलाजानं जायला उठलो.

'पुढच्या वेळी याल, तेव्हा जेवायलाच आलं पाहिजे', असा नेहमीचा गोड आग्रह उभयतांनी केला.

माझ्या आईनं थोडीशी नाराजी दाखवीत म्हटलं,

'आता जेवण्याखाण्यावर बंधनं आली आहेत.'

त्यावर दादा म्हणाले,

'अहो, आता कसलं डाएट करताय्? आता मस्त खायचं आणि मजेत राहायचं!'

यावर मात्र माझी आई खूश झाली. कारण हल्ली जो भेटेल, तो तिच्या वजन वाढल्याची आणि पूर्वी ती किती छान, बारीक होती, याचीच रेकॉर्ड लावतो. मात्र चंद्रकातदादा व शशिकलावहिनी केव्हाही भेटोत, हे असलं टोचून बोलणं कधीच करीत नाहीत. कधी कसल्या चौकश्या नाहीत की, खाजगी प्रश्न नाहीत. असतं, ते मनापासूनचं स्वागत आणि कोल्हापूरला कायम वास्तव्यासाठी येण्याचा आग्रह.

गाडीत बसून पुढं आल्यावर माझी आई म्हणाली,

'शाहूरावांसारखाच (शाहू मोडक) हाही एक सज्जन माणूस.'

◆

एका
'स्वामि'याने

१९९२च्या ७ मार्च रोजी सूर्योदय झाला, तरी आमच्या घरी मात्र सूर्यास्ताचंच वातावरण होतं. ६ तारखेचा दिवस तिथंच थांबल्यासारखा वाटत होता. तो दिवस अजूनही डोळ्यांसमोरून हलत नाही.

आठ दिवसांआधीच तर रणजितदादांना, त्यांच्या लेकी-जावयांनी वैद्यकीय तपासणीसाठी जसलोक रुग्णालयामध्ये दाखल केलं होतं. दादा स्वतः चालत जाऊन खोलीत दाखल झाले होते. दोन-तीन दिवसांनी मुलांच्या वार्षिक परीक्षा जवळ आल्यामुळं मधू-पारू कोल्हापूरला परत गेल्या होत्या. दादांचा जावई व माझा मामेभाऊ मदन त्यांच्याजवळ मागं राहिला होता. शिवाय दादांची देखभाल करणारा त्यांचा 'मानसपुत्र' नेताजी त्यांच्या सोबतीला होताच.

५ तारखेपर्यंत सर्व तपासण्या जवळ-जवळ आटोपल्या होत्या. उपचाराची दिशा ठरत होती. ६ तारखेची एक तपासणी झाली की, डॉक्टरांचं त्यांच्या निर्णयावर शिक्कामोर्तब होणार होतं. शनिवारी, ७ तारखेला दादांना रुग्णालयातून मुक्तताही मिळणार होती. मदन सकाळी आठ वाजताच जसलोकला पोहोचला होता. परंतु दोन तासांतच मदनचा फोन आला की, दादांना रक्ताची उलटी झाली आहे.

दादांना सलाईनवर ठेवलं गेलं.

आम्ही हॉस्पिटलमध्ये धावलो.

नेहमीचे चुळबुळे दादा संथ वाटत होते. कुशी बदलणं वाढत होतं. दादांची अस्वस्थता पाहत मी, माझी भाची इरा, मदन, किशोर जाधव, मदनचे भागीदार निंबाळकर पति-पत्नी आणि रडवेला झालेला नेताजी हताशपणे उभे होतो.

मला नियतीचं आश्चर्य वाटत होतं. कारण त्या क्षणीही दादांच्या रक्ताच्या नात्याचं, कुणीच त्यांच्याजवळ नव्हतं. जोडलेली, मानलेली नातीच अधिक जवळ होती.

दादांच्या माणसं जोडण्याच्या प्रक्रियेला मोठ्या प्रमाणात सुरुवात झाली, ती त्यांच्या 'स्वामी' मुळं.

दादा आपल्याला प्रथम कधी भेटले, हे जेव्हा मी आठवायला लागते, तेव्हा मन आठवणींच्या गाडीत बसून रिव्हर्स घेतं, ते अगदी १९६२ मध्येच जाऊन

थांबतं. 'स्वामी' कादंबरी त्याच सुमारास वाचकांच्या भेटीला आली. त्या वेळी दादा दिवाळी अंकांतूनही हमखास भेटायचे. रणजित देसाई, अरविंद गोखले ही नावं वाचूनच मी दिवाळी अंक उचलायची.

'स्वामी' नं मात्र दादांच्या लोकप्रियतेच्या बाबतीत अगदी कहर केला. वाचकांनी तर त्यांना 'स्वामी'कार देसाईच करून टाकलं. 'स्वामी'चं यश तर हे एकीकडं दादांच्या अभिमानाचा विषय असला, तरी दुसरीकडं त्यांच्या खंतीचाही होता. दादांनी १२ कादंबऱ्या, १४ कथासंग्रह, १ शब्दचित्र-संग्रह, १४ नाटकं, ४ चित्रपटांचं लेखन इतकी चतुरस्त्र विपुल साहित्यनिर्मिती केली, तरीही हे सर्व साहित्य 'स्वामी'च्या यशामागं झाकोळलं जाई. व्यक्तिशः दादांना त्यांची 'राधेय' कादंबरी त्यांच्या सर्व कादंबऱ्यांमध्ये अतिशय प्रिय होती. दादांचा 'राजा रविवर्मा'ही असाच दुर्लक्षित राहिला. रविवर्मा लिहिण्यासाठी दादांनी केरळपासून युरोपपर्यंत मजल मारली. परिश्रमपूर्वक सर्व माहिती जमवली आणि चरितकहाणी हा नवा लेखनप्रकार रूढ केला. तरीही 'स्वामी'चं यश सर्वस्व व्यापून दशांगुळं वरच राहिलं.

'स्वामी'वाचून भारावलेल्या पिढीची मीही एक प्रतिनिधी होते. 'स्वामी'नंतर मात्र रणजित देसाईंच्या प्रत्येक पुस्तकाविषयी आतुरता निर्माण झाली. 'श्रीमान योगी'मुळं तर दादांच्याविषयी वाटणाऱ्या आदरामध्ये अधिकच भर पडली. एखादी पोथी वाचावी, तसं ते वाचावं लागे. तसा त्याचा आकार होता. पण ते पुस्तक सलगपणे वाचणंही कठीण व्हायचं. इतके त्यातील प्रसंग प्रत्ययकारी, हृदयस्पर्शी आहेत. डोळ्यांना तर अक्षरशः अश्रूंच्या धारा लागत. वाचन थांबवावं लागे.

रणजित देसाईंना पाहावं, भेटावं, असं तीव्रतेनं वाटायला लागलं. त्यातच त्यांचे मित्र, चित्रपट–दिग्दर्शक राजा ठाकूर यांच्याकडून त्यांच्याविषयी जी माहिती मिळाली, त्यानं तर अधिकच व्यथित व्हायला झालं. राजा ठाकूरांनी सांगितलं की, दादांच्या पत्नी मनोरुग्णाईत असून, गेले कितीतरी वर्षं त्या येरवड्याच्या मनोरुग्णालयात आहेत. त्यांना दोन मुली असून, त्या दादांच्या मावशीकडं बडोद्याला वाढताहेत. दादा एकटेच कोवाडला राहातात. रणजितदादा तसे एक-दोनदा दिल्लीला पूना गेस्ट हाऊसवर व आणखी कुठल्याशा समारंभात भेटले होते. परंतु वैयक्तिक जीवनातील हे दुःखाचं सावट त्यांच्या प्रसन्न व्यक्तिमत्त्वामध्ये यत्किंचितही डोकावत नसे.

जवळ-जवळ दहा वर्षं उलटली आणि रणजितदादा व त्यांच्या दोन्ही मुली आमच्या घरच्याच झाल्या. त्याचं मुख्य कारण म्हणजे, माधवीताईंशी झालेला

त्यांचा विवाह. माधवीताई ह्या श्री. भालजी (बाबा) पेंढारकरांच्या कन्या. माझी आई तर लहानपणापासून बाबांच्या घरी वाढलेली. माधवीताईंच्या आई लीलाबाई पेंढारकर यांनी तर आईला आपली मोठी मुलगीच मानलं होतं. त्यामुळं माधवीताईंच्या सर्व सुख-दुःखांची साक्षीदार माझी आई व आमचं घर राहिलं. रणजितदादा व माधवीताईंच्या विवाहापासून ते त्यांच्या विभक्त होण्यापर्यंत सर्व घटनांचे आम्ही साक्षीदार राहिलो. ह्या विवाहानं जितके आनंदाचे क्षण आम्हांला दिले, तितकंच दुःख त्यांच्या विभक्त होण्यामुळं झालं.

दादांच्या दोन मुली आणि माधवीताईंच्या दोन मुली (त्यांची मोठी मुलगी त्या वेळी विवाहित होती.) यांच्यासह त्या दोघांचा अमेरिकन संसार (माधवीताईंचा शब्द) सुरू झाला. मात्र बाबांनी माझ्या आईला या विवाहाच्या आधीच सांगून ठेवलं होतं की,

'सुलोचना, माझं भविष्य ऐकून ठेव, या दोघांचे वादविवाद त्यांच्या मुलांवरूनच सुरू होतील.'

माझ्या आईनं बाबांना विचारलं,

'बाबा, हे सर्व तुम्ही त्यांना आधीच का सांगितलं नाही?'

तेव्हा बाबा म्हणाले होते,

'रणजित आणि माधवी यांनी आता त्यांची चाळिशी पार केली आहे. त्यांना काही शिकवावं, इतके ते लहान नाहीत. शिवाय रणजित माझ्याकडं मी एक वधूपिता म्हणून फक्त विवाहाची परवानगी मागायला आला होता. ती मी त्याला दिली.'

अशीच स्थितप्रज्ञता बाबांनी जेव्हा रणजितदादा आपला विभक्त होण्याचा निर्णय सांगायला गेले, तेव्हाही दाखविली. बाबा फक्त एकच वाक्य बोलले,

'रणजित, हे सांगायला यायला तू उशीरच केला आहेस.'

या विभक्त होण्याच्या घटनेनंतर 'नाच, ग, घुमा' नावाचं वादळ अवतरलं. आणि 'स्वामी'कार रणजित देसाईंना हादरे द्यायला लागलं. एकच सूर परत-परत उमटायला लागला : स्वामी, श्रीमान योगी, राधेय लिहिणारा हळुवार लेखक वैयक्तिक जीवनात असा कसा वागू शकतो?

पुण्याच्या एका मातबर प्रकाशकांनी तर 'नाच, ग, घुमा' वाचून माधवीताईंना लिहिलेल्या पत्रात आपला संताप व्यक्त करताना म्हटलं,

'रमा-माधवाचं भावविश्व साकारणारा लेखक प्रत्यक्षात इतक्या उलट्या काळजाचा असू शकेल, असं वाटलं नव्हतं. अशा माणसाला लोकं डोक्यावर का घेतात, हेच समजत नाही. उलट, समाजानं अशा माणसाला आरोपीच्या पिंजऱ्यात उभं

करून त्याच्या करणीचा त्याला जाब विचारला पाहिजे.'

'नाच, ग, घुमा' वाचलं आणि रणजित देसाई आमच्या मनांतून उतरले, अशीही प्रतिक्रिया उमटत होती.

दादा सर्व घाव मुकाट्यानं सोसत होते. त्यांनी एकाही आरोपाला उत्तर दिलं नाही. आपली बाजू मांडली नाही. आपली खानदानी आदब सोडली नाही. पण दादांना 'जवळून जाणणारी' माणसं अस्वस्थ व्हायची.

मला तर प्रश्न पडतो की, प्रतिभावंताची प्रतिभा अथवा कलावंताची कला याच्याशी त्याच्या वैयक्तिक आयुष्याशी गल्लत का केली जाते?' समजत नाही. एखाद्या व्यक्तीची 'प्रतिभा' आणि 'स्वभाव' जर एकच असावा, अशी अपेक्षा असेल, तर माझे पती डॉ. काशिनाथ घाणेकर यांच्या बेबंद वागण्याची मीमांसा करताना काही जणांनी म्हटलं की, काशिनाथ संभाजीच्या भूमिकेतून वास्तवाच्या जगात कधी आलाच नाही, म्हणूनच त्याची अशी स्थिती झाली. म्हणजे वास्तव जीवनात डॉक्टरांच्याकडून एक सर्वसाधारण माणूस म्हणून वागण्याची अपेक्षा होती, तर मग रणजित देसाईंनाही काही सर्वसामान्य माणसाचे गुण-दुर्गुण, रागलोभादी विकार असतील, हे कुणीच का लक्षात घेत नाहीत?

लेखक लिहितो, तसाच वागला पाहिजे, किंवा तो लिहितो, तेच त्याचे स्वानुभव असतील, तर मग विवाहवेदीवरूनच पळ काढलेल्या रामदास स्वामींनी प्रपंचाचा कुठलाही अनुभव न घेता प्रपंच नेटका कसा करावा, हे कसं सांगितलं असेल? दहा जन्म घालवले, तरी जमणार नाही, असा ज्ञानेश्वरीसारखा अलौकिक ग्रंथ ज्ञानेश्वरांनी वयाच्या अवघ्या अठराव्या वर्षी कसा लिहिला? स्वतः मद्यप्रेमी असणाऱ्या राम गणेश गडकरींनी दारूचे दुष्परिणाम दाखविणारं 'एकच प्याला' का लिहिलं? अर्धअधिक आयुष्य चोरी, खून, मारामारी, हिंसा करणारे महर्षी वाल्मीकि रामायणासारखं आदर्श महाकाव्य कसं लिहू शकले? वरील सर्व व्यक्तींच्या बाबतीत एकच उत्तर संभवतं— या सर्वांना लाभलेलं प्रतिभेचं अलौकिक वरदान. मात्र प्रतिभा हे दैवी वरदान असलं, तरी माणसाचा स्वभाव त्याला वारसाहक्कानं मिळालेल्या अंगभूत वैशिष्ट्यानं, सभोवतालच्या परिस्थितीतून, संस्कारातून घडत असतो. तेव्हा लौकिकाचं व अलौकिकाचं मिश्रण म्हणजे असमतोलच. अपवादानं हा संगम एखाद्या महर्षीमध्ये, योग्यामध्ये दिसेल. पण सर्वसाधारण माणसात ते सापडणं कठीणच.

दादा–माधवीताईंच्या फारकतीमुळं दादांची नातेवाईक मंडळीही भरडली गेली. त्यांच्यामुळंच दादा माधवीताईंच्यापासून दुरावले, असाही सूर उमटत होता. या

नातेवाइकांमध्ये माझा भाऊ मदनही होता. त्यामुळं मला ही गोष्ट डाचत होती. त्यामुळं मी एकदा त्याबद्दल दादांनाच प्रत्यक्ष विचारलं; तर दादा शांतपणे म्हणाले,

'माधवीशी लग्न करतानाही नातेवाइकांचा विरोध होता. तरीही मी हा विवाह केला. तो सर्वस्वी माझा निर्णय होता... आणि विभक्त होण्याचा निर्णयही माझा स्वतःचाच आहे. मात्र तो मी का घेतला, याचा जाब विचारण्याचा अधिकार कुणालाही नाही. तो माझा व्यक्तिगत प्रश्न आहे. त्याचं स्पष्टीकरण मी देणार नाही.'

विषय निघालाच होता, म्हणून बरेच दिवस मनात असलेलं एक कुतूहल दूर करावं, म्हणून मी दादांना विचारलं की,

'दादा, मधू-पारूच्या आईच्या बाबतीत घडलेल्या दुर्दैवी प्रकारानंतर तब्बल सतरा वर्षांनी तुम्ही ह्या विवाहाचा निर्णय अचानक कसा घेतला? गेल्या सतरा वर्षांत तुम्हांला दुसऱ्या विवाहाच्या अनेक संधी आल्या असतील, अनेक स्त्रियांशी तुमची मैत्री आहे. पण तुमच्या चारित्र्याविषयी शंका घ्यावी, असं कधीही घडलं नाही. तुमचं स्त्रियांबरोबरचं वर्तन नेहमीच सभ्यतेचं राहिलं. मग हा निर्णय आताच घेण्याचं कारण कोणतं आहे?'

मी माझे प्रश्न एका दमात संपविले. मला अक्षरशः धाप लागली होती. प्रश्न विचारताना माझी उडणारी तारांबळ पाहून दादा गालांतल्या गालांत हसत होते.

मी प्रश्न विचारायची थांबल्यावर, पुन्हा एकदा शांतपणे दादांनी उत्तर दिलं, 'अपघात असे अचानकच घडतात.'

रणजितदादा व माधवीताईंचं विभक्त होणं आणि दादांच्यावर आरोपांचा गदारोळ उठणं ही आठवण सलणारी असली, तरी ते एक प्रतिभावंत, अभ्यासू साहित्यिक, विनयी, उमद्या स्वभावाचा माणूस, विविध क्षेत्रांतील प्रतिभावंतांच्या मैत्रीची प्रभावळ धारण करणारा मित्र, अशा अनेक रूपांत त्यांच्या आठवणी सोबत करणार आहेत.

माझी मामेबहीण विजू (स्मिता परमेकर) हिच्या विवाहाच्या वेळी बेळगाव इथं साखरपुड्यापासून विवाहापर्यंत दादा व माधवीताईंनी केलेली धावपळ, धडपड आम्हांला कधीही विसरता येणार नाही. इतका मातबर साहित्यिक, कोवाडचा इनामदार-सरकार असणारा हा माणूस दिवसातून तीन-तीनदा व्याह्यांच्या म्हणजे परमेकरांच्या घरी फेऱ्या घालायचा.

माझ्या बहिणीच्या सासूबाई लग्नानंतर म्हणाल्याही,

'लग्न ठरायच्या आधी रणजित देसाई दहा–वेळा आले. आता इकडं फिरकत ही नाहीत.'

रणजितदादांनी त्यांना निरोप पाठविला,

'ताई, मुलीकडच्या लोकांनी मुलीच्या सासरी तिच्याबद्दल काही तक्रार झाली, तरच जावं. ज्याअर्थी तुमची काही तक्रार नाही, त्या अर्थी आमची मुलगी तुमच्या घरी सुखात आहे, असं आम्ही समजतो.'

सिनेमानटीच्या घरातील मुलगी करावी, की नाही, अशी काहीशी परिस्थिती त्या वेळी वरपक्षाच्या घरी निर्माण झाली होती. तर क्षणाचाही विलंब न लावता दादा माझ्या आईला म्हणाले,

'दीदी, तू काही काळजी करू नकोस, तशीच वेळ आली, तर मी विजूला दत्तक घेईन. आणि तिचं लग्न त्या घरात लावून देईन.'

कुठल्या मातीचा हा माणूस घडला असेल?

मानलेल्या मुलीच्या सासरी न जाणाऱ्या ह्या माणसावर नंतर मात्र स्वतःच्या जावयांकडं जाऊन राहण्याची वेळ आली, ती एकाकीपणामुळं. शंकर कुलकर्णी, वसंतराव देशपांडे, सी. रामचंद्र, नाना हेरवाडकर, गव्हाणकर, अरुण सरनाईक, राजा ठाकूर, यांसारखे जिवाभावाचे मैतर दादांना एकापाठोपाठ एक सोडून गेले. नेहमी माणसांत रमणारा हा माणूस एकाकीपणाच्या कल्पनेनं बावरून गेला. माधवीताईंच्या जाण्यानं तर घाव जिव्हारी बसला. त्यातून त्यांना स्वतःला सावरणं शक्य होईना. प्राणप्रिय कोवाडमध्येही मन रमेना.

दीवारोंसे मिलकर रोना अच्छा लगता है–
हम भी पागल हो जायेंगे ऐसा लगता है।
दुनियाभर की यादें हम से मिलने आती हैं।
शाम ढले इस सूने घरमें मेला लगता है।

अशी त्यांची अवस्था झाली. त्यांची ही अवस्था बघून मुली आणि जावयांनी त्यांना कोल्हापुरात आणलं. त्या वेळी त्यांना भेटायला गेलेल्यांशी जावई मदनची ओळख हा माझा मुलगा, तर पारूची ही माझी सून अशी ओळख करून देत. एखाद्या गोष्टीतील अवघडलेपण दूर करून, ती सरळ सोपी करणं, वादविवाद वाढू न देणं, ताण संपवणं ही ह्या माणसाची खासियत होती.

दादांच्या मोठ्या मुलीचं नाव मधुमती. तर धाकटीचं पारू. मला वाटलं,

पार्वतीचं पारू झालं असावं. एका मुलीचं नाव इतकं आधुनिक, तर एकीचं इतकं जुन्या पद्धतीचं का, मी दादांनाच शंका विचारली, तर दादांनी कौतुकानं सांगितलं,

'अग, मधुमती हे नाव मी टागोरांच्या मधुमती काव्यसंग्रहावरून निवडलंय्. तर पारू म्हणजे शरदबाबूंच्या देवदासची पारू.'

ही अशी रसिकता दादांच्या कोवाडच्या घरात ठायीठायी दिसते.

सुरुवातीला मी जेव्हा दादांचं कोवाडचं घर बाहेरून पाहिलं, तेव्हा माझा खूपच हिरमोड झाला. कारण देसाई सरकारांचा वाडा म्हणून माझी जरा वेगळीच अपेक्षा होती. तो तसा तिथं आहेही. ही वास्तू मात्र स्वतः दादांनी नंतर बांधली. 'स्वामी'च्या यशावर वाढविली. बाहेरून ठेंगणीठुसकी दिसणारी ही इमारत आत जाताच विशाल होत जाते. दादांसारखी. प्रथम दादांना पाहिलं की, ते लहानखोर वाटायचे. पण जसाजसा परिचय वाढायचा, तसतसं त्यांचं मोठेपण आपल्याला खुजं करायचं.

कोवाडसारख्या खेड्यात इतक्या अद्ययावत सुखसोयींनी बांधलेलं घर पाहून थक्क व्हायला व्हायचं.

दादांच्या पुस्तकांचा संग्रह तर प्रचंड आहेच. पण अनेक कलात्मक वस्तूंचीही त्यांनी जमवाजमव केली आहे. त्यांत वाद्यं, पेंटिंग्ज, उंची अत्तरं, शस्त्रास्त्रं, दिवे, झुंबरं आणि जिवंत पक्षी-प्राणीही आहेत. कोवाड मुक्कामी त्यांनी मला एकदा विचारलं,

'माझ्याकडं फार अनमोल रत्नं आहेत. तुला पाहायची आहेत का?'

मला तर वाटलं होतं की, काही जुन्या पद्धतीचं जडजवाहीर असेल. दादांनी आपल्या भल्या भक्कम तिजोरीतून एक पेटी काढली आणि माझ्यासमोर उघडली. तर त्यात बरीचशी फाऊंटन पेन्स् होती. एक एक पेन उचलीत दादा मला सांगत होते, 'यानं मी 'स्वामी' लिहिलं, यानं 'श्रीमान योगी', यानं तर 'राधेय', तर यानं 'गंधाली', ह्यानं तर 'समिधा.'

दादांची ही दौलत पाहून माझे डोळे दिपले होते. डोळ्यांचं पारणं फिटलं होतं. तिजोरीच्या किल्ल्यांच्या इतक्याच पुस्तकांच्या कपाटाच्या किल्ल्याही दादा जपत. त्या कायम त्यांच्या कनवटीला असत.

ह्या माणसाला कुठल्या विषयात रुची नाही, असं नव्हतंच. माळरानावर 'वारी' सारखं नंदन-वन त्यांनी फुलवलं. अगदी शेती हा प्रांतही त्यांना वर्ज्य नव्हता. देश-परदेश फिरूनही त्यांनी ग्रामीण जीवनाशी फारकत घेतली नव्हती. शहरापेक्षा ते आपल्या कोवाड गावातच रमले. शहरात राहिलं, तरच प्रसिद्धी

मिळते; हा समजही खोटा पाडला. जीवनातील जास्तीत जास्त वर्षं त्यांनी कोवाडमध्येच व्यतीत केली आणि म्हणूनच चिरविश्रांतीसाठी कोवाडचीच निवड केली.

अलीकडं बरीच वर्षं दादा मुंबईत आले, की आमच्या घरीच राहायला येत. एखाद्या समारंभासाठी आले, तर मात्र निश्चितच आमच्या घरात उतरत. आमच्याकडं घरात मद्यपान चालत नाही, हे माहीत असूनही राहत. मद्यपान करण्यासाठी त्यांना बाहेर जावं लागे. मात्र घरी परतल्यावरही त्यांचा कोणताच त्रास व्हायचा नाही. सभ्यतेच्या मर्यादा मद्यपानानंतरही सुटत नसत.

एकदा माझी आई त्यांना म्हणाली,

'दादा, एका बाबतीत तुमची इथं अडचण होते. पण माझाही नाइलाज आहे.'

त्यावर दादा म्हणाले,

'दीदी, तुझ्या घरातील शिस्त माझ्यासाठी बदल, असा आग्रह मी कधीही धरणार नाही. पण हे एवढं बंधन असूनही मी इथं का राहतो, हेही तुला सांगतो. इथं राहण्यानं माझ्यावर एक नैतिक जबाबदारी राहते. विशेषतः एखादा समारंभ मी स्वीकारतो, तेव्हा तर मी आवर्जून इथं राहायला येतो. कारण इथं राहिल्यामुळं तो समारंभ माझ्याकडून व्यवस्थितपणे पार पडेल, याची मला खात्री असते. मी सांगितलं, तर ताजमहाल, ओबेराय अशा ठिकाणीही माझी राहण्याची व्यवस्था होऊ शकेल. पण तुझ्या घरात राहण्यानं जे साधेल, ते तिथं साधणार नाही.'

दादांच्या मोठेपणाचं जसं दर्शन घडायचं, तसंच त्यांच्यांतील खोडकर मुलाचीही भेट व्हायची आणि हे खट्याळ पोर कायम उच्छाद मांडायचं. अगदी छळायचं. डॉक्टर घाणेकर बाहेरगावाहून नाटक करून पहाटे-पहाटे येऊन झोपलेले असायचे. त्यांची झोपमोड होऊ नये, म्हणून आम्ही शांतता पाळायचो. पण लवकर उठणारे दादा आम्हांला धाब्यावर बसवून, 'डॉक्टर, ऊठ, रे' म्हणून दंगा करीत राहायचे. त्यांच्या तळपायाला गुदगुल्या करायचे, तर कधी पायच ओढायचे.

मला वाटायचं, डॉक्टर आता भयंकर चिडणार. पण तेही 'साला ऽऽ' म्हणून हसत–हसत उठायचे आणि मग दोघांची गप्पांची बैठक जमायची.

मला स्वच्छतेची,साफसफाईची खूपच आवड आहे. ते पाहून त्यांनी माझं नावच स्वच्छता ठेवलं होतं. पण स्वतः मात्र घरभर कचरा करायचे; आणि तो कुठं कुठं करून ठेवला आहे, ते पुन्हा मलाच येऊन सांगायचे. ते घरात असले की, दिवसभर माझ्या हातात केरसुणीच असायची. मला तशा अवतारात पाहून ते

म्हणायचे की,

'ही गेल्या जन्मी नक्की झाडूवाली असणार.'

लहान मुलांच्यामध्येही ते खूप रमायचे. विशेषतः मुलींच्यामध्ये, बडोद्याहून मुंबईला परत येताना आपल्या नातवंडांबरोबरच, माझ्या मुलीसाठी श्रीखंड व माझ्या भाच्यांसाठी चीज अगदी आठवणीनं आणायचे. मी त्यांना म्हणायची,

'दादा, दोन दोन वस्तू कशाला आणता? एक काही तरी आणीत जा.'

त्यावर म्हणायचे,

'चीज इरा-प्रीतीसाठी, पण श्रीखंड मात्र रेशमसाठी. मी आणलेलं श्रीखंड पाहिल्यावर तिचे डोळे असे काही चमकतात की, पाहत राहावेसे वाटतात. त्याचं मोल कशानंच होणार नाही.'

साहित्याइतकंच संगीतही दादांच्या जिवाभावाचं होतं. ते स्वतः संगीत शिकलेले होतेच. त्याची त्यांना चांगल्यापैकी जाणकारीही होती. शिवाय सुरेल दोस्तांच्यामुळं त्यांनी अभिजात संगीत अगदी भरपूर ऐकलं होतं. रागदारीपासून लोकसंगीतापर्यंत संगीताचा कुठलाही प्रकार त्यांना वर्ज्य नव्हता; आणि चांगलं काही ऐकण्यासाठी कुठली जागाही वर्ज्य नव्हती. पण त्यामध्ये ते वाहवतही गेले नाहीत. त्यांच्यामध्ये एक सावधपणही होतं. जे जे उत्तम, त्याचा त्यांनी शौक केला. संग्रह केला. आणि त्याचा मनमुराद आस्वादही घेतला.

हल्ली मात्र दादांच्याकडं गेलं की, सध्या गाणं शिकत असलेल्या आपल्या लेकीला– पारूला तानपुरा घ्यायला लावीत. तो नीट सुरात जुळवून देत आणि तिला गायचा आग्रह करत. मग पारूही अट घालायची. दादा तिच्याबरोबर गाणार असतील, तर ती गाईल. मग बापलेक रंगून म्हणतात,

'देवा, दया तुझी ही,
की शुद्ध दैवलीला
लागो न दृष्ट माझी
माझ्याच वैभवाला...

दादांच्या वैभवाला नाही, पण संसाराला मात्र नक्कीच दृष्ट लागली असणार. दोन्ही वेळेच्या संसाराला.

पारू व दादांना गाताना पाहून आठवलं, की कोवाड किंवा बेळगावमध्ये असं आपण दादा व माधवीताईंनाही गाताना पाहिलं होतं.

मी लिहिलेल्या 'नाथ हा माझा' ह्या पुस्तकाच्या प्रकाशन–समारंभाकरता

आम्ही रणजितदादांना अध्यक्ष नियुक्त केलं होतं. आम्हांला वाटलं, दादा समारंभाच्या दिवशी सकाळी येतील, नाही तर आदल्या दिवशी रात्रीपर्यंत तरी येतील. त्यांना आताशा मुंबईचं दगदगीचं जीवन आवडायचं नाही. अगदी कामापुरतेच ते मुंबईत यायचे. पण या वेळी घरचंच कार्य असल्यासारखे दोन-तीन दिवस आधीच ते आले. आल्याआल्या त्यांनी माझं पुस्तक वाचायला मागितलं.

एवढ्या मोठ्या लेखकाच्या हातांत माझं पुस्तक देताना मला खूप दडपण आलं होतं. पण सुटका नव्हती. शेवटचा प्रयत्न म्हणून मी त्यांना कोल्हापूरला जाऊन वाचण्याचा आग्रह केला.

डोळे मोठे करीत दादा मला म्हणाले,

'अग गधडे, तुझ्या पुस्तक प्रकाशन–समारंभाचा मी अध्यक्ष आहे. पुस्तकात काय आहे, याची मला माहिती तरी नको का? निदान डोळ्यांखालून तरी मला ते घालू दे. अर्थात मी पुस्तकावर बोलणार नाही. आपल्या माणसाचं आपणच कौतुक केल्यासारखं होईल. मी काशिनाथवरच बोलीन.'

दादांचा हा प्रामाणिकपणा मी बघतच राहिले.

दादा त्या वेळी लेखक म्हणून इतक्या वरच्या स्तरावर होते की, इकडची तिकडची चार-सहा वाक्यं बोलून समारंभ साजरा केला असता, तरी चाललं असतं. पण हे चालसे काम त्यांनी कधीच केलं नाही.

दिवस-रात्र करून माझं पुस्तक दादांनी वाचून काढलं. मी कमालीची तणावात होते.

पुस्तक वाचून खाली ठेवलं, दादांनी मला हाक मारली आणि प्रसन्नपणे हसत म्हणाले,

'ही तर सुंदर प्रेमकहाणी आहे. तुझं पुस्तक सर्वांना आवडणार.'

एका समर्थ स्वामियाचे ते बोल ऐकून मला तर भरून आलं.

दादांचेही डोळे भरून आले.

किती तरी वेळ दादा माझ्या पाठीवरून हात फिरवीत राहिले.

किती तरी धीर आला त्यामुळं.

समारंभ झाल्यावरही दादा दोन दिवस राहिले. दुसऱ्या दिवशी सर्व संबंधितांना पाठवायच्या पुस्तकांची यादी करायच्या कामगिरीवर स्वतःच बैठक मारून बसले. त्या त्या व्यक्तींची नावं पुस्तकावर लिहायला लावली. मुंबई, पुणे, कोल्हापूर, बेळगाव, अशा त्या त्या गावाप्रमाणे याद्या करायला लावल्या. कोल्हापूरची पुस्तकं पोहोचविण्याची कामगिरी तर स्वतःच पत्करली. समारंभाची वृत्तपत्रातील कात्रणं आणि पुस्तकाची परीक्षणं ठेवण्यासाठी दोन भल्या मोठ्या फायली 'आयडियल'

मधून आणून दिल्या. तसाच, वाचकांच्या पत्रांना, चार ओळींचं का होईना, उत्तर पाठवलंच पाहिजे, असा दमही दिला.

त्याच दिवसांत दादा एकदा म्हणाले होते,

'मी आत्मचरित्र कधीच लिहिणार नाही. कारण जगापुढं विवस्त्र होण्याची माझी तयारी नाही. पण दुसऱ्यांनी माझ्यावर टाकलेल्या प्रभावाच्या कथा, काही अनुभव, काही अविस्मरणीय आठवणी मी सांगीन. तू लिहून काढ. त्याचं आपण पुस्तक करू.

त्या दिवशी मजेत असलेल्या दादांनी एकदा ते संन्यास घ्यायला पंढरपूरला कसे गेले आणि भिक्षा मागण्यासाठी जेव्हा दुसऱ्यासमोर हात पसरायची वेळ आली, तेव्हा किती मरणप्राय वेदना झाल्या. एकतर हात वर उठलाच नाही. पण संन्यास घ्यायचा विचारही बारगळला.

तसेच, एका गणिकेची हृदयस्पर्शी सत्यकथाही सांगितली. अन्नदात्या गिऱ्हाइकाची अब्रू जाऊ नये, म्हणून तिनं स्वतःच्या जवळचं पैशाचं पाकीट त्याच्या हाती आधीच देऊन मैफलीत दौलतजादा करायला सांगितलं.

दादा गेले आणि ही अलीबाबाची गुहा कायमची बंद झाली. एक सुवर्णसंधी हातातून निसटल्याची हुरहूर लागून राहिली.

मराठी साहित्याच्या स्वामिपदावर आरूढ होऊनही दादांचे जमिनीवरचे पाय कधीच सुटले नाहीत. चारचौघांसारखे, संसारी माणसासारखेच ते वागत.

दादांनी जुळवून आणलेल्या लग्नानंतर जेव्हा माझी मामेबहीण विजू पहिल्यांदाच माहेरी आली, तेव्हा तिला सासरच्या लोकांचं कौतुक करताना शब्द पुरत नव्हते. त्या वेळी दादाही घरातच होते.

माझ्या बहिणीच्या उत्साहाला आवर घालीत दादा तिला म्हणाले,

'हे बघ, विजू, ती माणसं चांगली आहेत, हे बघूनच आम्ही तुझा विवाह त्या घरी करून दिला आहे. पण आताच तिथल्या कुठल्याही माणसाबद्दल बरं-वाईट – कुठलंच निश्चित मत करून घेऊ नकोस. किमान वर्षभर तरी नको. सर्वांना प्रथम जाणून घ्यायचा प्रयत्न कर. त्यांना तुझ्या व तुला त्यांच्या स्वभावाची नीट माहिती होऊ दे. आणि मगच तुझी मतं निश्चित कर.'

किती थोडक्यात दादांनी मोठा आशय सांगितला.

खरं तर, लग्न होऊन परक्या घरी जाणाऱ्या प्रत्येक वधूनं लक्षात ठेवावा, असा हा अमोल सल्ला आहे. कारण थोड्या-फार फरकानं प्रत्येक नववधूची

अवस्था माझ्या बहिणीसारखीच असते.

अशा छोट्या-मोठ्या आठवणींतून रणजितदादा सतत आठवत राहतात आणि वाटतं, दादांनी जायची फार घाई केली. त्यांच्याकडून अजून कितीतरी ऐकायचं राहून गेलं.

दादा आता आपल्यांत नाहीत, याची सवय करून घ्यायला दादांच्या सहवासात आलेल्या प्रत्येकालाच फार कष्ट पडणार आहेत. काळ कधीच थांबणार नाही. तो धावतच राहणार आहे आणि आपल्याबरोबर सर्वांनाच धावायला लावणार आहे. जे सरलं, ते विसरायला लावणार आहे. पण असं असलं, तरी प्रत्येक साहित्यप्रेमीच्या घरात, मनात रणजित देसाई नावाचं वृंदावन कायम राहणार आहे.

◆

प्रसन्न प्रतिभावंत

दूरदर्शनच्या सह्याद्री वाहिनीवर दिनांक ३ ऑगस्ट, २००७ रोजी सायंकाळी ७ वाजता बातमी सांगितली गेली – डॉ. सरोजिनी वैद्य यांचे निधन.

त्याक्षणी माझ्यापुरता तरी काळ थांबल्यासारखा वाटला आणि उतारावरून मागे पळत सुटला. आणि थांबला तो १९६३च्या जून-जुलैजवळ. मराठी साहित्याची आवड आणि त्याच्या प्रारंभापासूनचा अभ्यास इतक्या माफक आवडीतून मी रुईया कॉलेजमध्ये एफ.वाय.बी.ए.साठी प्रवेश घेतला. वेळापत्रकाप्रमाणे लेक्चर्स सुरू झाली. कोणत्या विषयाला कोणते प्राध्यापक असतील, याबद्दल कमालीची उत्सुकता असायची. मराठीचे लेक्चरही त्यामध्ये होते. मराठीच्या पहिल्या लेक्चरला त्या दिवशी वर्गात नेहमीपेक्षा जास्तच गर्दी होती. नेहमीच्या विद्यार्थ्यांपेक्षा जरा वेगळे चेहरेही दिसत होते. नंतर कळले ते विज्ञान शाखेचे विद्यार्थी होते.

फार प्रतीक्षा करावी लागली नाही. ठरलेल्या वेळी मध्यम बांध्याच्या एक सुस्वरूप विदुषी वर्गात दाखल झाल्या. जुन्या-नव्या फॅशन्सचा तोल साधत केलेली साधीच वेशभूषा; पण तीही नीटनेटकी. केसात वेणी माळली होती. प्रा. सरोजिनी वैद्यांचं मला झालेलं हे पहिलं दर्शन; पण बाईंच्या या रूपात, पेहरावात नंतर कधी फारसा बदल झाला नाही. वैद्यबाईंनी धीम्या आवाजात बोलायला सुरुवात केली. प्राध्यापकांची खिल्ली उडवायला आलेल्या टारगटांनी 'ऐकू येत नाही' असा गोंगाट सुरू केला. त्या सर्व आराडाओरडीकडे बाईंनी क्षणभरच रोखून पाहिलं आणि आत्मविश्वासाने दीर्घ श्वास घेत बाईंचा तीव्र स्वर कडाडला. ''हे पहा, डफ तापला की, त्यावरील थाप खणखणीत ऐकू येते. माझा आवाजही काही वेळात तुम्हाला तसाच ऐकू येईल.' क्षणात सगळा वर्ग चिडीचूप झाला. बाईंच्या व्यक्तिमत्त्वातील नीटनेटकेपणा त्यांच्या शिकवण्यातही उमटायचा. विषयाची मांडणी मोजक्या, पण अचूक शब्दांत असायची. फापटपसारा नसे. महत्त्वाचे मुद्दे, त्यासाठी लागणारी अतिरिक्त पुस्तकांची यादी. तीही मोजकीच; पण उत्तम पुस्तकांची असायची.

बाई विषयाची मांडणी इतकी उत्तम करायच्या, की त्या विषयाची जाण आपोआप व्हायची. एखाद्या विषयाची सुरुवात करून त्या दुसरीकडेच कुठे भरकटत गेल्या आहेत असं कधीही व्हायचं नाही. त्यावेळी दुसऱ्या एका प्राध्यापकांचे शिकवणे असे व्हायचे, की त्यामुळे तर बाईंच्या शिकवण्यातील काटेकोरपणा अधिक भावायचा. त्या विषयाचे स्वरूप प्रारंभ, मध्य आणि कळस असे असले तरी

विषयाची गरज कोणती आहे याचे भान बाई सतत ठेवायच्या. त्या बऱ्याचदा मुद्दे डिक्टेट करायच्या, लिहून घेण्यासाठी पुरेसा वेळ द्यायच्या. त्यामुळे शाळेत जसे शिक्षक शिकवत त्याची आठवण व्हायची आणि खूप सुरक्षित वाटायचे. कॉलेजमध्ये इतर विषय इंग्रजीत शिकवले जायचे. तेही प्राध्यापक बोलत जाणार आणि आपण महत्त्वाचे वाटेल ते लिहून घ्यायचे.

मराठी माध्यमातून शिकल्यामुळे आम्हाला नेमलेले इंग्रजी लोअर लेव्हलचे होते. शिवाय इयत्ता आठवीत गेल्यावर आम्ही ए,बी,सी,डी ही इंग्रजी मुळाक्षरे शिकायला सुरुवात केली होती. त्यामुळे प्राध्यापकांचे लेक्चर ऐकून ते कळून, सराईतपणे इंग्रजीत लिहून घेणे यात तारांबळ उडायची. पहिले मुद्दे लिहीपर्यंत प्राध्यापक पुढच्या बऱ्याच मुद्द्यांकडे पोहोचलेले असायचे. प्रचंड गोंधळ उडायचा. वैद्यबाईंना विद्यार्थ्यांच्या या अडचणीची जाणीव असावी. त्या विद्यार्थ्यांचा फार आपुलकीने, सहानुभूतीने विचार करायच्या.

वैद्यबाईंच्या या 'अर्थपूर्ण' शिकवण्याचा खोल ठसा माझ्या लिखाणावर उमटला आहे. कमीत कमी, पण नेमक्या शब्दांत आपल्याला काय म्हणायचं आहे ते मांडणं, त्यात आलंकारिक, भरजरी शब्द नसणं. विषयाचा, विचारांचा निखळ अनुभव लिखाणातून देणं. सरळ साधे; पण हृदयस्पर्शी लिखाण हे माझ्या लिहिण्यावर झालेले बाईंचेच संस्कार आहेत. परीक्षेत प्रश्नाचं उत्तर लिहिताना आपल्याला काय म्हणायचं आहे, त्याची प्रथम निश्चिती करणे. ते लिहिण्यापूर्वी त्यामध्ये येणाऱ्या संदर्भाची सत्यता पडताळणे, त्याविषयी अधिकाधिक वाचणे आणि त्यानंतर मुद्दे निश्चित करणे या सर्वांची सवय बाईंच्यामुळेच लागली. बाई नेहमीच कोणत्याही विषयावर व्यासंगपूर्ण व मार्मिक भाष्य करायच्या. एखाद्या गोष्टीच्या मुळाशी जाऊन विचार करण्याची त्यांची पद्धत होती.

या सर्वांचीच छाया माझ्या 'नाथ हा माझा' या पुस्तकावर आहे. प्रथम हे पुस्तक मी जसं आठवलं तसं लिहून काढलं आणि मग परत वाचून वरील पद्धतीने कठोरपणे त्याची काटछाटही केली. बाईंच्या या लेखनशैलीचा पगडा एखादा लेख लिहितानाही माझ्यावर असतो. मी याच पद्धतीने त्या लेखाची तयारी करते. त्या लेखाच्या विषयाचा मुख्य विचार, त्याविषयी वाचन, टिपण काढणे, कच्चा आराखडा तयार करणे आणि सर्वांत शेवटी मुद्द्यांमध्ये सुसूत्रता आहे, असे पटल्यावरच मग लेख फेअर करते. बाईंच्यावर हा लेख लिहितानाही, बाई गेल्या त्यावेळेपासून त्यांच्यावर जितके लेख लिहून आले ते मी जमतील तितके जमवून वाचण्याचा प्रयत्न केला आणि बाईंच्या अफाट कर्तृत्वाचे वर्णन ऐकून अधिकच भारावले.

वैद्यबाई माहेरच्या कुलकर्णी. त्यांचा जन्म १५ जून १९३३ रोजी पुणे येथे झाला. त्यांचे शालेय शिक्षण हुजूरपागेत तर एस.पी. कॉलेज व पुणे विद्यापीठात

उच्च शिक्षण घेतले. १९५७मध्ये शिक्षण क्षेत्रात पदार्पण केले ते स.प. महाविद्यालयात आणि यानंतर प्राध्यापक व कवी असलेल्या शंकर वैद्य यांच्याबरोबर त्यांचे सहजीवन सुरू झाले. त्या विवाहानंतर मुंबईत आल्या आणि शिक्षण प्रसारक मंडळीच्याच रामनारायण रुईया महाविद्यालयात अध्यापन करायला लागल्या. १९६२ ते १९७२ त्या रुईयात शिकवत होत्या. त्यांच्या कर्तृत्वाची कमान उंचावतच गेली. पुढे मुंबई विद्यापीठाच्या प्राध्यापक, विभागप्रमुखही झाल्या. तिथल्या निवृत्तीनंतर राज्य मराठी संस्थेच्या त्या पहिल्या संचालिका ठरल्या. अशा सर्व जबाबदारीच्या पदांवर त्यांनी सर्वस्व झोकून काम केलं; पण त्यांनी कधीही स्वत:चा गाजावाजा केला नाही, की कामापुढे श्रेय मोठे मानले नाही. अध्यापिका, प्राध्यापिका आणि डॉक्टरेट असा त्यांच्या कार्यकर्तृत्वाचा आलेख उंचावत गेला.

मी द्विपदवीधर होण्यापर्यंतची सहा वर्षे मला बाईंचे मार्गदर्शन लाभले. त्याबद्दल मी स्वत:ला खूप भाग्यवान समजते. बाई रुईयामध्ये चारही वर्षे आम्हाला शिकवायला होत्या. त्या गद्य शिकवायच्या. त्यांचे गद्य शिकवणे पद्याइतकेच लयदार होते. रुईयामध्ये मी ऑनर्समध्ये बी.ए. झाले, त्याचे बरेचसे श्रेय बाईंचेच. त्या पहिल्या चार वर्षांत माझी बाईंशी फारशी जवळीक नव्हती. मी कुणी खूप हुशार विद्यार्थिनी नव्हते. त्यामुळे वर्गातील पन्नास-पाऊणशे मुला-मुलींमध्ये मी आहे याचा बाईंना पत्ताही नव्हता. एकदा गानसम्राज्ञी लता मंगेशकर यांनी त्यांच्याशी बोलता बोलता त्यांना विचारले होते, 'आमच्या सुलोचनाबाईंची मुलगी कांचन तुमच्याच वर्गात आहे ना?'' त्यावेळी बाईंना प्रथमच माझ्या अस्तित्वाची जाणीव झाली असावी. माझी गुरूभक्ती एकलव्यासारखी होती, हे मात्र नक्की.

पदवीधर झाल्यावर जवळ जवळ पाच वर्षांनी मी एम.ए.साठी मुंबई विद्यापीठामध्ये प्रवेश घेतला. माझ्या सुदैवाने बाई आधीच तिथे पोहोचल्या होत्या. १९७५-७६ नंतर मात्र माझा बाईंशी संपर्क कमी कमी होत गेला. मी बाईंच्यापासून दूरदूरच असायची; पण त्यांना माझ्याविषयी विशेष ममत्व का होतं माहीत नाही. माझा एम.ए.चा रिझल्ट (एका भागाचा) काही कारणामुळे कळत नव्हता. माझ्या आईने वैद्यबाईंना त्याविषयी फोन करून सांगितलं आणि बाईंनीही तत्परतेने माझ्या नंबरची चौकशी करून मी पास झाल्याचं फोन करू कळवलं. एम.ए. झाल्यावर मी माझ्या काही वैयक्तिक कारणांमुळे माझ्याच कोषात गुरफटून राहिले.

बाईंची कर्तृत्वभरारी माझ्या नजरेत न मावणारी होती. उत्साह हा त्यांचा स्थायीभाव होता. मुंबई विद्यापीठात असताना दीर्घकाल विभागप्रमुख असताना बाईंनी अनेक अनुकरणीय उपक्रम सुरू केले होते. संलग्न महाविद्यालयाचे विभागप्रमुख आणि विद्यापीठाचे विभागप्रमुख यांच्यात संवाद राहावा यासाठी त्या नेहमी प्रयत्नशील असत. मुंबई विद्यापीठाकडून त्यांनी करून घेतलेले 'ज्ञानदेवी' या एकनाथपूर्व

ज्ञानेश्वरीच्या प्रकाशनाचे काम हा त्यांच्या कारकिर्दीतला उज्ज्वल अध्याय.

बाई मराठीच्या व्यासंगी अभ्यासक होत्या. 'आधुनिक मराठी वाङ्मयाचा इतिहास' हा विषय शिकवण्यात त्यांचा हातखंडा होता. त्या तपशीलांच्या जंत्रीपेक्षा त्यातील विविध प्रवाहांतील नाट्य विद्यार्थ्यांच्या लक्षात आणून देत, त्या लालित्यपूर्ण लिहिण्यात वाकबगार होत्या. त्यामुळे १९व्या शतकातील काही महान व्यक्तिरेखा त्यांनी लोकप्रिय केल्या. त्यामध्ये लोकहितवादी, न्या. रानडे यांचा समावेश आहे. त्यांनी मराठी वाङ्मयामध्ये सामाजिक व ऐतिहासिक विषय सहजगत्या आणून मराठी साहित्याच्या कक्षा रुंदावल्या. त्यांनी ललित, वैचारिक, चरित्रलेखन, समीक्षा, संपादन असे लेखनप्रांत समर्थपणे हाताळले. त्यांच्या समीक्षणाचे वैशिष्ट्य म्हणजे मूल्यविवेकाचा त्यांनी नेहमीच आग्रह धरला. १९व्या शतकातील साहित्य व समाज हा प्रामुख्याने त्यांच्या अभ्यासाचा विषय होता. समग्र दिवाकर (या विषयावर त्यांनी डॉक्टरेट मिळवली होती) काशीताई कानिटकर, रमाबाई रानडे यांच्यावर त्यांनी विस्तृत लिखाण केले आहे.

महाराष्ट्र शासनाने १९९२मध्ये राज्य मराठी विकास संस्था स्थापन केली आणि त्या संस्थेच्या प्रथम संचालिका म्हणून वैद्यबाईंची नेमणूक झाली. सामाजिक भान बाळगून असणाऱ्या बाईंना मराठी राज्यभाषा विकास मंडळाची घडी आणि विस्तार करण्याचं श्रेय द्यायला हवं. त्यांनी २००१पर्यंत हे पद सांभाळलं. त्यांनी सगळ्या स्तरावर मराठीचा विकास व्हावा म्हणून विविध प्रकल्पांची आखणी केली होती. मराठीतील संशोधन कार्याला मोठ्या प्रमाणावर चालना दिली. या संस्थेच्या उभारणीपासून तिला नावारूपाला आणण्याची त्यांची चिकाटी थक्क करणारी होती. जे विषय इतरांच्या मनातही येणार नाहीत, त्यांच्यावर संशोधन करून त्यांना प्रकाशझोतात आणण्याचं महत्त्वाचं कार्य त्यांनी केलं. वैद्यकीय परिभाषा रुजविणे, न्यायालयातील मराठी भाषेसाठी प्रयत्न करणे, इंग्रजी माध्यमातील विद्यार्थ्यांसाठी हस्तपुस्तिका तयार करणे या कल्पना त्यांच्याच. वस्त्रनिर्मिती माहिती कोशाची संकल्पना त्यांचीच. प्राध्यापकांसाठी कुठे कार्यशाळा आयोजित करण्यात आल्याचे समजले, की त्या संस्थेच्या व्याकरण व भाषाविषयक पुस्तकांचे ओझे स्वत: वाहून घेऊन तेथे जात आणि अध्यापकांना संस्थेच्या प्रकल्पांची माहिती देत. त्यांनी संस्थेतर्फे प्रसिद्ध केलेली पुनर्मुद्रित व संपादित त्रिखंडात्मक दातेसूची आणि यंत्रकोश हे संशोधकांच्या दृष्टीने मोठे वरदानच आहे.

मध्यंतरीच्या काळात बाईंच्या गाठीभेटी क्वचितच होत; कारण मीच फारशी घराबाहेर पडत नव्हते; मात्र डॉ. काशिनाथ घाणेकरांशी माझा विवाह झाला त्या वर्षीच्या ग्रंथालीच्या वार्षिक समारंभात बाईंशी काहीशी निसटती भेट झाली होती. त्या घाईगर्दीतही बाईंनी माझी आस्थेने चौकशी केली. १९८६मध्ये डॉ. घाणेकरांचे

अकाली निधन झाले, त्यावेळी मात्र बाई आवर्जून मला भेटायला आल्या. बाई कधीही भेटल्या, की शेकहँडसाठी हात पुढे करत. त्यांच्याशी हात मिळवताना मी कमालीची संकोचून जायची. त्यांच्या आजूबाजूलाही फिरकण्याची माझी योग्यता नव्हती, अशा उत्तुंग व्यक्तिमत्त्वाच्या बाईंशी बरोबरीच्या नात्याने हात मिळवणे मला खूप अवघड वाटायचे; पण मी बाईंचा अनादरही करू शकत नव्हते. बाईंनी हात पुढे केला, की मी मात्र देवाचे फूल हाती घ्यावे तसा बाईंचा हात माझ्या दोन्ही हातांत घ्यायची. माझ्या सांत्वनाला आलेल्या बाईंचा हात त्या दिवशी मात्र माझ्या पाठीवर होता.

पुढे तीन वर्षांनी मी डॉ. घाणेकरांच्यावर 'नाथ हा माझा' हे चरित्रात्मक पुस्तक लिहिलं. पुस्तकाच्या प्रकाशन समारंभासाठी अध्यक्ष म्हणून 'स्वामी'कार रणजित देसाई निश्चित झाले. श्री. सुशीलकुमारजी शिंदे व (कै.) माधव गडकरी प्रमुख पाहुणे होते. नाट्य व्यावसायिकांतर्फे बोलण्यासाठी सुधाताई करमरकरांची निवड केली गेली; पण पुस्तकावर बोलण्यासाठी कुणाला बोलवायचे याची चर्चा सुरू झाली. आणि चारूकाका (चारुदत्त सरपोतदार) एकदम उद्‌गारले, ''कांचनच्या बाईंना बोलावूया.'' मी तर दचकलेच. माझ्या पहिल्यावहिल्या पुस्तकावर बोलण्यासाठी बाईंना विचारायचे, त्यामुळे मी कमालीची अस्वस्थ झाले. माझ्या दृष्टीने ही फार मोठी उडी होती. आभाळाला हात लावण्यासारखे होते. नकारच मिळणार या खात्रीने मी चारूकाकांच्याबरोबर बाईंच्या किंग्जसर्कल येथील निवासस्थानी गेले. चारूकाकांनीच कार्यक्रमाची प्रस्तावना केली आणि बाईंनी क्षणाचाही विलंब न लावता होकार दिला. मी तर थंडगारच झाले. चारूकाकांची बाईंशी पुण्याची कॉलेजच्या दिवसांपासूनची ओळख होती. त्यामुळे बराच वेळ त्यांच्या गप्पा रंगल्या. त्यांचा निरोप घेऊन निघताना बाईंनी पुस्तकाची प्रत पाठविण्याचे स्मरण दिले. माझ्या पोटात गोळा आला. माझ्या पुस्तकावर बाईंची प्रतिक्रिया कशी असेल या विचाराने अतिशय अस्वस्थता आली होती.

प्रकाशन समारंभाची निमंत्रणपत्रिका द्यायला गेले त्यावेळी बाई मला म्हणाल्या, ''एकटीच किती सोसत राहिलीस! मला तरी सांगायचंस. आपण काहीतरी मार्ग काढला असता.'' मला भडभडून आलं; कारण 'त्या' १२-१३ वर्षांत असं मला कुणीच म्हणालं नव्हतं, अगदी घरातलंही.

प्रकाशन समारंभात बाई माझ्या पुस्तकावर भरभरून बोलल्या. त्यांनी आवडलं ते सांगितलं; पण जे खटकलं त्याचाही उल्लेख केला. त्या दिवशी बाईंच्या भाषणाची सर्वांत जास्त तारीफ झाली. जो तो भारावल्यासारखा झाला होता. बाई कार्यक्रमाला शेवटपर्यंत थांबल्या. त्या समारंभासाठी आयोजिलेल्या सुधीर मोघे यांच्या 'कविता पानोपानी...' या कार्यक्रमाचा आस्वादही त्यांनी घेतला. त्या सुमारास

प्रसिद्ध झालेल्या 'ललित' मासिकामध्ये माझ्या पुस्तकावर त्यांनी परीक्षणही लिहिलं. त्यामुळे मराठी वाचकांनी उचलून धरलेल्या माझ्या पुस्तकाची दखल मातब्बर साहित्यिकांनीही घेतली. त्यानंतर बाई एकदा भेटल्या त्यावेळी मोलाचा उपदेश करताना म्हणाल्या, "अशा तऱ्हेचं आत्मचरित्र लिहून झालं, की लिहिणारे अगदी रिते होऊन जातात. विशेषत: स्त्रिया. तुझंही तसंच होण्याची शक्यता आहे. तरी लिखाण सोडू नकोस." बाईंनी माझ्या लिखाणाची घेतलेली दखल पाहून मी तर मनोमन सुखावले. इतकंच काय, त्यानंतरही माझ्या पुस्तकातूनच समजल्यामुळे, मला डॉक्टरांची मालमत्ता मिळण्यात निर्माण झालेल्या अडचणींचे निवारण होण्यासाठी करण्यात आलेल्या कायदेशीर बाबींची पूर्तता झाली की नाही, याची चौकशीही बाई आस्थेने करायच्या.

एकदा ध्यानीमनी नसताना बाईंची भेट कोल्हापूरहून मुंबईला येताना महालक्ष्मी एक्स्प्रेसमध्ये झाली. त्यावेळी माझी आई व प्रख्यात सरकारी वकील श्री. उज्ज्वल निकम या दोघांनाही कोल्हापुरात पुरस्कार मिळाला होता. पुरस्कार समारंभानंतर आम्ही मुंबईला निघालो होतो. बाई व काही साहित्यिक मंडळी मिरजेला गाडीत चढली. बाईही आमच्या कंपार्टमेंटमध्ये येऊन बसल्या. श्री. उज्ज्वल निकम गाजलेल्या कोर्ट केसेसचे किस्से सांगत होते. आमच्या गप्पांत बाईही सामील झाल्या; पण त्यावेळी त्या करत असलेल्या कार्याचा चुकूनही त्यांनी उल्लेख केला नाही. आपल्या कार्याचा गाजावाजा करणं त्यांना पसंत नसे.

दुसऱ्या दिवशी सकाळी आमची गाडी मुंबईला पोहोचण्याऐवजी कल्याणच्या अलीकडे खोळंबून राहिली. डब्यातील बऱ्याच जणांना ऑफिस मीटिंग्जसाठी मुंबईला लवकर पोहोचण्याची निकड होती. बाई त्यात होत्या. गाडी प्लॅटफॉर्मवरही उभी नव्हती. सायडिंगला होती आणि त्यातच भरीत भर म्हणजे मुंबईतही कसलीशी दंगल पेटून, मुंबई बंद झाली होती; पण उज्ज्वल निकम यांच्याबरोबर डब्यातील बरीच कर्तव्यतत्पर मंडळी कसरत करत डबा उतरून, रूळ पार करीत प्लॅटफॉर्मवर पोहोचली. तिथे चढताना बाईंचा गुडघाही दुखावला. ही सर्व मंडळी लोकलने पुढे रवाना झाली. मी बाईंना माझ्या घरी फोन करून आमची खुशाली कळवण्याची विनंती केली. त्यावर बाईंनी शक्यतो घरी जाऊनच सर्व काही कळवण्याचे आश्वासन दिले. त्या दिवशी संध्याकाळी आम्ही मुंबईला पोहोचलो. माझ्या बहिणीने बाईंचा फोन येऊन गेल्याचे सांगितले. शिवाय आम्ही पोहोचल्याचा फोन करून सांगण्यासही त्यांनी बजावले होते. इतक्या साऱ्या धावपळीत साध्यासुध्या गोष्टीही बाई विसरत नव्हत्या.

१९९९मध्ये माझे दुसरे पुस्तक 'रेशीमगाठी' प्रसिद्ध झाले. त्यावेळी माझ्या मुलीला मोठा अपघात झाला असल्यामुळे प्रकाशन समारंभ करता आला नाही.

माझ्या आईच्या विनंतीवरून लतादीदी मंगेशकर यांनी आमच्या घरी येऊन या पुस्तकाचे प्रकाशन केले होते. हे पुस्तक मी माझ्या आईला व वैद्यबाईंना अर्पण केले होते. ते पुस्तक द्यायला मी बाईंच्या मेट्रोजवळील कार्यालयात गेले होते. बाईंना वाकून नमस्कार करून मी पुस्तक त्यांच्या हातात दिले. बाईंनी उत्सुकतेने पुस्तक उघडले आणि बाई नेहमीसारख्या खुदकन हसल्या. बाईंच्या दोन गोष्टी मला आजही प्रकर्षाने स्मरणात आहेत, त्या म्हणजे शिकवताना बाईंचा मागे-पुढे होणारा हाताचा पंजा. अंगठ्याजवळील बोट पॉईंट आऊट केल्यासारखे सर्वांत वर असायचे आणि बाकीची बोटे दुमडल्यासारखी असायची. बाईंची ती बोटे, तो हात पाहिला की, भगवान गौतम बुद्धांच्या ध्यानधारणेतील मुद्रेच्यावेळी असणाऱ्या हाताची आठवण व्हायची. बाई तशा गंभीर वाटायच्या; पण त्यांचं ते खुदकन हसणं लहान बाळाच्या हसण्यासारखं निरागस होतं; पण ते हसणंही आटोपशीर असायचं.

बाईंच्या दुर्धर आजारासंबंधी मला मात्र अगदी अलीकडेच समजलं आणि जीव कासावीस झाला. त्याआधी एप्रिलमध्ये महाराष्ट्र राज्य चित्रपट महोत्सव स्पर्धेसाठी संकलक म्हणून माझी निवड झाली होती. तर काव्य विभागासाठी शंकर वैद्य सरांची परीक्षक म्हणून नेमणूक झाली होती. बाईंविषयी सरांना विचारले तर त्यांनी नेहमीप्रमाणे बऱ्या असल्याचे सांगितले. प्रभादेवी येथील रवींद्र नाट्यमंदिरमध्ये आम्ही चित्रपट पाहत होतो. एका मंगळवारी मी सगळ्यांसाठी सिद्धिविनायकाचे लाडू प्रसाद म्हणून नेले. दोन लाडूंच्या पिशवीतील एक लाडू सरांनी तोंडात टाकला... आणि दुसरा मात्र अलगद बॅगेत ठेवला. दुसऱ्या दिवशी भेटल्यावर त्यांनी आवर्जून सांगितले, "तुमच्या बाईंनी तुम्ही दिलेला लाडू रात्री बारा वाजता खाल्ला.' वैद्य सर माझ्याशी बोलताना बाईंचा उल्लेख नेहमी 'तुमच्या बाई' असाच करत. खरं तर कॉलेजमध्ये प्राध्यापकांना सर अथवा मॅडम असं संबोधलं जातं; पण वैद्यबाईंना आमच्या बाई म्हणणंच अधिक भावायचं. तसं पाहिलं तर शालेय जीवनातील शिक्षकांविषयी अकरा वर्षांच्या सहवासामुळे विद्यार्थ्यांमध्ये विशेष आपुलकी असते. माझी शाळा, माझ्या बाई या ओढीने मनातला एक कप्पा सदैव भरलेला असतो; पण तशीच आत्मीयता वैद्यबाईंनी कॉलेज विद्यार्थ्यांमध्ये निर्माण केली होती. विद्यार्थीप्रिय प्राध्यापिका अशी त्यांची ख्याती होती. कुठलेही धार्मिक संस्कार न करता बाईंच्यावर अंत्यसंस्कार करण्यात आल्याचे वाचले. मग अहेवपणी तेही देवीच्या वारी – शुक्रवारी बाई निजधामास गेल्या या योगायोगाला काय म्हणायचं?

◆

अण्णा

महाराष्ट्रातील तमाम वर्तमानपत्रांतून ३० ऑक्टोबर, १९९४ रोजी पहिल्या पानावर एक बातमी दिमाखदारपणे झळकली. यंदाचा गदिमा पुरस्कार अभिनेत्री सुलोचनाबाईंना. महाराष्ट्राच्या कोनाकोपऱ्यांतून फोन, पत्रं, तारा यांच्या माध्यमातून माझ्या आईवर अभिनंदनाचा अक्षरशः वर्षाव झाला. माझ्या आईला पुरस्कार मिळणं नवलाईचं नव्हतं. परंतु आजवरचे पुरस्कार, शासन, वृत्तपत्रं अगदी नॅब ह्या अंधांच्या संस्थेकडूनही मिळाले आहेत. पण हे सर्व पुरस्कार तिला तिच्या त्या त्या वेळेच्या चित्रपटातील तिच्या भूमिकांसाठी म्हणून मिळालेले आहेत. परंतु एखाद्या प्रतिष्ठानकडून जो महाराष्ट्राच्या आधुनिक वाल्मीकीच्या नावानं दिला जातो, असा पुरस्कार – तोही चित्रपटसृष्टीतील दीर्घ कामगिरीबद्दल दिला जातो, तो मात्र तिला पहिल्यांदाच मिळत होता. योगायोग म्हणजे समर्पित अशा तिच्या कलाजीवनाचं हे ५१वं वर्ष होतं. वर्तमानपत्रांत ही बातमी यायच्या आधी ती प्रतिष्ठानच्या मंडळींनी फोनवरून आम्ही कोल्हापूर मुक्कामी असताना जयप्रभा स्टूडिओमध्ये कळवली होती. माझ्या आईला ह्याही योगायोगाची गंमत वाटत होती. कारण ५१ वर्षांपूर्वी म्हणजे १९४३साली ती कोल्हापूर येथील मा. विनायकांच्या प्रफुल्ल कंपनीत दाखल झाली होती. सर्वप्रथम तिथंच तिनं अण्णांना (गदिमा) पाहिलं होतं. दोन-चार महिनेच ती प्रफुल्ल कंपनीत होती. ती कंपनी मुंबईला गेल्यावर माझी आई कोल्हापुरातच भालजी पेंढारकरांच्या प्रभाकर पिक्चर्समध्ये दाखल झाली.

प्रफुल्ल कंपनीतील ज्यांना मुंबईला यायचं होतं, त्या सर्वांना घेऊन मा. विनायक मुंबईला गेले. परंतु माझ्या आईसारखेच ग. दि. माडगूळकरही कोल्हापुरातच राहिले. बाबांच्या छत्र-छायेत माझ्या आईचं कलाजीवन सुरक्षितपणे बहरत गेलं. अण्णांना मात्र प्रचंड संघर्ष करावा लागला. अण्णांच्या पत्नी विद्याताईंच्या 'आकाशाशी जडले नाते' या आत्मचरित्रात तो संघर्ष विस्तारानं आला आहे.

प्रफुल्लच्या दिवसांतील माझ्या आईच्या आठवणी खूपच मजेशीर आहेत. तेव्हा तिला त्या क्लेशदायक वाटायच्या. पण आता तिलाही त्या हसू आणतात. माझी आई सांगते, अण्णा त्या वेळी खूपच बारीक, शिडशिडीत होते. त्यामुळं खूपच उंच वाटायचे. प्रफुल्ल कंपनीत ते कुठलीही लहानसहान भूमिका सफाईदारपणे

करायचे. एकाच चित्रपटात अनेक भूमिकाही बेमालूमपणे वठवीत. ते नकला फार सुंदर करीत. औंधच्या संस्थानिकांची नक्कल तर ते इतकी हुबेहूब करायचे की, त्यांना माडगूळकरांच्या ऐवजी औंधकर म्हणूनच हाक मारली जायची. त्यांच्या नकलांच्या तावडीतून मालकापासून नोकरापर्यंत कुणीही सुटत नसे. अगदी बाहेरून येणारे पाहुणेसुद्धा नाहीत. माझी आई तर त्यांचं कायम लक्ष्य असे. एक तर तिचं शिक्षण अगदीच प्राथमिक स्वरूपाचं झालं होतं. शिवाय ती ज्या खेड्यातून आली होती, तेथील मराठी भाषेवर कानडी भाषेचा पगडा होता. त्यामुळं मराठी उच्चारांबरोबर कानडी हेल अपरिहार्यपणे येत आणि अण्णांचा रोख त्यावरच असायचा. एक तर प्रफुल्ल कंपनीत सुशिक्षितांचा, पदवीधरांचा वावर अधिक होता. माझी खेडवळ आई या सर्व मंडळींसमोर सतत दबलेली, घाबरलेली, अवघडलेली असायची. त्यांच्याशी बोलताना तिचा अधिकच गोंधळ उडायचा.

ते पाहून तर अण्णांना अधिकच जोर चढायचा. ते तिचीच नक्कल करून सर्वांना खूप हसवायचे. इतकंच नाही, तर माझ्या आईशी तिच्यासारखेच हेल काढून बोलायचे. त्या वेळी तिला अण्णांचा खूप राग यायचा. अण्णांना टाळून कसं वावरता येईल, या विवंचनेतच ती असायची. अण्णा मात्र तिची नक्कल करून तिला भंडावून सोडण्याची एकही संधी सोडायचे नाहीत. माझी आई अगदी वैतागून गेली होती. अण्णा दुसरीकडं कुठं तरी जावेत, यासाठी ती रोज देवाला कळवळून प्रार्थना करायची. बोला फुलाला गाठ पडली, तसं झालं आणि मा. विनायक प्रफुल्ल कंपनी घेऊन मुंबईला गेले.

त्यानंतर मात्र अण्णांची व तिची गाठ पडली नाही. एक्स्ट्रा ते हिरॉईन होण्यापर्यंतचा तिचा प्रवास बाबांच्या करड्या शिस्तीखाली पार पडला. बाबा यश आणि वैभवाच्या शिखरावर असतानाच गांधीवधाच्या जाळपोळीत त्यांचा जयप्रभा स्टूडिओ अग्नीच्या भक्ष्यस्थानी पडला. तो स्टूडिओ पुन्हा उभा राहीपर्यंत बाबांनी त्यांच्या कंपनीतील सर्वांना बाहेर काम करायची परवानगी दिली. त्याच सुमारास माझ्या आईला पुण्याच्या मंगल पिक्चर्स ह्या संस्थेकडून 'जिवाचा सखा' या चित्रपटासाठी बोलावणं आलं. मंगल पिक्चर्स या संस्थेत बाबांच्या स्टूडिओतीलच मंडळी असल्यामुळं पुण्याला जाणं यापलीकडं दुसरं कसलंही दडपण तिच्यावर नव्हतं.

मोठ्या उत्साहानं तिनं पुण्याच्या प्रभात स्टूडिओत पाऊल टाकलं. समोर पाहिलं, तर सेटवर ग. दि. माडगूळकर बसलेले होते. तिचा सगळा उत्साहच मावळला. प्रफुल्ल कंपनीतील चेष्टा, नक्कल करणारे माडगूळकर आठवले आणि ती पार नर्व्हस होऊन गेली. पुढं जाण्यापेक्षा, मागच्या मागंच परतावं का, या विचारात गोंधळलेली माझी आई एकाच ठिकाणी खिळल्यासारखी उभी राहिली.

अण्णांनी तिची द्विधा मनःस्थिती ओळखली आणि ते स्वतःच खुर्चीवरून उठून तिच्याजवळ आले आणि अतिशय ममतेनं त्यांनी सांगितलं की, पूर्वीसारख्या घाबरू नका, आता ते तिची मुळीच नक्कल करणार नाहीत. 'जिवाचा सखा' म. भा. भोसले यांच्या 'उघड्या जगात' या कादंबरीवर आधारलेला होता. पटकथा–संवाद–गीतं मात्र अण्णांची होती. त्या चित्रपटातील माझ्या आईसाठी असलेली भूमिका उत्तम असल्याची आणि ती भूमिका ती चांगली करू शकेल, याची त्यांना खात्री असल्याचंही त्यांनी तिला आवर्जून सांगितलं. तिच्या यापूर्वीच्या सर्व भूमिका त्यांनी पाहिल्या असून, ती उत्तम अभिनय करते, अशी प्रशंसाही केली. मंगल पिक्चर्सची सर्व मंडळी परिचयातील असल्यानं घाबरण्याचं अजिबात कारण नाही आणि काही अडचण आल्यास सर्वतोपरी मदत करण्याचं आश्वासनही त्यांनी तिला दिलं. अण्णांचा त्या वेळचा आश्वासक सूर, धीर देणं, इत्यादी ऐकताना माझ्या आईचा तिच्या कानांवर विश्वास बसत नव्हता. 'प्रफुल्ल' मधील क्षणाक्षणाला रडकुंडीला आणणारे अण्णा, आता रडकुंडीला आलेल्या माझ्या आईला धीर देत होते.

त्यानंतर मात्र सगळे एकाच कुटुंबातील असल्यासारखे एकोपा निर्माण झाला. माझ्या आईच्या राहण्याची व्यवस्था अण्णांच्या घराशेजारी होती. त्यामुळं तिचा अण्णांच्या कुटुंबाशी संपर्क सतत वाढतच राहिला. विद्यावहिनी तर तिची मोठी बहीण-मैत्रीण बनल्या. माझी आई आपली सुख-दुःखं त्यांच्याजवळ सांगायची. त्याही मार्गदर्शन करायच्या. मायेनं वागवायच्या. त्यांच्या घरातील सणावाराला, हळदी-कुंकू समारंभाला येणाऱ्या स्त्रियांचं स्वागत करायला माझ्या आईची नेमणूक व्हायची. जणू काही ती त्यांच्या घरातील सदस्य होती. येणाऱ्या स्त्रियांना ती अण्णा-वहिनींची नातलग वाटायची. तसं कुणी विचारलंच, तर विद्यावहिनी होकार द्यायच्या. अण्णांच्या सगळ्या कुटुंबीयांनीच तिला आपली मानली. गदिमांची भावंडं त्यांना 'अण्णा' अशी हाक मारायचे. कानडी मुलखात मोठ्या भावाला अण्णा म्हणायची पद्धत आहे. आत्ती (माझी आई) ही त्या मुलखातलीच असल्यामुळं 'अण्णा' या शब्दाशी तिची अधिक जवळीक होती. ती तिच्या थोरल्या बंधूंना 'दादा' म्हणायची. त्यामुळं 'अण्णा' या शब्दाची नात्याची उणीव गदिमांच्यामुळं भरून निघाली.

विद्यावहिनी माडगूळ या त्यांच्या गावी गेल्या, की अण्णांच्या मुलींच्या व बहिणींच्या मदतीला माझी आई जायची. चपात्या, भाकऱ्या करायचं काम तिच्याकडं असायचं. अण्णा सकाळच्या वेळी स्नान वगैरे आटपून खूपशा उदबत्त्या लावून

लिखाणाचं काम करीत बसायचे. दुपारी जेवायला खाली आले की, अण्णा चौकशी करायचे, कुणी कुणी कुठला स्वयंपाक केला आहे. अण्णांची मोठी कन्या बेबी (वर्षा पारखे) कुणी कुणी काय काय केलंय्, हे सांगताना भाकऱ्या माझ्या आईनं केल्याचं सांगायची, अण्णांची धाकटी कन्या लती (लता अंतरकर) स्वयंपाक-घरात लुडबूड करू न दिल्याबद्दल घुश्शातच असायची. तो राग काढण्यासाठी आपलं नकटं नाक उडवीत ती सांगायची,

'पप्पा, पप्पा, सुलोचनाताईंच्या भाकऱ्या शेणी लावल्यासारख्या झाल्यात.'

यावर सगळेच खळाळून हसायचे.

चित्रपटाच्या टायटल्समध्ये कथा-पटकथा संवाद- गीतं याखाली एकच भलं मोठं नाव असायचं. ग. दि. माडगूळकर. बहुतेक वेळी एकाच बैठकीत अण्णा पूर्ण स्क्रिप्ट लिहून उठायचे. शिवाय पानाच्या एका बाजूला शॉट कसा घेतला जावा, याच्या सूचनाही द्यायचे. नवा दिग्दर्शक असला, तरी त्याला चित्रीकरण सोपं जायचं. काही वेळेला अण्णा एखाद्या चित्रपटात भूमिकाही करायचे. 'सौभाग्य' नामक चित्रपटात अण्णा माडगूळकर व बेबी शकुंतला नायक- नायिकेच्या भूमिकेत होते. माझ्या आईची त्यात पाहुणी कलाकाराची भूमिका होती. एका सीनमध्ये अण्णा खोलीच्या मधोमध कॉटवर झोपले आहेत आणि त्या खोलीच्या समोरासमोर असलेल्या दोन दारांतून माझी आई व बेबी शकुंतला एकदमच आत येतात. असा शॉट होता. दोघीही आत बरोबर यायच्या; पण आल्या, की हसत सुटायच्या. त्यामुळं वारंवार रीटेक्स व्हायला लागले. दोघींचं हसणं पाहून कॅमेरामनपासून सगळेच हसायला लागायचे. रात्रीचे दोन वाजले, तरी शॉट होईना. एकदा तर अण्णा चिडून सेट सोडूनही निघाले. मग मात्र या दोघीही गंभीर झाल्या. पुन्हा शॉट सुरू झाला. पण पुन्हा एकदा रीटेक झाला. या वेळी मात्र स्वतः अण्णाच हसत सुटले. ताणलेलं वातावरण कधी सैल झालं, समजलं सुद्धा नाही.

अण्णांनी निर्माण केलेल्या उत्तमोत्तम भूमिका रंगविण्याचं भाग्य माझ्या आईला लाभलं. 'प्रपंच' चित्रपटातील पारूच्या भूमिकेनं लोकमान्यतेबरोबर महाराष्ट्र शासन व दिल्ली सरकारचं बक्षीस मिळवून दिलं. अण्णांनी निर्माण केलेल्या अनेक भूमिकांचा माझ्या आईच्या यशात सिंहाचा वाटा आहे. 'जिवाचा सखा' या रौप्यमहोत्सवी चित्रानंतर गदिमा-सुधीर फडके-राजा परांजपे या त्रयींनी मराठी चित्रपटसृष्टीवर यशस्वी अधिराज्य गाजविलं. या त्रयीचा त्यानंतरचा चित्रपट होता माणिक चित्रचा 'पारिजातक.' त्यातील हट्टी सत्यभामेच्या भूमिकेसाठी अण्णांनी माझ्या आईच्या नावाचा आग्रह धरला. तर दिग्दर्शकापासून सगळेच या निर्णयाच्या विरुद्ध होते.

त्याचं मुख्य कारण म्हणजे, या चित्रपटाची भाषा संस्कृतप्रचुर होती आणि ती उच्चारणं सुलोचनाबाईंना जमणार नाही, असं त्यांचं म्हणणं होतं. खुद्द माझ्या आईला ती भूमिका करण्यासाठी आत्मविश्वास नव्हता. अण्णा मात्र आपलं म्हणणं मागं घ्यायला तयार नव्हते. माझ्या आईनं शेवटी विद्यावहिंनींच्या मार्फत तिचा नकार अण्णांच्यापर्यंत पोहोचवला, अण्णांनी तिला घरी बोलावून अक्षरशः फैलावर घेतलं. केवळ तिची भाषा शुद्ध नाही, म्हणून तिनं चित्रपट नाकारणं हा शुद्ध वेडेपणा आहे, असं त्यांचं मत होतं. उलट, सर्वांचा विरोध असताना एक आव्हान म्हणून तो चित्रपट तिनं स्वीकारला पाहिजे, असं त्यांनी तिला ठणकावून सांगितलं. ही भूमिका तिनं सोडली, तर ती केवळ ग्रामीण चित्रपटांची नायिका व मंगल पिक्चर्सच्या बॅनरखालीच काम करणारी अभिनेत्री असा कायमचा शिक्का तिच्यावर बसेल, अशी भीतीही व्यक्त केली. त्यामुळं दुसरे निर्माते तिच्याकडं फिरकणारही नाहीत, असं मतही त्यांनी व्यक्त केलं. तिची भाषा शुद्ध करण्यासाठी ते तिला सर्वतोपरी मदत करतील, असंही सांगितलं. इतकं सांगूनही ती होकार देत नाही, असं पाहिल्यावर अण्णांनी अखेरचं हत्यार बाहेर काढलं. तिला डिवचत ते म्हणाले,

'भालजी पेंढारकरांच्या शिष्येकडून माझी तरी अशी अपेक्षा नव्हती.'

या वाक्यानं मात्र जादू केली आणि ते शिवधनुष्य तिनं परिश्रमपूर्वक पेललं. माझ्या आईच्या अनेक भूमिकांतील ही गाजलेली व वेगळी भूमिका होती आणि तिला ती खूप आवडायची.

अण्णांच्या लोभाचा लाभ जसा माझ्या आईला झाला, तसाच त्यांच्या रोषाचीही ती काही काळ बळी ठरली. अण्णांच्या स्वभावात दोन टोकाच्या भूमिका होत्या. ते एकदम खूप रागवायचे तरी किंवा एकदम भावनाप्रधान तरी व्हायचे. कुणाच्या तरी सांगण्यामुळं त्यांचा माझ्या आईविषयी गैरसमज झाला. त्यांनी तिच्याशी संभाषणही बंद केलं. इतकंच काय, त्यांनी लिहिलेल्या चित्रपटात तिला भूमिका द्यायलाही त्यांची बंदी असायची. एकदा ती स्लिपडिस्कच्या विकारानं अंथरुणाला खिळली. हे अण्णांना समजताच रात्री अकरा वाजता श्री. विनायकराव सरस्वते (भारतमाता सिनेमाचे मॅनेजर) यांना घेऊन ते धावत आले. त्यांना पाहून माझी आई तर रडायलाच लागली. अण्णांचेही डोळे डबडबले. त्यातच सगळा गैरसमज वाहून गेला आणि अण्णांच्या समर्थ लेखणीतून साकारलेली 'गोरा कुंभार' मधील कुंभारीण महाराष्ट्र शासनाच्या पारितोषिकासाठी पात्र ठरली.

१९६८ साली माझी मोठी मामेबहीण मीना हिचं लग्न होतं. आमच्या

घरातील हे पहिलंच लग्न होतं. पुण्याच्या कसबा गणपतीला निमंत्रणाची पहिली पत्रिका वाहिली. तर दुसरी पत्रिका शब्दसृष्टीच्या गजाननाला दिली. निमंत्रणाच्या वेळी शकुनाचं म्हणून विद्यावहिनींनी त्यांच्या बागेतील नारळाच्या झाडाचं शहाळं माझ्या आईच्या हातात ठेवलं. तोच नारळ आम्ही घरी देवक ठेवताना पूजेला ठेवला. पुण्याहून खास लग्नाकरता विद्यावहिनींना घेऊन अण्णा मुंबईला आले. सबंध दिवस लग्नघरी थांबले. शिवाय लग्न अगदी पारंपरिक पद्धतीनं केलं, म्हणून मनापासून आनंदही व्यक्त केला.

त्यानंतरच्या कार्यांनाही अण्णा सहकुटुंब उपस्थित राहत.

माझ्या आईच्या कलाजीवनाच्या रौप्यमहोत्सवी वर्षात पत्रकार श्री. वसंत भालेकर यांनी 'सुलोचना' या चरित्राची निर्मिती केली. परचुरे प्रकाशनाच्या या पुस्तकाला अण्णांनी प्रस्तावना लिहून आशीर्वाद दिला, शिवाय प्रकाशन-सोहळ्याला प्रमुख वक्ते म्हणूनही हजर राहिले. अण्णांच्या चतुरस्त्र वक्तृत्वाचा प्रचंड ओघ माझ्या आईच्या कौतुकानं भरभरून वाहिला. प्रफुल्ल कंपनीत दाखल झालेल्या बोलक्या डोळ्यांच्या मुक्या मुलीच्या प्रगतीचा आलेख त्यांनी शब्दाशब्दांतून डोळ्यांसमोर उभा केला.

'एक पटकथा-लेखक या अधिकारानं माझ्यासारखा माणूस तर आजही बिनदिक्कत म्हणू शकतो, एक सुलोचना मिळवून द्या. मी माझा चित्रपट यशस्वी करून दाखवितो. ही एक समर्थ अभिनेत्री उभा चित्रपट आपल्या एकटीच्या सामर्थ्यावर यशस्वी करू शकते!' अशा शब्दांत तिचा गौरव त्यांनी केला.

'सौभाग्य' या चित्रपटात माझ्या आईची भूमिका अगदीच छोटी होती. त्यामुळं अण्णांच्या बरोबर भूमिका करण्याचं समाधान तिला पूर्णांशानं लाभलं नव्हतं. ती संधी राजदत्त दिग्दर्शित 'वऱ्हाडी वाजंत्री' या चित्रपटानं दिली. गंमत म्हणजे, अण्णा व ती या चित्रपटात कानडी जोडप्याच्या भूमिकेत होते. पूर्वी आत्तीची नक्कल करणाऱ्या अण्णांना संपूर्ण चित्रपटभर तसेच हेल काढून मराठी बोलावं लागणार होतं; आणि आता जिभेचं वळण बदलल्यामुळं ती मात्र खूप अवघडून ते कानडी पद्धतीचं मराठी बोलायची. तिच्या नेहमीच्या भूमिकेपेक्षा ही भूमिका वेगळी तर होतीच. पण अण्णांच्या बरोबर ती करायला मिळणार, म्हणूनच तिनं ती स्वीकारली.

अण्णांच्या गड्याच्या भूमिकेत प्रसिद्ध लेखक शंकर पाटील होते. शंकर पाटलांनाही अण्णांसारखीच कानडी भाषा उत्तम अवगत होती. तेही अण्णांच्या सारखेच हेल काढलेलं मराठी सराईतपणे बोलायचे. शॉट नसला, तरी ते दोघे

त्याच भाषेत बोलत. ते ऐकायला खूप गंमत यायची.

एकदा त्या सेटवर अण्णांनी लिहिलेलं एक गाणं सर्वांना ऐकविण्यात येत होतं. गाणं ऐकता-ऐकता माझ्याकडं वळून बघत अण्णा मला म्हणाले,

'काय, ग पोरी, या गाण्यातील 'चिरवांछित' या शब्दाचा अर्थ काय?'

बी.ए. एम.ए.चं मराठी-संस्कृत ज्ञान मदतीला धावून आलं, आणि मी क्षणात उत्तरले,

'कायम हवं असलेलं!'

माझ्या आईकडं पाहत संमतीची मान डोलवीत अण्णा उद्गारले,

'हुशार, हुशार आहे मुलगी!'

साक्षात शब्दप्रभूंच्या तोंडून प्रशस्तिपत्रक मिळाल्यावर तर मी तरंगायलाच लागले.

माझ्या आईच्या डोळ्यांत माझ्याविषयीचं कौतुक मावत नव्हतं.

काही वेळानं मात्र मी माझ्याशी विचार करायला लागले. केवळ माझी परीक्षा घेण्यासाठी अण्णांनी त्या शब्दाचा अर्थ नक्कीच मला विचारला नव्हता. तर काहीसा संस्कृतप्रचुर असणारा तो शब्द सर्वांना सहज समजू शकतो का, याचीच चाचपणी त्यांनी केली असावी. शब्दप्रभू मानले जाणारे अण्णा एकेका शब्दासाठी किती जागरूक असायचे, हेच यावरून दिसतं.

आजही 'वऱ्हाडी वाजंत्री'मधील ते गाणं ऐकलं की, त्या वेळचा प्रसंग जसाचा तसा डोळ्यांसमोर उभा राहतो.

'वऱ्हाडी वाजंत्री' हा चित्रपट सेटवर गेला, तेव्हा अण्णांची मनःस्थिती अतिशय चमत्कारिक होती. कारण त्यापूर्वी काही दिवसच आधी अण्णांच्या सर्वांत थोरल्या जामातांचं अपघाती निधन झालं होतं. ते अण्णांच्या सगळ्यांत थोरल्या आणि लाडक्या कन्येचे पती होते. अण्णांच्यावर हा फार खोलवर झालेला आघात होता. निर्मात्याला कबूल केलं होतं, म्हणूनच ते काम करायला उभे राहिले, अण्णांना कंपनी देण्यासाठी, विरंगुळा देण्यासाठी शंकर पाटील, व्यंकटेश माडगूळकर, द. मा. मिरासदारांसारखी ज्येष्ठ लेखक मंडळी छोट्या भूमिकांतूनही उभी राहिली. त्या सेटवर तर छोटं साहित्य संमेलन भरल्यासारखं वाटायचं. अण्णांची या चित्रपटातील भूमिका तशी विनोदी होती पण त्यांना त्या सेटवर काम करत असताना पाहिलं की, मला हसणाऱ्या, रडणाऱ्या विदूषकाचे मुखवटे आठवायचे. कारण चित्रपटाचा विषय मुलीच्या लग्नाचाच होता आणि अण्णा

वधूपित्याच्या भूमिकेत होते. अण्णा अक्षरशः मुखवटा चढवून काम करायचे.

त्यानंतर अण्णा खचतच गेले. दुर्धर व्याधीनं त्यांना अधिकच गलितगात्र केलं. फार अवेळी अण्णांनी इहलोकीची यात्रा संपविली.

एकीकडं प्रतिष्ठित गदिमा पुरस्कार मिळाला, म्हणून आनंदी झालेली आत्ती तो गदिमांच्या स्मरणार्थ आहे, म्हणून हळवी झाली आणि त्या आनंदात सहभागी व्हायला विद्यावहिनी नाहीत, म्हणूनही खूप हळहळली. त्या आधीच्या वर्षी डॉ. काशिनाथ घाणेकर प्रतिष्ठानच्या स्मृतिदिनाच्या कार्यक्रमासाठी आम्ही पुण्यात गेलो होतो. कार्यक्रमाच्या दुसऱ्या दिवशी वहिनींना भेटायला घरी गेलो होतो. तर थोडा वेळच आधी त्यांना हॉस्पिटलमध्ये दाखल करण्यात आलं होतं. माझ्या आईनं तडक ते हॉस्पिटल गाठलं. अतिदक्षता विभागामध्ये वहिनी उपचारांच्या विळख्यात सापडलेल्या होत्या. त्यांना बोलता येत नव्हतं. पण त्यांची नजर शाबूत होती. माझ्या आईला पाहून त्याही परिस्थितीमध्ये नेहमीचं हसू त्यांच्या चेहऱ्यावर पसरलं.

'मला घरी बोलावून, तुम्ही इकडं आलात, हे काही बरोबर नाही हं. लवकर बऱ्या होऊन घरी या. बरेच दिवस झाले तुमच्या हातचं गिळून.'

विद्यावहिनी कधीही 'जेवायला कधी येणार?' असं म्हणायच्या नाहीत. 'कधी गिळायला येता?' असं विचारायच्या.

मैत्रीतील त्या शब्दाची आठवण अजून माझ्या आईला असल्याचं पाहून त्याही क्षणी मान डोलवीत वहिनी मंदसं हासल्या.

आम्ही मुंबईला परतल्यावर दोन-चार दिवसांतच वहिनी निवर्तल्या. अण्णांनी लिहिलेल्या शब्दांनीच माझ्या आईनं स्वतःची समजूत घातली.

>दैवजात दुःखे, भरता,
>दोष ना कुणाचा
>पराधीन आहे जगति
>पुत्र मानवाचा

रामदास-तुकारामांनंतर जनसामान्यांच्या सुख-दुःखांशी सरळ-सोप्या तरीही अर्थपूर्ण शब्दांनी इतका समरस होणारा दुसरा कवी मराठी भाषेत सापडणं कठीणच आहे.

◆

दत्ताकाका

चाळीस वर्षांपूर्वीची गोष्ट असेल. आमच्याकडं एके दिवशी एक फोन आला. काहीशा संथ आणि पातळ आवाजातील एका व्यक्तीनं तो फोन केला होता. त्यांनी सांगितलं,

'मी दत्ता बोलतोय्. मी आत्ताच मुंबईत येऊन राहिलोय्. राजाभाऊंना सांगा, मी रात्रीच्या गाडीनं मद्रासला जातोय्.'

भाषेचा हा नवा प्रकार ऐकून गंमत वाटत होती. 'आलोय्' हे सांगायला त्या व्यक्तीनं 'येऊन राहिलोय्' असा शब्दप्रयोग केला होता आणि त्यावरूनच लक्षात आलं, स्वारी विदर्भातून आलेली आहे. हे दत्ता म्हणजे दादांचे (राजा परांजपे) नवे असिस्टंट. दादांच्या तोंडून त्यांची खूप तारीफ ऐकली होती. त्यामुळंच त्यांना पाहण्याची आम्हां सर्वांना खूप उत्सुकता वाटत होती. पण ते दादांच्याबरोबर शूटिंगसाठी मद्रास इथं जवळ-जवळ दीड वर्ष राहत होते. त्यामुळं आम्ही मद्रासला गेलो, तेव्हाच त्यांची भेट होऊ शकली.

दत्तात्रय अंबादास मायाळू यांचा जन्म विदर्भातील धामणगावचा, तर वर्ध्याच्या आश्रमात राहून त्यांनी आपलं शालेय शिक्षण केलं. त्याच वेळी संघाशी निष्ठा जडली, शाखेची शिस्त अंगी भिनली. १९५६ साली कॉमर्सची पदवी घेतलेल्या या तरुणानं चित्रपटाच्या ध्यासापोटी पुण्यनगरीत पाऊल ठेवलं आणि श्रेष्ठ नट व दिग्दर्शक राजा परांजपे यांचं शिष्यत्व पत्करलं. राजाभाऊ त्या वेळी मंगल पिक्चर्सचा 'पसंत आहे मुलगी' हा चित्रपट तयार करीत होते. राजाभाऊंच्या हाताखाली आधीच काही सहायक होते. त्यामुळं दत्ता मायाळूंना पगार देणं निर्मात्यांना शक्य नव्हतं. उदरनिर्वाहासाठी दत्ता मायाळू यांनी 'तरुण भारत' या वृत्तपत्रात रात्रपाळीची नोकरी पत्करली. दिवसा शूटिंग आणि रात्री नोकरी असा त्यांचा जीवनक्रम सुरू झाला.

'पेडगावचे शहाणे'चा लौकिक दाक्षिणात्य चित्रपट-सृष्टीतही पोहोचला होता. मद्रासच्या ए. व्ही. एम्. या मातब्बर चित्रपटसंस्थेनं 'बाप बेटे' हा हिंदी चित्रपट दिग्दर्शित करण्याकरता राजाभाऊंना पाचारण केलं. मराठीतील लेखक, कलावंत आणि सहायक घेऊन राजाभाऊंनी मद्रदेशी पाऊल ठेवलं. त्यांना राहण्यासाठी

टी. नगर इथं एक बंगलाही देण्यात आला होता. या दीड–दोन वर्षांच्या कालावधीत दत्ता मायाळूंनी राजाभाऊंच्याकरता अनेक भूमिका निभावल्या. ते त्यांचे सहायक होते, सेक्रेटरी होते, मराठी पद्धतीचं जेवण करणारे आचारी होते. अगदी कपडे धुणं, गाडी धुणं, अशांसारखी कामंही ते हौसेनं करीत. घरातील या सर्व कामांना गडीमाणसं नव्हती, असं नाही. पण गुरुकुलात राहणाऱ्या शिष्याचा आदर्श त्यांच्यासमोर होता. त्यामुळं पडेल ते काम ते करायचे.

गुरुभक्तीशिवाय याला दुसरं उत्तर नव्हतं. सायंकाळी दादा (राजाभाऊ) क्लबमध्ये पत्ते खेळायला जात. त्या वेळी ते स्वतःची गाडी मद्रासला घेऊन गेले होते. एकदा इतका पाऊस तिथं झाला की, कमरेएवढं पाणी साठलं, तर दत्तमहाराजांची स्वारी छत्री घेऊन दादांच्या क्लबकडं निघाली. कशाला, तर इतक्या पावसातून येताना गाडी बंद पडली, तर राजाभाऊंना गाडी ढकलायला मदत करता यावी, म्हणून. रोज मद्रासी पद्धतीचं जेवण जेवून कंटाळलेल्या दादांसाठी पिठलं–भाकरी पासून पुरणपोळीपर्यंत सर्व प्रकारचं जेवण ते करायचे.

एका दिवाळीच्या सुट्टीत आत्तीनं (सुलोचनाबाई) आम्हां काही भावंडांना व माझ्या आजीला मद्रासला नेलं होतं. दत्ताकाकांच्या कामाचा उरक पाहून माझी आजीही आश्चर्यचकित झाली होती. या मुक्कामातच आम्ही सर्वांनी दत्ता मायाळूंना 'दत्ताकाका' म्हणायला सुरुवात केली. दत्ताकाकांच्याकडं घरची कामं होतीच, पण स्टूडिओत करण्यासाठी सहायक दिग्दर्शकाची भूमिकाही होती. दादांच्या पद्धतीप्रमाणे त्या त्या दिवशीच्या शूटिंगचं सर्व होमवर्क आदल्या रात्रीच करून ठेवावं लागे. तसंच शूटिंगच्या दरम्यान लाईटिंगला वेळ असेल, तर अभिनेते अशोककुमार यांच्याबरोबर बुद्धिबळाचा डावही मांडावा लागे.

'बाप बेटे' चित्रपट पूर्ण झाला आणि गुरु-शिष्याची जोडी मायमहाराष्ट्री परतली. दादांचा मद्रास येथील चित्रनिर्मितीचा अनुभव फारसा बरा नव्हता. मुख्य म्हणजे दादांनी चित्रपट लिहायला ग. दि. माडगूळकरांना नेऊन तेथील सर्वेसर्वा मानल्या जाणाऱ्या राजेंद्र कृष्ण यांना दुखवलं होतं. त्यांनी मग दादांना पुढल्या चित्रपटासाठी तिथं टिकू दिलं नाही. इकडं परत आल्यावर दादांपुढं अत्र ना परत्र अशी परिस्थिती होती. पण अडचणींवर मात करणार नाही, तो मराठी माणूस कसला? ग. दि. माडगूळकर, सुधीर फडके आणि राजा परांजपे या यशस्वी त्रयींनी श्रीपाद चित्र या संस्थेची स्थापना करून 'जगाच्या पाठीवर' या चित्रपटाची निर्मिती केली. या चित्रपटानं पुण्यात रौप्यमहोत्सवी यश पाहिलं. कोल्हापूर इथं तयार झालेल्या माधव शिंदे यांच्या 'शिकलेली बायको', तसेच,

पुण्यात तयार झालेल्या अनंत माने यांच्या 'सांगत्ये ऐका' आणि मुंबईत तयार झालेल्या 'जगाच्या पाठीवर'नं पाठोपाठ महोत्सवी यश पाहिलं आणि घरघर लागलेल्या मराठी चित्रपट–सृष्टीला परत संजीवन प्राप्त करून दिलं.

त्या वेळेपासून दत्ताकाकांचंही वास्तव्य आमच्याच घरी असे. तेही आता आमच्या घरचेच एक सदस्य झाले होते. शूटिंगच्या निमित्तानं त्यांची कोल्हापूर-पुणे–मुंबई अशी दादांच्या बरोबर फिरती सुरू असायची. त्यांचे आई-वडील, दोन बहिणी आणि धाकटा भाऊ विदर्भातच होते. दत्ताकाकांच्या घरच्या मंडळींनी आपल्या या कलावेड्या मुलाला तोशीस लागू न देण्याचा सर्वतोपरी प्रयत्न केला. अर्थात दत्ताकाकांनीही आपली जबाबदारी टाळली नाही. 'जगाच्या पाठीवर'ला मिळालेल्या यशामुळं दादाही बऱ्यापैकी स्थिरावले होते. त्यांना बाहेरच्या संस्थांचेही चित्रपट मिळत होते. 'श्रीपाद चित्रा'ची निर्मितीही चालू होती.

या वाटचालीत १९६२च्या सुमारास दत्ताकाकांचा विवाह अभिनेत्री सीमा यांच्या मोठ्या बहिणीशी, गुलाबताईंशी झाला. त्यांचं लग्नानंतरचं दत्ताकाकांनी ठेवलेलं नाव 'दया'. पुण्यात सुवर्णस्मृति मंगल कार्यालयात पार पडलेला हा विवाह म्हणजे साहित्यिक-कलावंत-गायक यांचं संमेलनच होतं. लग्नाच्या रात्री सुधीर फडके यांच्या गीतरामायणाचा कार्यक्रम झाला. आता दत्ताकाकांनी प्रथमच बिऱ्हाड थाटलं. घरची मंडळीही विदर्भातून आली. त्यांच्या भावंडांचं शिक्षण चालूच होतं. पुण्यातील या वास्तव्यात दत्ताकाकांना एक मुलगाही झाला. पण थोड्या दिवसांतच त्याचं निधन झालं.

दत्ताकाकांना या व्यवसायात येऊन आता दहा वर्षं झाली होती. मोठी मुलगी श्रद्धाचा जन्म झाला होता. पण अजूनही त्यांच्या गळ्यात दिग्दर्शकाची माळ पडत नव्हती. ती संधी त्यांना मुंबईच्या एम्. बी. सामंत व वसंत साठे यांनी आपल्या मधुवसंत चित्रच्या 'मधुचंद्र' या चित्रपटाकरता दिली. या खेळकर, हलक्या फुलक्या, विनोदी चित्राचं रसिकांनी मनापासून स्वागत केलं. मा. विनायक, राजा परांजपे, यांची परंपरा चालविणारा दिग्दर्शक म्हणून समीक्षकांनीही गौरवलं. या चित्रपटाच्या निमित्तानं गुरुदक्षिणा म्हणून दत्ताकाकांनी आपलं दत्ता मायाळू हे नाव बदलून राजदत्त असं केलं. 'मधुचंद्र' व 'घरची राणी' सारख्या दोन चित्रपटांचे दिग्दर्शक झाल्यावरही दत्ताकाका 'आधार' चित्रपटाच्या वेळी दादांच्या सहायकाच्या भूमिकेतच तिथं हजर राहिले. दादांच्यावरील त्यांची श्रद्धा विलक्षण होती. त्यामुळंच व्ही. शांताराम यांचा 'जलबिन मछली' चित्रपट पाहून आल्यावर त्यातील अण्णांनी

दादांचा केलेला हिडीस विदूषक पाहून दत्ताकाका एखाद्या लहान मुलासारखे रडले होते. दादांची अशी विटंबना आजवर कधीही झाली नव्हती, ती आता या वयात झाल्यामुळं ते अधिकच हळहळत होते.

तीन-चार चित्रपटांचं दिग्दर्शन केल्यावरही दत्ताकाकांना बेकारीला तोंड द्यावं लागलं. घरसंसार चालविण्यासाठीही दत्ताकाकांना नाटकातून लहान-सहान भूमिका कराव्या लागल्या. मद्रासला जाऊन के. बालचंदर या दिग्दर्शकाबरोबर सहदिग्दर्शक म्हणूनही त्यांनी काही काळ काम केलं. कारण भावंडांच्या बरोबर आता त्यांच्यावर त्यांच्या दोन मुली भक्ति व श्रद्धा यांचीही जबाबदारी वाढली होती. दोन बहिणींची लग्नं करायची होती. धाकट्या भावाला उभं करायचं होतं. या सर्व धावपळीत दत्ताकाका शांत असायचे. अगदी खरे स्थितप्रज्ञ.

चाळीस वर्षांच्या त्यांच्या दिग्दर्शन–कारकीर्दीत त्यांच्या चित्रपटांची संख्या तीसपर्यंत पोहोचली आहे. शापित, देवकीनंदन गोपाला, पुढचं पाऊल, माझं घर, माझा संसार, अपराध, अष्टविनायक, मुंबईचा फौजदार, भालू, अरे, संसार संसार, सर्जा सारखे वेगळे आणि यशस्वी चित्रपट त्यांच्या खाती जमा आहेत. राजदत्तांचा चित्रपट म्हणजे हमखास परितोषिक मिळवणारा चित्रपट, असं एकेकाळी समीकरण झालं होतं. त्यांचं हेच यश काहींना खटकलं आणि त्यांनी राजदत्तांचे चित्रपट स्पर्धेतून हटवावे, अशी मागणी केली. कारण त्यांच्यामुळं बाकिच्यांना कधी संधी मिळणार नाही, असं त्यांचं म्हणणं होतं. 'सर्जा' हा चित्रपट या मागणीचा बळी ठरला. या चित्रपटाला दिल्लीचं बक्षीस मिळूनही महाराष्ट्रात हा चित्रपट पारितोषिकापासून वंचित राहिला. १२ महाराष्ट्र शासन, ३ राष्ट्रीय पुरस्कार आणि १ फिल्मफेअर पारितोषिकांचे ते मानकरी आहेत.

वेगळ्या कथा, संगीत आणि गाण्याचं अनोखं चित्रीकरण ही दत्ताकाकांच्या चित्रपटांची विशेषता. गाण्यासाठीची लोकेशन्सही दृष्टी मोहविणारी असतात. महाबळेश्वरच्या निसर्गरम्य ठिकाणी चित्रित केलेलं 'मधुचंद्र' मधील 'सुरावटीवर तुझ्या उमटती' सारखं गाणं असो, नाही तर 'शापित' मधील चंद्रमौळी झोपडीतील उन्हाचे कवडसे खेळवणारं 'तुझ्या माझ्या संसाराला आनि काय हवं' सारखं गीत असो, 'धाकटी बहीण' मधील 'धुंदी कळ्यांना, धुंदी फुलांना' सारखं नादमधुर गीत तर उघड्या माळरानावर चित्रित करूनही चांदण्याचा शिडकावा करतं, तर चमचमत्या चांदण्या रात्रीत चंद्राच्या साक्षीनं प्रियकर-प्रेयसींनी घेतलेल्या आणाभाका 'चंद्र होता साक्षीला' या गाण्यात मोहून टाकतात. ही सगळी गाणी

'राजदत्त टच' घेऊन येतात. 'झेप' या चित्रपटात तर एका छोट्या झोपडीच्या मध्यभागी असलेल्या खांबाभोवती मधुराजा आणि मधुराणीचा खेळ रंगतो. 'अरे, संसार संसार' मधील 'काळ्या मातीत मातीत तिफन चालते' हे गीत, तर दाणेदार पीक तरारून यावं, तसं वाटतं. 'सरीवर सरी बरसती' या ओळीवर शेतात नांगर धरलेल्या कुलदीप पवारच्या उघड्या पाठीवरून निथळणाऱ्या घामाच्या धारा पाहिल्या की, 'वा! दत्ताकाका!' असे शब्द उत्स्फूर्तपणे बाहेर पडतात.

एकदा आम्ही दत्ताकाकांचा एक चित्रपट टी. व्ही.वर पाहत होतो. बहुतेक 'भोळी-भाबडी' असावा. त्यात एका गाण्यात नायक अथवा नायिका प्रत्यक्ष फ्लॅशबॅकमध्ये न जाता, एका गाण्याच्या पार्श्वभूमीवर स्वतःच स्वतःला त्या त्या ठिकाणी पाहत आपला भूतकाळ आठवत असतात.

असाच प्रसंग व गाणं त्या चित्रपटानंतर खूप दिवसांनी आलेल्या गुलझार यांच्या 'मौसम' चित्रपटात होतं. गुलझार यांनीही हे तंत्र वापरलं. पण चित्रपटात प्रथमच हे तंत्र वापरण्याबद्दल गुलजार यांचं कोण कौतुक होतं; पण त्या आधी दत्ताकाकांनी तेच तंत्र वापरूनही त्याची साधी नोंदही नाही. हे दुर्दैव मराठी चित्रपटाचं की, त्यांच्या दिग्दर्शकांचंही. विशेष म्हणजे, अशा प्रकारचं चित्रीकरण तुम्ही कुठल्या चित्रपटात केलं आहे, असं विचारलं, तर खुद्द दत्ताकाकांनाही आठवत नाही.

अशीच घटना 'पाठलाग' चित्रपटातील 'या डोळ्यांची दोन पाखरे' या गाण्याच्या वेळी घडली. नाटकासाठी दादांना बाहेरगावी जायचं होतं. वरील गाणं तयार नसल्यामुळं आणि सेटही मोडून टाकायचा होता. त्यामुळं दादांनी त्या गाण्याला जुळतील, असे शॉट्स दत्ताकाकांना घ्यायला सांगितलं व ते दौऱ्यावर गेले. दत्ताकाकांनी गाणं नाही, म्युझिक नाही, अशा परिस्थितीत अंदाजानं ते शॉट्स घेतले. शॉट्स कोणत्या प्रकारचे आहेत, हे गदिमांना सांगताच त्या महाकवींनी क्षणार्धात वरील गाण्याच्या ओळी कागदावर उतरवल्या आणि एक अप्रतिम गीत जन्माला आलं. इतके दिवस– म्हणजे गेली तीस वर्षं मी ते सर्व शॉट्स दादांनीच घेतले आहेत, असं समजत होते. मध्यंतरी कधी तरी सहजच काही सांगता–सांगता दत्ताकाकांनी स्वतःच ते शॉट्स घेतल्याचं सांगितलं.

बाळाचे पाय पाळण्यात दिसतात, ते असे.

चित्रपटाच्या अभावामुळं दत्ताकाकांनी मध्यंतरी काही सीरियल्सही केल्या. 'गोट्या' सारखी संस्कार आणि मनोरंजन असं दुहेरी काम करणारी सीरियल त्यांनी उत्कृष्टपणे सादर केली. गोट्यानं त्यांना लोकप्रियता आणि पैसा— दोन्हीही मिळवून दिला. त्यानंतर त्यांनी आणखीही लोकप्रिय सीरियल्स केल्या. पण

त्यांचा अधिक ओढा चित्रपटाकडंच आहे. सीरियल्स पटकन संपतात. काही भरीव काम केलं आहे, असं वाटतच नाही, असं ते म्हणतात. चित्रपट–दिग्दर्शनाचा आनंद दीर्घकाळ टिकणारा असतो, असं त्यांचं मत आहे. मात्र आर्थिक स्वास्थ्य सीरियल्समुळंच मिळू शकेल, हे मात्र ते आवर्जून सांगतात. वाणिज्य शाखेची पदवी घेऊनही दत्ताकाकांचं अर्थशास्त्राशी गणित कधीच जुळलं नाही.

या सर्वांपेक्षा वेगळा प्रकार दत्ताकाकांनी हाताळला. त्यानं रसिकांची पावती आणि त्यांना स्वतःला समाधान लाभलं. त्यांनी 'आनंदवनभुवनी' हा लाईट अँड साऊंड शो (समर्थ रामदासांच्या जीवनकार्यावर आधारित रंगमंचीय आविष्कार) अत्यंत भव्य स्वरूपात व तितक्याच शिस्तबद्ध स्वरूपात सादर केला. या प्रयोगाची खूप तारीफ झाली. कलातपस्वी भालजी पेंढारकरांसारख्या जाणकारांनीही याची मुक्तकंठानं वाखाणणी केली होती.

दादांची श्रीपाद चित्र ही संस्था कधीच बंद झाली. आता तर दादाही राहिले नाहीत. पण दत्ताकाकांचा आमच्या घराशी जुळलेला ऋणानुबंध आजही कायम आहे. त्यांच्या या घराशी असलेल्या निष्ठा आज ही पक्क्या आहेत. अजूनही त्यांत फरक पडलेला नाही. आमच्या घरातील सुखाचे असो अथवा दुःखाचे प्रसंग असोत, दत्ताकाका प्रथम हजर असणार. एरवी महिनोन् महिने न भेटणारे दत्ताकाका अशा प्रसंगी आवर्जून हजर राहणार. लग्नाकार्याला ते दोन-तीन दिवसच राहतील. पण कुणाच्या मृत्यूची घटना घडली, की पूर्ण तेरा दिवस ते येऊन राहणार. सुतक संपवूनच परत जाणार. स्वतःचं दुःखही त्यांनी प्रसंगी बंदिस्त करून दुसऱ्यांच्या आनंदाचे क्षण विरजवू दिले नाहीत. या दृष्टीनं एक घटना आजही अंगावर शहारा आणते.

सीमाताईंच्या भावाचं लग्न होतं. सकाळी विवाह–समारंभ आटपला. संध्याकाळी रिसेप्शन होतं. दुपारी हॉटेलवर विश्रांती घेणारे दत्ताकाकांचे वडील परत उठलेच नाहीत. पण दत्ताकाकांनी संध्याकाळचं रिसेप्शन होईपर्यंत एक रमेश देव यांच्याशिवाय कुणालाच ही घटना सांगितली नाही. अगदी लग्नघरात वावरणाऱ्या स्वतःच्या आईलाही नाही.

आपली कला, आपला व्यवसाय, आपली मतं यांत दत्ताकाका कधीच सरमिसळ करत नाहीत. साठीच्या उंबरठ्यावर त्यांनी संघाच्या एका कार्याची पताका पुन्हा खांद्यावर घेतली आहे. संघाच्या संस्कार भारती या शाखेच्या अखिल भारतीय उपाध्यक्षपदाची धुरा ते सांभाळतात. त्यासाठी भारतभर त्यांचं भ्रमण सुरू

असतं. अगदी आसामपर्यंत ते जातात. आता प्रकृतीही कुरकुरायला लागली आहे. तरी त्यांच्या राहणीत फरक पडलेला नाही. आजही स्वतःचे कपडे स्वतःच धुणं सुरू असतं. बदल म्हणजे धाकट्या भावानं जबरदस्तीनं दिलेल्या दुचाकी वाहनावरून ते फिरतात. तेही वेळेची बचत व्हावी, म्हणून. पंचपक्वान्नाचं ताट असलं, तरी लाल तिखटात कच्चं गोडं तेल घालून भाकरीबरोबर चवीनं खात राहतील.

हुकमी झोप ही त्यांची खास आवड आणि विसराळूपणा ही त्यांची विशेषता. आत्तीचा वाढदिवस आपण नेहमी विसरतो, याचं त्यांना फार वाईट वाटतं.

एके वर्षी अगदी आठवण ठेवून ते आदल्या रात्रीच आमच्या घरी दाखल झाले. कारण दुसऱ्या दिवशी सकाळी लवकर उठून संस्कार भारतीच्या कामासाठी त्यांना नाशिकला जायचं होतं. रात्रीची जेवणं आटपली. रात्रीचे बारा वाजायला आले. डोळे आपोआप मिटत होते. तरी दत्ताकाका झोपायला जात नव्हते. हॉलमध्ये बसूनच होते. प्रयत्नपूर्वक जागं राहण्याचा प्रयत्न करीत होते. आत्तीच्या ते लक्षात येताच आत्ती त्यांना वारंवार अंथरूण घालून ठेवल्याचं सांगत होती. पण दत्ताकाका जागेवरून हालत नव्हते. मात्र घड्याळात बाराचा ठोका पडला आणि दत्ताकाका लगबगीनं उठून आत गेले आणि येताना बरोबर आणलेली गुलाबाची फुलं आणि पेढे आत्तीच्या हातात ठेवून, तिला वाढदिवसाचा नमस्कार केला आणि मगच झोपायला गेले.

दत्ताकाकांच्या आत एक खट्याळ मूल दडलं आहे. वरून नेहमी गंभीर दिसणारे दत्ताकाका मधूनच असा काही विनोद करतात, की हे दत्ताकाका खरे, की नेहमी दिसणारे दत्ताकाका खरे, असा प्रश्न पडतो.

एकदा एके सकाळी, आमचं सर्वांचं चहा पिणं व वर्तमानपत्र वाचणं चालू होतं. त्या वेळी मुंबईत नुकतीच सुलभ शौचालयं बांधायला सुरुवात झाली होती. त्यामुळं त्याच्या उद्घाटनाच्या   जाहिराती जरा जास्तच वाजत–गाजत केल्या जात होत्या. उद्घाटनासाठी एखादा प्रमुख पाहुणाही निमंत्रित केला जायचा.

ती बातमी वाचून दत्ताकाकांच्या डोक्यात एक अफलातून कल्पना चमकली. त्यांनी आम्हांला विचारलं, कपड्याच्या दुकानाचं उद्घाटन कपडे खरेदी करून प्रमुख पाहुणे करतात. तेच सोन्या-चांदीच्या दुकानात तिथली एखादी वस्तू घेऊन उद्घाटन होतं. एखाद्याचं रेस्टॉरंटचं उद्घाटन तिथल्या खाद्यपदार्थांचा आस्वाद घेऊन उद्घाटक करतात. मग सुलभ शौचालयाचं उद्घाटन उद्घाटक कुठल्या प्रकारे करीत असतील?

दत्ताकाकांच्या प्रश्नाचा रोख आमच्या लक्षात येताच आम्ही सगळे 'ईऽऽ,

दत्ताकाका' असं म्हणून आमचं तोंड वाईट करीत नाक चिमटीत पकडलं.

दत्ताकाका मात्र स्वतःच्या कल्पनेवर खूश होत डोळे बारीक करून खळखळून हसत होते.

नुकतेच दत्ताकाका घरी आले होते. मी त्यांना म्हणाले,

' 'वजूद'च्या समीक्षणात तुमच्या गेस्ट ॲपीअरन्सचा खास उल्लेख आहे.'

त्यावर दत्ताकाका म्हणाले,

'आता दिग्दर्शन सोडून ॲक्टिंग करावं, हेच बरं.'

मी त्यांना विचारलं,

'दत्ताकाका, चित्रपट करायचा विचार आहे, की नाही? सोशल वर्कच फार चाललंय्!'

लहान मुलाच्या निरागसतेनं दत्ताकाका म्हणाले,

'मला ढीग करावासा वाटतो; पण मला कुणी घेतच नाही.'

मला, काय बोलावं, सुचेना.

नेहमीसारखे दत्ताकाका थोडा वेळ थांबले.

सध्या ते विवेकानंदांवर सीरियल करताहेत, असं सांगितलं आणि खांद्यावर शबनम बॅग अडकवीत नेहमीप्रमाणे 'पुन्हा येईन' असं सांगून बाहेर पडले.

◆

एक धावपळ
थांबली

त्या वेळी मी शाळेत असेन. मुंबईत येऊन वर्ष, दोन वर्षं झाली असतील. कोल्हापूरला असेतोपर्यंत महीपाल, प्रदीपकुमार, जयराज हे माझे आवडते हीरो होते, तर अलिबाबा चालीस चोर, अल्लाउद्दीन जादुई चिराग हे बसंतचे जादुई चित्रपट, हरहर महादेव सारखे पौराणिक चित्रपट, तसेच, राणा प्रताप, जय चितोड सारख्या ऐतिहासिक चित्रपटांनी मी भारलेली होते. दिलीपकुमार, राज कपूर, यांचे चित्रपट मुंबईत आल्यावरच पाहिले. त्यामुळं प्रभात, न्यू थिएटर्स तर लांबच राहिले होते.

१९५८-५९चा सुमार असेल. आमच्या घरी येणाऱ्या एका बालमूर्तीनं 'प्रभात'चे चित्रपट पाहण्याचा अतोनात आग्रह केला. केवळ त्यांच्या आग्रहाखातर मी प्रभातचा 'रामशास्त्री' पाहिला. तो दिवस आजतागायत विसरता येत नाही. तो चित्रपट बहुधा ब्रॉडवे या चित्रपटगृहात पाहिला असावा. त्या जमान्यात जाहिरातींचा फारसा मारा असायचा नाही. मात्र इंडियन 'न्यूज' 'मस्ट' असायची; आणि ती संपली, की मुख्य चित्र सुरू होण्याचा संकेत मिळायचा. त्या दिवशी न्यूज संपली आणि माझ्या शेजारच्या खुर्चीवरून आनंदानं टाळ्या वाजवल्याचा आवाज ऐकू आला. मी आश्चर्यानं पाहतच राहिले. कारण न्यूज संपल्यावर दोन प्रकारचे प्रेक्षक टाळ्या वाजवीत. एकतर बालचमू किंवा पडद्याजवळील अति उत्साही प्रेक्षक. माझ्या शेजारी बसणारी व्यक्ती या दोन्ही प्रकारांत बसत नव्हती. बाल्कनीत बसून टाळ्या वाजवणाऱ्या प्रेक्षकाबरोबर मी चित्रपटाला आले आहे, म्हणून थोडंसं बावरूनच कुणी ऐकलं–पाहिलं नसेल ना, म्हणून इकडं तिकडं पाहून घेतलं.

त्या दिवशी मला आश्चर्याचे धक्क्यावर धक्के बसत होते. कारण सेन्सॉर सर्टिफिकेटनंतर 'प्रभात'ची सुप्रसिद्ध तुतारी निनादायला लागली आणि शेजारच्या व्यक्तीचा आनंद लोपून त्यांच्या डोळ्यांना पाण्याच्या धारा लागलेल्या दिसल्या. त्यांनी चश्मा काढून डोळ्यांना रुमाल लावला. मी पुन्हा आश्चर्यचकित. तोवर चित्रपट सुरू झाला. पेशवाईतील एक धगधगतं प्रकरण डोळ्यांसमोर उलगडत होतं. वि. वा. हडपांच्या 'कादंबरीमय पेशवाई'नं मी आधीच वेडावले होते. त्यामुळं चित्रपटानं संपूर्णपणे माझा ताबा कधी घेतला, ते कळलंच नाही.

चित्रपट संपला आणि पुन्हा एकदा 'प्रभात'ची तुतारी निनादली. चित्रपटगृहातील दिवे हळूहळू प्रज्वलित होत होते. डोळे उजेडाला सरावत असतानाच पुन्हा एकदा शेजारी डोळ्यांना रुमाल लागलेला दिसला. अस्फुटसा हुंदकाही कानी आला. त्या हुंदक्यात खूप आर्तता होती.

आम्ही गाडीत बसल्यावर मी मधुकाकांना— हो तुम्ही आत्तापर्यंत ओळखलं असेलच, की मघापासून मी वर्णन करीत असलेली व्यक्ती म्हणजे दुसरी तिसरी कोणी नसून, तमाम रसिकांच्या ओठांवर हसू फुलविणारे विनोदवीर 'मधू आपटे' यांच्याविषयीच सांगते आहे.

मी त्यांना विचारलं,

'तुम्ही का रडताय्? काय झालं? किती छान चित्रपट होता.'

त्यावर भरल्या गळ्यानं मधूकाका म्हणाले,

'कांचनमाला, (मधूकाका मला माझ्या पूर्ण नावानं हाक मारीत. माझी शिस्त, माझी घरातील देखरेख करणं पाहून कधी कधी 'हाय-कमांडर'ही म्हणत. इतकंच काय, पत्रावर पत्ता हायकमांडर कांचन चव्हाण असा लिहीत. माझं लग्न झाल्यावर K. K. घाणेकर असं नाव लिहीत. पत्राच्या पाठीमागं स्वतःचा उल्लेख महाराष्ट्राचा लाडका असा स्वतःच करीत.) अहो, 'प्रभात'नं आम्हांला अन्नाला लावलं. नाव मिळवून दिलं, त्या वेळी भीक मागायची पाळी आली होती. माझं सगळं कुटुंब 'प्रभात'मुळंच जगलं. भाऊ (अनंता आपटे) मार्गाला लागला. बहिणीचं (लीलाताई साने) लग्न करता आलं. आईला नीट सांभाळता आलं. वीस वर्षं 'प्रभात'मध्ये होतो. वैभवशाली 'प्रभात'ची संध्याकाळ लिलावानं झाली, म्हणून जीव आजही कासावीस होतो. कितीही आवरलं, तरी ऊर फाटून दुःख डोळ्यांतून पाझरतंच. सर्वांना टक्कर देऊन एकच माणूस उभा राहिला. तो म्हणजे आमचे अण्णा-शांतारामबापू. हा प्रभातचा 'वाघ' होता. त्यातूनही दामले मामा जगते, तर 'प्रभात' जात नव्हती.'

मधूकाकांच्या एका दमाच्या उत्तरानं मी स्तब्ध झाले.

कधी कधी मधूकाका (त्यांना मी काका म्हटलेलं आवडत नसे. ते माझ्या आईला बहीण मानीत. त्यामुळं मी त्यांना मधूमामा म्हणावं, ही त्यांची अपेक्षा. शिवाय 'तुझ्या काकाचं काय जातंय्?' असा काकाचा उद्धार होतो, असं त्यांचं लाडकं मत होतं. परंतु माझ्या इतर मामेभावंडांसारखं मी त्यांना शेवटपर्यंत मधूकाकाच म्हणत राहिले.) आपल्या लहानपणापासूनच्या आठवणी रंगून सांगायचे. त्यांमध्ये आलेल्या अनुभवांचा कडवटपणाचा अधिक असायचा.

१ मार्च, १९१९ रोजी त्यांचा जन्म कोल्हापूर इथं झाला. त्यांचं पूर्ण नाव मधुकर शंकर आपटे. माझ्या माहितीप्रमाणं ही मंडळी मूळची सांगलीची. त्यांच्या वडिलांना त्यांच्या नातेवाइकांनी इस्टेटीबाबत फसवलं. त्यामुळं वडिलांची मनःस्थिती बिघडून त्यातच त्यांचा अंत झाला. तीन लहान मुलं पदरात घेऊन त्यांच्या आई (गंगूताई) आपले भाऊ ताम्हनकर यांच्या आश्रयाला आल्या. याच दरम्यान मधूकाकांच्या वयाच्या नवव्या वर्षी अतितापानं त्यांची वाचा गेली. मिरजेच्या डॉ. वानलेस यांनी घशाचं ऑपरेशन करून, अडखळत का होईना, पण बोलण्याइतपत वाचा परत देवविली. ऑपरेशनची फी म्हणून मधूकाकांच्या आईकडून जिलेबी करून मागितली. घरची गरिबी, शाळेची फी देणं परवडत नसे. त्यामुळं बऱ्यापैकी हुशारी आणि उत्तम स्मरणशक्ती, सुरेख हस्ताक्षर असूनदेखील मधूकाकांचं शालेय शिक्षण पाचव्या इयत्तेपुढं जाऊ शकलं नाही. घरात मामा धरून पाच माणसं खाणारी. मधूकाकांच्या आई सुग्रण होत्या. लोणची, पापड , हलव्याचे दागिने, जरीच्या टोप्या विकून त्या माउलीनं संसारगाडा ओढला.

पुढं १९२९साली मधूकाकांच्या मामांना ('रामशास्त्री' मधील- माधवराव पेशवे) प्रभातमध्ये नोकरी लागली. त्यांच्यामुळंच अनंत आपटे यांचा तिथं बालनट (त्यांची बजरबट्टू ही भूमिका त्या काळी खूपच गाजली.) म्हणून शिरकाव झाला. मधुकाकाही तिथं पेंटिंग खात्यात मामांच्यामुळंच चिकटले. साल होतं १९३४. सोळा वर्षांच्या तरण्या मधूकाकांच्या तोंडाला बालनट म्हणून रंग लागला, तो अपघातानंच. पेंटिंग खात्यात खूप कष्टाची कामं करावी लागत. ती झेपत नसत. तरी जवळ जवळ वर्षभर तिथं काम केलं. 'प्रभात'च्या पाच मालकांपैकी एका मालकाशी एस्. फत्तेलाल (साहेबमामा) या देवमाणसाशी ऋणानुबंध जुळला, स्वधर्मीयांनी मधूकाकांना नेहमीच तुसडेपणानं वागविलं. त्यांची हेटाळणी केली. पण परधर्मीय असूनही साहेबमामांनी मधूकाकांवर अतोनात प्रेम केलं. वेळी-अवेळी आर्थिक मदत केली; आणि नोकर असूनही मधूकाकांना खूप सन्मानानं वागवलं. एरवी सगळे मालक मध्या किंवा आपट्या म्हणून हाक मारत. पण साहेबमामा मात्र त्यांना नेहमी आपटेसाहेब, मधोबा असं आदरानं संबोधीत. असा मालक होणार नाही, असं गहिवरून मधूकाका नेहमी सांगत. परोपकारी साहेबमामांना मधूकाकांचे हाल पाहवत नसत. म्हणून त्यांनी एक युक्ती सांगितली. 'प्रभात'चे इतर मालक सेटिंग खात्यात आले की, वर शिडीवर बसून पडदा रंगवताना मधूकाकांनी रंगाचा ब्रश खाली टाकायचा. एके दिवशी तो नेमका शांतारामबापूंच्या अंगावरच पडला आणि आपट्याची रवानगी स्टील डिपार्टमेंटला झाली. एकदा तिथं असताना

शांतारामबापूंचा फोन मधूकाकांनी घेतला, आणि त्यांची बोबडी वळली. अण्णांचा तो दरडावणारा आवाज ऐकून मुळातच अडखळणारे मधूकाका जास्तच अडखळत म्हणाले,

‘मीऽऽ मीऽऽ मधूऽऽ आपटे.’

ते ऐकून अण्णा म्हणाले,

‘आपट्या, तिथंच थांब. हलू नकोस. मी तिथं येतोय्.’

—आणि अण्णांनी तिथून उचलून संत तुकारामच्या सेटवर सालोमालो या व्यक्तिरेखेच्या इरसाल मुलाच्या भूमिकेत उभं केलं. ‘आली, बाबा, आली. स्फूर्ती आली’, या एका वाक्यानं कायमची भाकरी मिळवून दिली, असं मधूकाका मोठ्या कृतज्ञतेनं सांगत. पहिले सहा महिने बिनपगारी म्हणून चिकटलेले मधूकाका १९५४ साली ‘प्रभात’ बंद होताना ७० रुपये पगारापर्यंत पोहोचले होते. पण त्याचबरोबर मुंबईला ‘संत तुकाराम’च्या गोल्डन ज्युबिली समारंभाला जाताना, ‘तुझे २ रुपये १२ आणे तिकीट कोण खर्चणार?’ म्हणून त्यांना एका मालकांनी येऊ दिलं नाही. या जखमेची खपली वारंवार निघायची.

१९५४साली ‘प्रभात’ कंपनी लिलावात निघाली व पुन्हा एकदा बेकारी आ वासून उभी राहिली. पण श्री. सीताकांत लाड व श्री. चित्तरंजन कोल्हटकर यांच्या प्रयत्नामुळं रेडिओ स्टेशनला काम मिळे. पण त्यात सातत्य नसे. नाही म्हणायला १९४२ पासून अभिनेत्री बेबी शकुंतला (याही ‘प्रभात’मध्ये बालनटी म्हणून दाखल झाल्या होत्या.) यांच्याशी जुळलेलं बहीण-भावाचं नातं आधाराला होतं. १९४४साली मा. दीनानाथांच्या पहिल्या पुण्यतिथीला ‘भावबंधन’ नाटकाचा प्रयोग करण्यात आला होता. लतिका होत्या लताबाई मंगेशकर. मोरेश्वर रंगवण्याची संधी मिळाली मधूकाकांना. ह्या प्रसंगाची आठवण सांगताना मधूकाका नेहमी म्हणत,

‘लताबाईंनी माझ्याबरोबर एकदा लतिकेची भूमिका केली आहे.’

खरं तर, ही आठवण काढताना मी नाटकात लताबाईंबरोबर काम केलं आहे, असं म्हणायला हवं. पण असं झालं, तर खट्याळ, खोडकर मधू आपटे ही बिरुदावली कशी शोभली असती? लताबाई, मधू आपटे यांना पाहिलं, तरी हसत सुटायच्या. त्यांच्या नमस्काराचा आदरानं वाकून स्वीकार करायच्या. इतकंच काय, जयप्रभा स्टूडिओत किती तरी वेळ त्या दिलखुलासपणे मधूकाकांशी गप्पागोष्टी करीत राहायच्या.

बाबुराव गोखले यांच्या नाटकांत मधूकाका अधून मधून काम करीत. पण

तिथं त्यांचं फारसं जमायचं नाही. पण आंधळ्याच्या गाई देव राखतो, हेच खरं, १९५६ मध्ये मुंबईत फिल्मिस्तान स्टूडिओत मधूकाकांना नोकरी मिळाली. दुर्दैवाचे दशावतार म्हणजे एस्. फत्तेलालही तिथंच नोकरीला होते. हे पाहून मधूकाकांच्या मनाला खूप यातना होत. याला ते स्वतःचं वैयक्तिक दुःख मानीत. बरीच कलावंत मंडळी (मराठी कलावंत) करार–पद्धतीवर फिल्मिस्तानमध्ये काम करीत होती. अभिनेत्री नीलम तिथं दाखल होण्यास जेव्हा कोल्हापुराहून मुंबईला आली, तेव्हा तिचं स्वतःचं घर होईपर्यंत ती आमच्याच शीव येथील घरी राहत असे. सुरुवातीला तिला जाणं-येणं जमायचं नाही. तिला नेण्या–आणण्याची जबाबदारी मधूकाकांनी स्वीकारली.

अभिनेत्रींना अशी सोबत करणं त्यांचा अत्यंत आवडीचा छंद होता. ह्या अभिनेत्रींचा तो 'मानलेला' प्रियकर असायचा. त्यात सत्यांश अजिबात नव्हता, हा भाग निराळा. बोलाचीच कढी आणि बोलाचाच भात. शिवाय, तथाकथित प्रियकराबद्दल असूया वा मत्सर विवाहित अभिनेत्रींच्या पतींना सुद्धा नसायचा. हाही एक चमत्कारच. ह्या अभिनेत्रींच्या आईंना ते सासूबाई म्हणत. भावांना मेव्हणा म्हणायचे. बहिणी व्हायच्या मेव्हण्या आणि अभिनेत्रींचा मेव्हणा यांचा साडू, हे म्हणताना स्वतः जाम खुशीत असत. नीलमला माहिमचा हलवा म्हणायचे, आशालता होती त्यांची डार्लिंग, अभिनेत्री शलाका ही त्यांची सर्वांत छोटी 'प्रेयसी' होती. जयश्री गडकरांना मात्र ते राखी बांधीत आणि आपल्या रक्षणाचा भार त्यांच्यावर टाकीत. आशा काळे त्यांची लाडकी भाची होती. मधूकाकांना स्वतःचा संसार, मुलं-बाळं नव्हती. पण त्यांनी परक्यांशी नाती जोडून आपली ही हौस भागवून घेतली. मग ते कुणाचे सासरे, कुणाचे पप्पा, तर कुणाचे चिरंजीव, कुणाचे आजोबा, तर कुणाचे दीर बनून दादागिरी करायचे. सर्व वहिन्या हा तर मधूकाकांचा एक लाडका विषय होता. त्याही सर्वजणी मधूभाऊजींची फर्माईश असेल, तसं खायला करून घालीत. प्रसंगी आपलं स्वयंपाकघरच त्यांच्या ताब्यात द्यायच्या.

१९५६-५७ पासून मधूकाका आमच्या घरी यायला लागले आणि अगदी घरचेच होऊन राहिले. ते माझ्या आईबरोबर शूटिंगला जायचे. त्यामुळं घरातलंच माणूस तिच्या सोबतीला आहे, या विचारानं आम्ही निश्चिंत असायचो. मधूकाकांनाही याचा फायदा झाला. हिंदी निर्माते त्यांना बारीकसारीक भूमिका द्यायला लागले. इथं पैसेही चांगले मिळायला लागले. राजेंद्रकुमार, धमेंद्र यांच्यासारखे हीरो तर त्यांच्यावर बेहद्द खूश असायचे. घड्याळ, पैसे, इत्यादी वस्तू त्यांना भेट म्हणून देत. जे. ओमप्रकाश, नरेंद्रकुमार, मोहनकुमार यांसारखी मंडळी मधू आपट्यांना

‘लकी’ मानून एकतरी शॉट त्यांच्यावर चित्रित करायचे. ही प्रथा शेवटी सचिनही पाळायचा. सचिनला मधू आजोबांचा एकतरी शॉट लागायचाच. त्यासाठी तो प्रसंगी कोल्हापुराहूनही मधूकाकांना यायला भाग पाडायचा. श्री. वसंत आणि सौ. सुमति जोगळेकर दाम्पत्यही त्यांच्यावर फार प्रेम करीत. त्यांच्याही चित्रपटात मधूकाका असायचे. मधूकाकांची हिंदीतील एक संस्मरणीय भूमिका जोगळेकरांच्या ‘कारीगर’ या चित्रपटातील. ओमप्रकाश आाणि ललिता पवार या भांडकुदळ जोडप्याच्या इरसाल मुलाची ती भूमिका होती. हाफ पँट, हाफ शर्ट, टाय, जरीची टोपी, ह्या वेषात मधूकाका भलतेच गोड दिसायचे.

एक शॉट केल्यावर ओमप्रकाश यांच्यासारखा मातबर नट म्हणाला,

‘मधू आपटे के साथ काम करते समय अच्छी ॲक्टिंग करके कोई फायदा नहीं। सारे लोग तो मधूकोही देखेंगे।’

कामानिमित्त मुंबईतील वास्तव्य वाढल्यामुळं पुण्यात असणाऱ्या आईच्या आठवणीनं ते अस्वस्थ होत. खरं तर, त्यांची विवाहित बहीण व आई शेजारीच राहायच्या. शिवाय आईच्या शुश्रूषेसाठी एका बाईचीही व्यवस्था केली होती. प्रत्येक महिन्याच्या पहिल्या आठवड्यात आईला पैसे पाठवले, की हा श्रावणबाळ स्वस्थचित्त होणार. पैशाची काही अडचण आली किंवा पैसे पाठवायला थोडा उशीर झाला, तर ते अधिकच अडखळायला लागत.

१९६९ मध्ये त्यांच्या आई निवर्तल्या आणि मधूकाका मातृऋणातून मुक्त झाले. आईचं श्राद्ध पारंपरिक पद्धतीनं न करता, त्या दिवशी ते अनाथ आश्रमात जाऊन शंभर रुपयांची मिठाई मुलांना वाटून येत. मधूकाकांनी लग्न केलं नाही. तेही येणारी मुलगी आणि आई यांचं पटलं नाही, तर, या धास्तीनंच. आपल्या आईला कुठल्याही प्रकारचा त्रास होऊ नये, यासाठी ते सतत दक्ष असत आणि आपल्या परीनं आईला जास्तीत जास्त सुखात ठेवायचा प्रयत्न करीत. धडपडत. स्वतःच्या आईला ते गंगूताई अशी हाक मारत. आईच्या शेवटच्या दिवसांत तर अंथरुणाला खिळलेल्या आईशी अगदी हळुवार, तान्ह्या बाळाशी बोलावं, तसं बोलत. समजावत.

कडकडीत ब्रह्मचारी मधूकाकांनी एकदा ‘प्रभात’मध्ये असताना एका मुलीवर प्रेम केलं होतं. तिच्यासाठी मिळकतीतील चार-पाचशे रुपये खर्च पण केले. अर्थात त्या मुलीचा त्यांच्या पैशावरच डोळा होता, हे लक्षात आल्यावर पुन्हा म्हणून प्रेमात (खऱ्या) पडायचं नाही, अशी ‘कसम’ त्यांनी घेतली होती. त्यामुळं

लग्न आणि प्रेम हे त्यांच्या चेष्टेचे विषय बनले होते. पण मधूकाका त्यावर चिडत नसत. उलट, खिलाडूपणे त्यात भाग घेत. हजरजबाबी उत्तरानं पुष्कळदा भल्याभल्यांची बोलती बंद करीत.

एकदा बेबी शकुंतला यांचे पती श्री. बाबासाहेब नाडगोंडे आपल्या जहागिरदारी आदबीनं म्हणाले,

'मि. आपटे, तुम्ही फक्त लग्नाला तयार व्हा. आम्ही तुमची मित्रमंडळी बाकी सर्व काही करू. सगळं आमच्यावर सोपवा.'

बिचारे सरळ–सीधे बाबासाहेब मुलगी शोधणं, लग्नसमारंभ साजरा करणं, संसार थाटून देणं वगैरे गोष्टी आम्ही करू, या अर्थी बोलले. या सर्व गोष्टी त्यात अभिप्रेत होत्या. पण सरळ डोकं चालेल, ते मधू आपटे कसले? त्यांनी आपल्या टिपिकल आपटे शैलीत त्यांना सांगितलं,

'सरकार, तुम्ही मंडळी जर *सर्वच* करणार, तर मग मी लग्न कशाला करू? मला सवत्स धेनू नको.'

यावर बाबासाहेबांनी त्यांना कोपरांपासून नमस्कार केला.

दुसरी गंमत माझ्या मोठ्या मामेबहिणीच्या लग्नाच्या वेळची. आमच्या घरातील पहिलंच कार्य, त्यामुळं जवळ जवळ सगळी मराठी नाट्य- चित्रपटसृष्टी लोटलेली. मुलीचा मामा म्हणून माझ्या बहिणीला विवाहवेदीवर आणण्याचं काम मधूकाकांनी अगदी आनंदानं अंगावर घेतलं. त्यासाठी भल्या पहाटेपासूनच ते तलम दुटांगी धोतर, सिल्कचा शर्ट, वूलन कोट, फरकॅप अशा रुबाबदार पोशाखात नटून बसले होते.

जमलेल्यांना आयताच विषय मिळाला. सर्वांनी त्यांना घेराव घातला आणि लग्नाचा आग्रह केला.

एक नाटककार तर अतिउत्साहानं आपल्या प्रेमपात्राकडं निर्देश करीत म्हणाले,

'तू आत्ताच्या आत्ता हिच्याशी लग्न कर. मी परवानगी देतो.'

त्यावर क्षणाचाही विलंब न लावता, मधूकाका उत्तरले,

'वा! चांगलं सांगतोस की! म्हणजे दर *प्रयोगाला* मला तुला रॉयल्टी द्यावी लागणार.'

मधुकाकांच्या या बिनतोड उत्तरानं ते बडे नाटककार एक क्षणभर अवाक् झाले आणि मग तिथं उमटलेल्या हास्यकल्लोळात सामील झाले.

नट म्हणून स्वतःच्या काय मर्यादा आहेत, ते मधूकाकांना ठाऊक होत्या.

आपण फार मोठे विनोदी नट आहोत, असं त्यांनी कधीच मानलं नाही. पण आपल्या व्यंगावरही ते अवलंबून राहत नसत. त्यांच्याकडं एक अभिनयाचा फार मोठा गुण होता. तो म्हणजे विनोदी प्रसंगात ते दुसऱ्याच्या बोलण्यावर छानपैकी रिॲक्ट व्हायचे. त्यामुळं प्रसंगाची गंमत वाढायची. त्यांचं अडखळणं तर नैसर्गिकच होतं. तो त्यांचा हुकमी एक्का होता. चार्ली चॅप्लिन, डॅनी के, बालगंधर्व, नानासाहेब फाटक, ही त्यांची आवडती मंडळी होती. नाट्यसंगीतावर त्यांची मान डोलायची. पुष्कळ नाट्यसंस्थांतून त्यांनी कामं केली. पण माणसं आणि संस्था म्हणून त्यांची एकमेव पसंती आणि प्रशस्ती 'चंद्रलेखा' याच संस्थेला होती. कडक स्टार्चचे लाँड्रीतील कपडे आणि टॅक्सीतून फिरणं या त्यांच्या चैनीच्या कल्पना होत्या. ब्रिटिश भारतातून गेले, याचं त्यांना अतोनात दुःख होतं. कारण एकच— ब्रिटिशांच्या वेळी स्वस्ताई होती. स्वातंत्र्यानंतर महागाई आली. कुठलीही गोष्ट उत्तम आहे, हे सांगण्याचं त्यांचं परिमाण होतं : 'इंग्लिश'. छत्तीस–सदतीस वर्षांच्या कारकीर्दीत त्यांनी दोनशे हिंदी-मराठी चित्रपट, वीस नाटकं, आणि बऱ्याच टी.व्ही. सीरियल्स केल्या.

बैठकीला वीस–पंचवीस जिलेब्या, कमीत कमी चार ते पाच पुरणपोळ्या हा त्यांचा आवडीचा विषय, तर तिखट, चटपटीत खाणं, तेही स्वतः तयार करून सर्वांना खायला घालणं आणि स्वतः खाणं याचा प्रचंड उत्साह असे. ते करायला वस्तू खरेदी करून (स्वतःच्या पैशानं) आणणं, ती चिरणं, फोडणी तयार करणं, शिजवणं, ह्या सर्व गोष्टी ते करीत. भेळ हा तर त्यांचा खास विषय होता. बऱ्याचदा ती आमच्या घरी केली जायची. परातभर भेळ, आणि सभोवताली बसून आम्ही प्लेट्सवर प्लेट्स रिकाम्या करतोय्, असा प्रसंग नेहमीच घडायचा. त्यांना स्वतःला प्लेट चालत नसे. ते तर पातेल्यातून भेळ खायचे.

लहान मुलांचं त्यांना अतोनात वेड होतं. माझ्या पाच–सहा वर्षांच्या छोट्या भाचीला अगदी व्यवस्थित टॅक्सीतून नेऊन नाटक दाखवून परत आणायचे.

शाळेत असताना मला सह्या जमवणं, कलावंतांचे फोटो जमवणं याची आवड होती. मग अगदी व्ही. शांताराम, अशोककुमार अशांसारख्यांनाही मधूकाका वेठीला धरत आणि माझं नाव घालून त्यांच्या सह्या केलेले फोटो आणत.

मधूकाका स्वभावानं अतिशय सीधेसाधे आणि निर्मळ. एकदा का आपलं मानलं की, त्याच्यासाठी जीवसुद्धा गहाण टाकतील. स्वार्थाचा लवलेशही नव्हता. दुसऱ्यानं रुपयाचं केलं, तर स्वतःच्या ऐपतीनं चार आण्यांची परतफेड करणारच

करणार. कुणी केलेल्या उपकाराचं सदैव स्मरण करीत. फुकटेपणा करण्याची, बळकावण्याची वृत्ती अजिबात नव्हती.

दोष एकच होता. एखाद्यानं विनाकारण छळलं, तर मात्र कायमची कटुता मनात ठेवत. त्याच्याविषयी वैरभाव बाळगीत.

अलीकडं मधूकाका मुंबईत आमच्याकडं, पुण्यात चारुदत्त सरपोतदार यांच्याकडं व कोल्हापुरात बेबी शकुंतला यांच्याकडं राहत. त्यांना हिंडण्या-फिरण्याचा त्रास व्हायचा. पाय लटपटायचे. झोक जायचे. यावर उपचार तर काहीच नव्हता. डॉक्टर वृद्धापकाळाकडं बोट दाखवायचे. आमच्या कॉलनीतील ओळख नसलेले डॉक्टर सुद्धा त्यांना थांबवून त्यांच्या प्रकृतीची वास्तपूस करीत. औषधोपचार सुचवीत; आणि हे सर्व विनामूल्य असे.

अशा सर्व कारणांमुळं बेबी शकुंतला त्यांना एकदा म्हणाल्या,

'मधू, आता कशाला इकडं तिकडं धावपळ करतोस? इथंच राहा.'

यावर मधूकाका बेबीताईंना म्हणाले,

'हे बघ, बेबी! तेच तेच चेहरे बघून मला कंटाळा येतो. म्हणून मी एका ठिकाणाहून दुसऱ्या ठिकाणी जातो.'

यावर बेबीताईंना हसावं, की रडावं, तेच कळेना.

मधूकाकांनी स्वतःच हा किस्सा आम्हांला सांगितला. त्यामुळं मुंबईतून ते कोल्हापूर किंवा पुण्याला जायला निघाले, की माझी आई गमतीनं म्हणायची,

'मधूला आता आपले चेहरे बघून कंटाळा आला, बरं का.'

हल्ली पण ते आपल्या एकाकी जीवनाला कंटाळले होते. तरीही, चिमूचं (माझी भाची इरावती) लग्न बघून मरणार, असं म्हणायचे.

यावर मी म्हणायची,

'ते का, रश्मीचंही (माझी मुलगी) लग्न तुम्ही बघाल.'

कारण मला ते खरंच तसं वाटायचं.

त्यावर मधूकाका, माझी इच्छा खरंच पुरी होईल, की काय, असं वाटून पटकन् म्हणायचे,

'ह्यॅ, कशाला एवढं आयुष्य! हातीपायी नीट असेपर्यंत गेलेलं बरं.'

मधूकाकांचा ५१ वा वाढदिवस आम्ही मोठ्या थाटामाटानं साजरा केला होता. सगळी मराठी नाट्य-चित्रपटसृष्टी आमच्या घरी लोटली होती.

त्यांची एकसष्टी मात्र आम्ही आमच्याच घरी दुःखद घटना घडल्यामुळं साजरी करू शकलो नाही.

त्यांची एकाहत्तरी मात्र डॉ. काशिनाथ घाणेकर प्रतिष्ठानचा द्वितीय पुरस्कार देऊन सोलापूर मुक्कामी साजरी केली. आमच्या या सोहळ्यात उद्योगपती श्री. लालचंद हिराचंद आणि सौ. ललिताबाई लालचंद हे पती-पत्नी सहभागी झाले होते. ७७१ रुपयांचा मधूकाकांच्या वयाला साजेसा आहेरही त्यांनी मधूकाकांना केला होता. याच वेळी मधूकाकांची पंच्याहत्तरी आमच्या घरी करायची योजना सर्वानुमते नक्की केली. सबंध फेब्रुवारी महिना मधूकाकांनी त्याचाच ध्यास घेतला होता. त्या वेळी त्यांना कुणी भेटायला गेलं की, 'मला मुंबईला प्रभादेवीला दीदींच्याकडे पोहोचवा' असं सांगून डोळ्यांत पाणी भरीत. माझ्या आईनं त्यांना मुंबईला आणण्याविषयी सांगितलं होतं. पण डॉक्टरांच्या सल्ल्याप्रमाणे त्यांना मुंबईला हलवणं अगदीच अशक्य होतं. त्यावर तिनं स्वतःला बरं नसतानाही पुण्याला जायचा बेत नक्की केला. ते ऐकून चारुकाकांनी त्यांच्या गेस्ट हाऊसवर मधूकाकांची पंच्याहत्तरी साजरी करायचा बेत केला. कारण तिथीनं २० फेब्रुवारीलाच त्यांना ७५वं वर्ष सुरू झालं होतं. पुणे, मुंबई, कोल्हापूर, येथील संबंधितांना त्याप्रमाणे कळविण्यात आलं. आणि...

अचानक नेहमीच्या गडबडीनं मधूकाका कायमचे निघून गेले.

एकीकडं मधू शेवटचा भेटला नाही, म्हणून माझी आई ओक्साबोक्शी रडते, तर नळ्यांच्या जाळ्यात जखडलेला मधू, गलितगात्र मधू, निष्प्राण मधू पाहिला नाही, तेच बरं झालं, म्हणून स्वतःचीच समजूत घालते. कारण मधूकाका अडखळत बोलत असले, तरी त्यांच्या बाकीच्या हालचाली खूप गडबडीच्या, धावपळीच्या असायच्या. चार्ली चॅप्लिनसारखे तुरूतुरू कुठंतरी जायचे, नाही तर जाऊन यायचे तरी. स्वस्थ बसलेत, असं कधी व्हायचंच नाही.

गेली पंच्याहत्तर वर्षं चाललेली धावपळ आता कायमची थंडावली आहे.

◆

मी :
लीला गांधी

दोन वर्षांपूर्वी पुण्याच्या एका मंगलकार्यालयातून लग्नसमारंभ आटपून आम्ही बाहेर पडत असताना, माझ्या आईला (सुलोचनाबाईंना) एक जोडपं नमस्कार करीत येऊन भेटलं. त्यांनी आपला परिचय देताना, ते लीला गांधींचे बंधू असून, कालच नगरहून आल्याचं सांगितलं. त्या वेळी मला पटकन् आठवण झाली, ती काही वर्षांपूर्वी 'महाराष्ट्र टाइम्स'मध्ये आलेल्या बातमीची. नाट्य-चित्र-अभिनेत्री लीला गांधी यांचे वडील माणिकचंद गांधी याचं नगर इथं देहावसान झाल्याची ती बातमी होती. हे पाहिलं की, वाटतं, लीला गांधी किती मोठ्या झाल्या आहेत. त्यांचं नाव पुढं करून त्यांच्या नातेवाइकांची ओळख सांगितली जाते; आणि मग माझ्या नजरेसमोर येतात पूर्वीच्या लीला गांधी.

तेव्हा मी कोल्हापूरला होते. साल होतं १९५४. माझ्या आईच्या तोंडून त्या वेळी ऐकलं होतं की, 'रेशमाच्या गाठी' या चित्रपटात लीला गांधी नावाची कुणी नवी मुलगी आली आहे. ती बरीचशी ज्येष्ठ अभिनेत्री हंसा वाडकर यांच्यासारखी दिसते.

पण याच हंसाबाईंनी मात्र लीलाबाई तमाशा–नृत्य करतात, म्हणून त्यांच्याकडून नृत्य बसवून घ्यायला नकार दिला होता. चित्रपट होता : 'सांगत्ये ऐका'. लीलाबाई त्या चित्रपटाच्या नृत्यदिग्दर्शिका होत्या. 'सांगा ह्या वेडीला' हे वसंत शिंदे यांच्याबरोबर गाजलेलं गीत याच चित्रपटातील होतं. त्या चित्रपटातील हंसाबाईंचे नृत्यातील सर्व लाँग शॉट्स लीलाबाईंनीच डमी म्हणून दिले होते.

माझ्या आईचा आणि लीलाबाईंचा परिचय याच चित्रपटाच्या वेळचा. माझी आई त्यांच्या नृत्यावर बेहद्द खूश होती. लाजऱ्या-बुजऱ्या लीलाला आपल्या मेकअपरूममधे बसवून घेणं, आपल्याबरोबर जेवायचा आग्रह करणं, तिच्या घरी सत्यनारायणाच्या पूजेला जाणं अशा गोष्टी माझी आई आवर्जून करायची. सुरुवातीपासूनच तिची लीलावर माया जडली होती. या सर्वांचं लीलाबाईंना कोण अप्रूप वाटे. इतकी मोठी अभिनेत्री असूनही आपल्यासारख्या या व्यवसायातील नवोदितेला इतक्या आपुलकीने वागवणं, याचीच त्यांना अपूर्वाई वाटायची. इतर मोठ्या अभिनेत्रींनी मात्र आपल्याला अशी वागणूक दिली नाही, याची खंत त्या

आजही बोलून दाखवितात.

लीलाबाईही माझ्या आईवर तितकंच जीव तोडून प्रेम करतात. 'बाई' (म्हणजे माझी आई) म्हणतील, ती पूर्व दिशा, ही त्यांची तिच्यावरची श्रद्धा आहे. बाई पुण्याला येणार असल्या की, त्यांच्यासाठी काय करू आणि काय नको, असं त्यांना होऊन जातं.

जेव्हा त्यांनी मोठा प्रशस्त ब्लॉक घेतला, तेव्हा माझ्या आईला आवश्यक त्या गोष्टींची सोय करून, एक खोलीच तिच्यासाठी तयार करवून घेतली. त्या खोलीचं नाव त्यांनी 'मावशीची खोली' असंच ठेवलं आहे.

लीलाबाईंच्या मुली माझ्या आईला मावशी म्हणतात.

पूर्वी मी लीला गांधींना सगळ्यांसारखं लीलाबाई अशी हाक मारायची. त्यांना ते खटकत असावं. पण बरेच दिवस त्यांनी ते ऐकून घेतलं. पण एक दिवशी मात्र त्यांनी आपली नाराजी बोलता-बोलता व्यक्त केलीच. मलाही माझं असं इतक्या जवळकीनंतर परक्यासारखं लीलाबाई म्हणणं चुकतं आहे, याची जाणीव झाली आणि त्या क्षणापासून मीही त्यांना लीलामावशी म्हणायला लागले.

आज लीलामावशींचा आणि आमचा इतका घरोबा आहे की, दोन्ही घरांतील कोणत्याही सुख-दुःखाच्या प्रसंगी लीलामावशी आमच्या घरी आणि आम्ही त्यांच्या घरी हजर असतो.

पूर्वी 'हॅलो... कोण बोलतंय्?' असा एखाद्या बाईचा काहीसा जाड-भरदार आवाज फोनवर आला की, समजायचं, लीला गांधी मुंबईत आल्या आहेत. कारण त्यापाठोपाठच, 'मी इंदिरा गांधी बोलतेय्...' अशा थाटात वाक्य यायचं: 'मी लीला गांधी बोलते.' या जोरदार वाक्याच्या पाठोपाठ मात्र घाईघाईनं त्या विचारीत, 'तुम्ही सगळी घरी असाल, तर मी घरी येणार आहे.' आणि फोन बंद व्हायचा. लीलामावशी फोनवर बोलायला कायम नाखूश असत. अगदीच नाइलाज झाला, तर संकट आल्यासारखं त्या फोनवर बोलत. बोलत कसल्या, घाईघाईनं बोलणं संपवीत. शक्यतो दुसऱ्याकडून फोनचं काम करवून घेणाऱ्या लीलामावशींनी त्यांना झालेल्या तिसऱ्या मुलीची बातमी हॉस्पिटलमधूनच फोन करून, 'बाई, या वेळीही मुलगीच झाली.' असं रडकुंडीला येऊन माझ्या आईला सांगितलं.

लीलामावशी येणार हे कळलं की, आम्ही सारे त्यांच्या आगमनाची वाट पाहत असू. कारण त्यांच्यावर व त्यांच्या नृत्य-कौशल्यावर आमचं सारं घरदारच खूश होतं. त्या येणार, असं कळलं की, माझ्या मामींना तिखट झणझणीत

स्वयंपाक करायला सांगितलं जाई. लीला आली की, तिला कोणतं कोणतं मेकअपचं सामान द्यावं, या विचारात आई गढून जायची. कारण नृत्याच्या-कार्यक्रमाच्या वेळी लीलामावशींना निरनिराळे मेकअप वापरावे लागत. त्यामुळं नवनवीन मेकअप शेडसूच्या शोधात त्या असत. पण त्यांची इंग्रजी नावं त्यांना माहीत असायची नाहीत. त्यामुळं दुकानात जाऊन ती आणणं त्यांना शक्य व्हायचं नाही. शिवाय त्या वेळी आतासारखं मेकअपचं इंपोर्टेड सामान सहजासहजी उपलब्धही व्हायचं नाही. याबाबतीत त्यांचा एकमेव आधार 'बाई.' मग स्वारी तिच्याकडं येऊन धडके. मेकअपचं नाव माहीत नसल्यामुळं त्या त्यांचं वर्णन करून सांगत. काहीसा उखाणा घालण्याचाच तो प्रकार असायचा.

एकदा त्यांनी सांगितलं,

'ते पापण्यांच्या कडांवर लावायचं काळं काळं गंधासारखं असतं, जे लावल्यावर चकाकतं...'

मग आमच्या लक्षात यायचं, त्यांना 'आय् लायनर' पाहिजे.

कधी त्या सांगत,

'गालावर लावायची गुलाबी चकचकणारी पावडर पाहिजे.'

की, समजायचं, त्यांना 'शायनिंग रूज' पाहिजे.

यातील विनोदाचा भाग सोडला, तर यातून नव्याची सदैव जाणीव ठेवण्याचीच लीलाबाईंची वृत्ती दिसायची. त्याच त्याच जुन्या पद्धतीनं मेकअप थापण्याच्या पद्धतीला सोडून, नव्याचं स्वागत करण्याचा उमदेपणा त्यांच्यांत असे. त्यांच्यासारख्या फारसं न शिकलेल्या स्त्रीनं इतकी जिज्ञासा ठेवावी, याचंच कौतुक वाटायचं. पण दरवेळी त्या घ्यायलाच येत, असं मात्र नसे. दौऱ्याच्या वेळी आठवणीनं खरीदलेल्या वस्तू घेऊनच त्या घरात पाऊल टाकत. स्वतःला येता आलं नाही, तर कुणामार्फत तरी अगदी आठवणीनं पाठवीत. त्यात मग औरंगाबादची रेशमी अगडबंब चादर असे. किंवा पैठणला खरेदी केलेली भरजरी साडी असे. तर कधी पन्नास किलो बासमती तांदळाचं पोतंही असे. तर काही वेळेला एखादी सोन्याची वस्तूही असे. भेटी देणं हे लीलामावशींचं प्रचंड मोठं व्यसन आहे. त्यासाठी त्यांचं कपाट वस्तूंनी गच्च भरलेलं असतं. मनाचं औदार्य ही त्यांची खासियत आहे. सढळ हात ही त्यांची विशेषता आहे.

डाव्या हातानं पातळ थोडंसं वर उचलून पाय आपटीत दारातून आत येणाऱ्या लीलामावशी पाहिल्या की, मला प्रश्न पडायचा, ह्याच का त्या स्प्रिंगसारख्या लवचिकतेनं लवणाऱ्या, मूर्तिमंत लावणी होऊन सळसळणाऱ्या, बारीक बारीक हावभावही नजाकतीनं पेश करणाऱ्या लीला गांधी? कारण एरवी पाहिलं, तर

त्या नृत्य करीत असतील, अशी शंका सुद्धा येणार नाही, इतकं त्यांचं वागणं, बोलणं, सरळ-साधं आहे. चांगले कपडे, उंची सेंट्स आणि दागिने यांची त्यांना आवड आहे. त्यांचा त्या वेळचा ट्रेडमार्क म्हणजे जुन्या चांदीच्या रुपयाएवढं काळपट लाल रंगाचं ठसठशीत मोठं कुंकू. पूर्वीच्या व आताच्या त्यांच्या राहणीत खूप फरक पडला आहे.

नृत्य हा त्यांच्या तन-मनाचा अविभाज्य भाग असे. त्यामुळं नृत्य त्यांचं स्वतःचं असो वा दुसऱ्याचं, त्यांना त्यात सारखाच रस असे. या संदर्भात मला एक प्रसंग आठवतो. जयप्रभा स्टूडिओत 'भोळी भाबडी' या चित्रपटाचं चित्रीकरण सुरू होतं. शशि राव या नृत्यांगनेबरोबर रंजन साळवी हे नृत्यदिग्दर्शक नृत्याची तालीम करीत होते. शशि राव उत्तम नृत्यांगना असूनही, गीताच्या दोन पंक्तींनंतर खाली बसून, परत उठून नृत्य करण्याचं टायमिंग काही त्यांना जमत नव्हतं. परत–परत तालमी घेतल्या जात होत्या. शॉट मात्र ओ. के. होत नव्हता. जसजशा तालमी वाढत होत्या, तसतशा माझ्या शेजारी बसलेल्या लीलामावशींची अस्वस्थता वाढत होती. त्यांची चुळबूळ सुरू होती. पाय जमिनीला टेकत नव्हते. शेवटी अगदीच राहवेना, तेव्हा पदर खोचतच त्या नृत्याच्या ठिकाणावर पोहचल्या. रंजन साळवींना बाजूला बसवून त्यांनी ते नृत्य आपल्या हातात घेतलं. शशि रावना तो शॉट नीट जमेपर्यंत लीलामावशी त्यांच्याबरोबर नाचत राहिल्या आणि एकदाचा शॉट ओ. के. झाला.

पदर खोचलेल्या, घामानं चिंब भिजलेल्या लीलामावशींना समाधानानं हसत येताना पाहून मी स्तिमित होऊन त्यांच्याकडं पाहत राहिले. माझ्या तोंडून एकही शब्द निघाला नाही. शेजारी येऊन बसलेल्या लीलामावशींचा हात हातात घट्ट धरून मी थोपटीत राहिले.

पहिल्या चित्रपटात एका नृत्याद्वारे पदार्पण करून 'केला इशारा जाता जाता' व 'देवा, तुझी सोन्याची जेजुरी' या चित्रपटात नायिका होण्यापर्यंतची मजल लीला गांधींनी मारली. या चित्रपटापूर्वी त्या उत्कृष्ट नृत्यांगना आहेत, असं वाटायचं. पण वरील चित्रपटांपासून त्या चांगल्यापैकी अभिनेत्री आहेत, याचाही साक्षात्कार झाला. याचं श्रेय त्या दिग्दर्शक अनंत माने यांना देतात व त्यांना आपले गुरूही मानतात. त्यांच्या रूपानं नृत्यनिपुण अभिनेत्री लाभल्याची आशा निर्माण झाली. पण इतर क्षेत्रांतील राजकारणाप्रमाणेच चित्रपटसृष्टीतील राजकारणात लीलाबाईंचा बळी गेला. त्यांचे ठरलेले करार रद्द केले गेले. त्यांना मिळालेल्या नायिकेच्या भूमिका दुसऱ्या अभिनेत्रींनी बळकावल्या. 'बळी तो कानपिळी' हा

कायदा चित्रपटसृष्टीतही ही लागू आहे. पण नुकत्याच नायिका झालेल्या लीलाबाईंच्या अंगी त्या विरुद्ध झगडण्याचं बळ नव्हतं.

'गोरा कुंभार' चित्रपटापासून मात्र चित्रपट–कारकीर्दीतील लीलाबाईंचा तिसरा अध्याय सुरू झाला. या चित्रपटातील सावकार–पत्नीच्या काहीशा खलनायिकेच्या भूमिकेसाठी माझ्या आईनं त्यांचं नाव सुचवलं. नृत्यविरहित ही त्यांची पहिली भूमिका. सर्वांचा या निवडीला विरोध. फक्त माझी आई व दिग्दर्शक राजा ठाकूर यावर ठाम राहिले. हे काम त्या नक्की उत्तम करतील, याचा दोघांनाही पूर्ण विश्वास होता. लीलाबाईंनीही त्याला तडा जाऊ दिला नाही.

यानंतर मात्र चरित्रनायिकेच्या भूमिकांचा सिलसिला सुरू झाला. 'कार्तिकी' चित्रपटात तर त्यांनी अठरा विश्वं दारिद्र्यानं गांजलेली दलित स्त्री उभी केली. 'चोरावर मोर' चित्रपटात तर ललिता पवारांच्या पठडीतील दुष्ट कावेबाज खलनायिका त्यांनी उभी केली. त्यांच्या मुलाच्या भूमिकेत होते डॉ. मोहन आगाशे. 'पैज' या बाबासाहेब फत्तेलाल यांच्या चित्रपटातील यशवंत दत्त व रवींद्र महाजनींच्या सात्त्विक आईच्या भूमिकेला, तसेच, 'कार्तिकी' चित्रपटातील भूमिकेलाही महाराष्ट्र शासनाचं विशेष अभिनेत्रीचं पारितोषिक मिळालं.

लीला गांधी म्हणजे लावणीचं लावण्य जपणारी एक कुशल नृत्यांगना. तसेच, रंगभूमी-चित्रपटातील दर्जेदार अभिनेत्री, जिच्या नजरेत विलक्षण अवखळपणा, नृत्यातील खास डौल आणि हालचालींतील दिमाख पाहायला मिळे. जवळ जवळ पंचवीस–तीस वर्षं ह्या अभिनेत्रीनं महाराष्ट्रातील रसिकांना मंत्रमुग्ध होऊन डोलायला लावलं. चित्रपटातील लावणीचा उल्लेख आला, तर लीला गांधी हे नाव डावलून पुढं जाताच येत नाही. त्या नावापुढं कष्टाची भली मोठी कारकीर्द उभी राहते. लीला गांधींचं नृत्य कामचलाऊ नव्हतं. त्यासाठी त्यांनी दहा–बारा वर्षं कथ्थकचं शास्त्रशुद्ध शिक्षण गोविंदराव निकम यांच्याकडं घेतलं आहे. गोविंदराव कुलकर्णी यांनी घेतलेल्या परिश्रमांमुळंच त्या जयराम शिलेदारांच्या 'राम जोशी' साठी रंगभूमीवर उभ्या राहू शकल्या, असं अत्यंत कृतज्ञतेनं सांगतात. गोविंदराव कुलकर्णी यांनी तर त्यांच्याकडून 'कालिदास' या संस्कृत नाटकातही भूमिका करवून घेतली होती. 'आशीर्वाद' या हृषीकेश मुखर्जी यांच्या हिंदी चित्रपटात त्यांनी अशोककुमारांच्या बरोबर एका सवाल-जवाबात ही भाग घेतला होता. तर मद्रास इथं तमीळ चित्रपटातही त्या भूमिका करून आल्या आहेत. भगवानदादांच्या हिंदी चित्रपटातही त्यांनी नृत्य केलं आहे. भगवानदादांचा नजाकतीनं हावभाव करण्याचा प्रभाव लीलाबाईंच्या नृत्यावर आहे.

लीलामावशींचं शिक्षण प्राथमिक इयत्तेपलीकडं गेलं नाही. त्यांच्या वयाच्या नवव्या वर्षापासूनच त्या नृत्याकडं ओढल्या गेल्या. त्यांच्या आईचीही 'लीला चित्रपटात खूप मोठी होऊ दे' ही तीव्र इच्छा होती. त्यांचे वडील माणिकचंद गांधी यांचं नगर इथं कापडाचं दुकान होतं. त्यामुळं त्यांचं वास्तव्य नगरलाच होतं. त्यांनीही लीलामावशींना नगर येथील शाळेत घालून त्यांना शिकविण्याचा खूप प्रयत्न केला. पण लीलामावशींना स्वतःलाही शिकण्याची आवड नसल्यामुळं त्यांनी शाळेला रामराम ठोकला. नृत्यातील प्रावीण्यामुळं स्वतःची डान्सिंग पार्टी मात्र त्या सुरू करू शकल्या. त्या स्वतः मुलींना नृत्य शिकवून कार्यक्रम करायच्या. त्यामुळंच चित्रपटसृष्टीचं दार त्यांच्यासाठी उघडलं. या वाटचालीतच मधुकर रोंघे या उमद्या ब्राह्मण तरुणाशी त्यांची लगीनगाठ पडली. लीलामावशींनी आपलं सर्वस्व त्यांच्या हाती सोपवलं.

रोंघे यांनीही लीलामावशींच्या कष्टाला आपल्या कर्तबगारीची जोड देऊन ट्रान्सपोर्ट क्षेत्रात आपलं साम्राज्य उभारलं आहे. स्वतः दादा रोंघे आणि रोंघे ट्रान्सपोर्टचा आज पुण्यात दबदबा आहे.

मोठी मुलगी तारकाच्या नंतर लीलामावशींना अनिल नावाचा एक मुलगाही झाला होता. शूटिंग, नृत्याचे कार्यक्रम धावपळीत मुलाची आबाळ होऊ नये, म्हणून त्या मुलाला सांभाळण्यासाठी त्यांनी एक बाईही ठेवली होती. लीलामावशी घरी नसल्या, की ही बाई ते मूल जरा जरी रडलं, तरी दुधाची बाटली त्या मुलाच्या तोंडात खुपसायची. बाटल्या उकळणं, दूध तापविणं, हेही केलं जायचं नाही. असेल तशी दुधाची बाटली मुलाच्या तोंडी दिली जाई. एवढासा जीव दिवसातून किती दूध प्यायला, याला प्रमाणच नसे. त्यामुळं अमृतासारखं दूधच विष ठरलं. लीलामावशींना समजलं, तेव्हा खूप उशीर झाला होता. एकीकडं अत्यवस्थ मुलगा, तर दुसरीकडं ठरवलेले कार्यक्रम व शूटिंग अशी दुहेरी तारेवरची कसरत त्या करत होत्या. आपलं काम निष्ठेनं व प्रामाणिकपणे करीत होत्या. कार्यक्रम संपला की, त्याच रात्री रात्रभर प्रवास करून पुण्याला परतायच्या. दिवसभर मुलाची शुश्रूषा करायच्या. पुण्यात उपाय होईनात, म्हणून त्या मुंबईला आल्या. आमच्याच घरी राहत होत्या. मुलाला सतत मांडीवर घेऊन बसलेल्या लीलामावशींचा केविलवाणा चेहरा आजही नजरेसमोर येतो. डॉ. काशिनाथ घाणेकरांच्यामुळं मुंबईतील प्रसिद्ध बालरोगतज्ज्ञ डॉ. आठवले यांच्याकडूनही उपचार केले गेले. पण उपयोग झाला नाही. मूल वाचलं नाही.

हाही कढ लीलामावशींनी गळ्याखाली दाबून टाकला. घुंगरांच्या आवाजात स्वतःच्या रडण्याचा आवाजही येऊ दिला नाही.

आता तर आपल्या तीन मुलींतच त्यांनी आपल्या मुलाची उणीव विरवून टाकली आहे. तीन मुली सुस्थळी पडल्या आहेत. सर्वांत धाकटी मुलगी भाग्यश्री तर डेन्टल सर्जन झाली आहे. नातवंडं खेळवण्यात लीलामावशी रमल्या आहेत.

एखाद्या 'तू तिथं मी' चा अपवाद वगळला, तर लीलामावशीचं रुपेरी पडद्यावरचं दर्शन दुर्मीळ झालं आहे. मात्र चांगली भूमिका (न्यृत्यविरहीत) असेल, तर आजही ती करण्याचा उत्साह त्यांना आहे. नृत्य सोडून त्यांना वीस वर्षं व्हायला आली. तरीही प्रौढ वयात केलेल्या 'सुशीला' चित्रपटातील 'कुण्या गावाचं आलं पाखरू' या लावणीवर केलेल्या डौलदार नृत्यावर त्यांनी आपला ठसा उमटवलाच.

सध्या मात्र त्या अगदी नव्या आणि अचंब्यात टाकण्याच्या भूमिकेत वावरत आहेत. ती म्हणजे पुण्यातील दि कॉसमॉस बँक ह्या जुन्या व नावाजलेल्या बँकेच्या संचालकपदी त्या आहेत. मोठ्या जिद्दीनं निवडणूक लढवून त्या निवडून आल्या आहेत. गेली पाच वर्षं मोठ्या जबाबदारीनं आपलं संचालकपद संभाळत आहेत.

या वर्षी त्या पुणे नाट्य परिषदेच्या उपाध्यक्षाही झाल्या आहेत.

महाराष्ट्र शासनातर्फे चित्रपटसृष्टीतील भरीव कार्यासाठी देण्यात येणारा 'सांस्कृतिक राज्य पुरस्कार' १९९९ या वर्षासाठी लीलामावशींना नुकताच जाहीर झाला आहे.

अत्यंत भाबड्या, श्रद्धाळू आणि देवभोळ्या लीलामावशी ईश्वराच्या कृपादृष्टीमुळं आपण तृप्त, समाधानी आहोत, असं सांगतात.

◆

तोऱ्यात वावरणारा
तालेवार नट

१० सप्टेंबर, १९८० ची संध्याकाळ. आमच्या घरी माझी भाची चि. इरावतीचा वाढदिवस–समारंभ चालू होता. इतक्यात आशा काळे व त्यांच्या मातु:श्री सहज भेटायला म्हणून आल्या होत्या. त्या बऱ्याच दिवसांनी आल्यामुळं गप्पा-गोष्टी रंगल्या होत्या. तेवढ्यात एका अनपेक्षित बातमीनं धक्का बसला. क्षणभर सगळेच अवाक् झाले. बातमीच तशी होती.

अभिनेते सतीश दुभाषी यांना पोटात रक्तस्राव सुरू झाल्यामुळं नायर हॉस्पिटलमध्ये दाखल करण्यात आलं होतं. त्यांचं पोट खूप मोठं झालं होतं. नाकातोंडांतून रक्तस्राव सुरू होता. एक टक्काच जगण्याची शक्यता होती. म्हणजे प्रकृती पूर्ण हाताबाहेर गेली होती. जगण्याची आशा फारच अंधूक होती. खरं म्हणजे, नव्व्याण्णव टक्के खात्री असली आणि एक टक्का शंका असली, तरी मन साशंक होतं. इथं तर नव्व्याण्णव टक्केच गायब होते.

त्यातच आशा काळे विचारीत होत्या,

'बरे होतील ना, हो, दुभाषी?'

विचारांच्या तंद्रीतच मी तिरसटून म्हणाले,

'आयुष्याची दोरी बळकट असेल, तर होतील बरे. कुणी सांगावं?'

एवढ्यात आशा काळे परत म्हणाल्या,

'किती गुणी नट नाही?' स्टेजवर असताना कधी तोंडाकडं बघून बोलणार नाही. नेहमी आपल्याच नादात.'

मी परत तिरसटून म्हणाले,

'नादात नाही. शब्द चुकला. तोऱ्यात म्हणा.'

दुभाषी तोऱ्यातच वावरायचे.

त्याही परिस्थितीत आशा काळे यांनां हसू फुटलं. त्यांनी पटल्यासारखी मान डोलवली.

काही वेळानं घरातली मंडळी पांगली. घरात थोडी शांतता पसरली. मी मात्र एक विचार सारखा करत होते. तो म्हणजे दुभाषी अस्वस्थ झाल्याचं कळल्यापासून आपण चिडल्यासारखे का झालो आहोत? त्यांचं आपलं एका कलावंताशी प्रेक्षकाचं नातं असतं, इतकंच आहे. पण दुभाषी तर बालगंधर्वांसारखे प्रेक्षकांना

मायबाप-अन्नदाते मानीत नाहीत. प्रेक्षक-कलावंतांतील प्रेम ते चक्क धाब्यावर बसवीत. प्रेक्षक आम्हांला फक्त चार तास विकत घेतात. त्यानंतर आम्ही काय करावं, हे विचारण्याचा त्यांना अधिकार नाही, असं ते जाहीरपणे मुलाखतीतून गर्जत असत.

११ सप्टेंबरला सकाळी घाबरतच मी वर्तमानपत्र उघडलं. परंतु सबंध वर्तमानपत्र चाळलं, तरी त्यात कुठंही ती अशुभ बातमी नव्हती. केवळ 'अरे, चोरा' या त्यांच्या नाटकाचा १२ तारखेचा ठाण्याचा प्रयोग रद्द केल्याची छोटीशी जाहिरात होती. दुभाषींच्या प्रकृतीबाबत नकार देऊन गेलेले नव्व्याण्णव टक्के होकार देऊन परत आले असतील, असं वाटायला लागलं.

अकरा आणि बारा दोन दिवस शांततेत गेले. कुठून काही बातमी आली नाही. त्यामुळं तरी दुभाषींची प्रकृती नक्कीच सुधारत असणार, याची खात्री वाटायला लागली.

१२ तारखेला सायंकाळी साडेसात वाजता बातम्या पाहण्यासाठी टी. व्ही. सुरू केला. पण पहिलीच बातमी सतीश दुभाषींचं निधन झाल्याचं सांगणारी होती. त्यापाठोपाठ हॉस्पिटलमध्ये चिरविश्रांती घेणाऱ्या सतीश दुभाषींना दाखवलं गेलं. एक वादळ शांत झोपल्यासारखं वाटत होतं. माझ्यासारखंच बऱ्याच जणांनी दुभाषींना इतकं शांत प्रथमच पाहिलं असावं.

एखादा झंझावात स्वतःभोवती भिरभिरत राहावा, तसे दुभाषी स्वतःच्या विचारांच्या आवर्तनात भिरभिरताहेत, असं वाटायचं. सुरुवातीला मी म्हटलं, तसे तोऱ्यात वावरायचे. तोरा शब्द मी मुद्दाम वापरते आहे. तंद्रीत किंवा नादात मुद्दामच म्हणत नाही. कारण दुभाषी ज्या बेफिकिरीनं जगाकडं पाहायचे व वावरायचे, त्याला त्यांना मिळालेल्या यशाची, त्यांना स्वतःला जाणीव असलेल्या त्यांच्या कलागुणांची जोड मिळाली होती आणि त्या संयोगातून त्यांचा हा तोरा निर्माण झाला होता.

सतीश दुभाषींबद्दल नेहमीच एक कुतूहल मला वाटत राहिलं आहे. दुभाषी अगदी पिंगेज् क्लासेस्मध्ये शिकवीत होते, तेव्हापासून या व्यक्तीबद्दल मला कुतूहल वाटायचं. त्या वेळी मी ऐकलं होतं की, दुभाषी शिक्षक म्हणून जसे उत्कृष्ट होते, तितकेच शिस्तीबाबतही कडक होते. ते मुलींना कुंकू लावल्याशिवाय वर्गात बसू देत नसत. मुलींनी केस मोकळे सोडून वर्गात आलेलंही त्यांना चालायचं नाही. त्यांना वेण्या घालूनच वर्गात जावं लागे. त्यांच्या नाटकांचा अथवा त्यांच्या भूमिकांचा विषय वर्गात काढलेला त्यांना खपत नसे. त्यांच्या

अध्यापनातील कौशल्यामुळं पिंगेज् क्लास त्यांना मुक्त करायला तयार नव्हतं. पण दुभाषींनी जेव्हा नाटक हा पूर्ण वेळेचा व्यवसाय म्हणून पत्करल्यानंतरही आणि त्यात ते खूपच व्यग्र झाल्यावरही जून ते ऑक्टोबर ही क्लासची पहिली टर्म त्यांना घ्यावीच लागे. पिंगेज् क्लासमध्ये शिकविणारे दुभाषी आजही माझ्या चांगलेच स्मरणात आहेत. किती तरी वेळा कोहिनूर सिनेमा (दादरच्या) समोरील फूटपाथवरून भर गर्दीच्या वेळी डोळ्यांवर मोठ्या फ्रेमचा चश्मा चढविलेले, एक हात पँटच्या पुढच्या खिशात, तर दुसऱ्या हातानं डोळ्यांसमोर धरलेलं पुस्तक वाचत जाताना दुभाषी मास्तरांना मी कैक वेळा पाहिलं आहे. मी रस्त्यात थांबून दुभाषी दृष्टीआड होईपर्यंत ह्या विचित्र माणसाला पाहत राहायची. कारण चालताना ही व्यक्ती वाचू कशी शकते, असा मला प्रश्न पडायचा. भोवतालच्या गर्दीकडं लक्षच नसायचं. आपल्याच तंद्रीत मस्त असायचे.

दुभाषींचा 'नटसम्राट' मी उत्सुकतेनं पाहायला गेले. पण नटसम्राट म्हणजे डॉ. श्रीराम लागू हे समीकरण इतकं घट्ट डोक्यात बसलं होतं की, दुभाषींचा 'नटसम्राट' काही मनाला भावला नाही. मी नाटक पाहून आल्यावर दुभाषी माझ्या आईला भेटले होते, तेव्हा त्यांनी तिला विचारलं होतं, की कांचन नाटकाला आली असता त्यांना भेटायला आत का आली नाही? माझ्या आईकडून हे ऐकल्यावर मला त्यांचा रागच आला. एकतर दहा मिनिटांच्या मध्यांतरात कलावंतांना भेटून त्रास देणं मला आवडत नाही. त्यातून कुणी आमंत्रित केलं किंवा भेटायला येण्याचा आग्रह केला, तर मात्र नाइलाज होतो. परंतु यांपैकी त्या दिवशी काहीच घडलं नव्हतं. तरीही मी दुभाषींना आत भेटायला जायला हवं होतं, अशी त्यांची अपेक्षा होती. आपण पाळले, न पाळले, तरी दुसऱ्यांनी आपल्यासाठी सर्व उपचार पाळले पाहिजेत, असा दुभाषींचा आग्रह असावा. पुन्हा एकदा या तालेवार नटाचा तोरा जाणवला.

इतक्या वर्षांच्या परिचयात दुभाषी एकदाही आमच्या घरी आले नाहीत. त्यांची भेट व्हायची, ती नाटकाच्या थिएटरमध्येच. दुभाषींचं 'कोंडी' नाटक बघायला गेलो असता दुभाषींनी आश्चर्याचा धक्का दिला. त्यांनी त्या दिवशी माझ्या आईला त्यांच्यासाठी चित्रपटसृष्टीत प्रवेश करून देण्याविषयी सांगितलं. दुभाषी स्वतःबद्दल काही करा, असं सांगताहेत, या गोष्टीवर माझा विश्वासच बसत नव्हता. परंतु मी प्रत्यक्ष स्वतःच्या कानांनी ऐकत असल्यामुळं विश्वास ठेवावा लागत होता. त्यांनी पुढं हेही स्पष्ट केलं की,

'नायकाच्या भूमिकेबद्दल त्यांचा आग्रह नाही. चरित्रअभिनेत्याचीही भूमिका

त्यांना चालेल.'

दुभाषींसारखा समर्थ नट पडद्यावर यावा, असं माझ्या आईलाही वाटत होतं. परंतु नायकाच्या भूमिकेला त्यांचं व्यक्तिमत्त्व पडद्यावर कितपत योग्य होईल, याची तिला शंका होती. परंतु स्वतः दुभाषींनींच त्या शंकेचा अडसर दूर केला होता.

ज्या वेळी दुभाषींनी हे सांगितलं, त्या वेळी करपरतीची योजना नसल्यामुळं मराठी चित्रपटांची भरघोस निर्मिती होत नव्हती. शिवाय ग्रामीण व तमाशाप्रधान चित्रपटात दुभाषींसारखं सुशिक्षित व्यक्तिमत्त्व शोभणंही कठीण होतं. त्यामुळं दुभाषींसाठी कुठं शब्द टाकावा, अशी संधीच माझ्या आईला मिळत नव्हती. दुभाषींना मात्र हा होणारा उशीर खटकत होता. भेटले, रे, भेटले, की, दम भरतच माझ्या आईला विचारायचे,

'माझ्या कामाचं काय केलंत?'

नंतर नंतर तर माझी आई सतीश दुभाषी भेटणार म्हटले की, नर्व्हसच व्हायची. इतका तिनं त्यांचा धसका घेतला होता.

एकदा तर त्यांनी कमालच केली. शिवाजी मंदिराजवळील एका मोठ्या औषधाच्या दुकानासमोर कुणाची तरी वाट पाहत ते उभे होते. नेहमीप्रमाणे हातात पुस्तक धरून वाचन चालूच होतं. मधून मधून वर बघायचे. ज्यांची वाट पाहत होते, ती व्यक्ती दिसते का, याचा वेध घ्यायचे. कुणी दिसलं नाही की, पुन्हा आपलं डोकं पुस्तकात खुपसत होते. त्या वेळी मीही तिथून चालले होते. दुभाषींना बघताच पुढं जावं, की मागं वळावं, या विचारात असताना दुभाषींनी मला पाहिलं. त्यांनी हात वर करून मला थांबवलं. मी जवळ जाताच त्यांच्या प्रश्नांचा मारा माझ्यावर सुरू झाला. त्यांच्या नेहमीच्या थंड, जरब असणाऱ्या आवाजात त्यांनी मला विचारलं,

'तुमच्या आईला सध्या चित्रपटसृष्टीत भाव दिसत नाही.'

मला कळायला लागल्यापासून माझ्या आईबद्दल असं कुणी विचारलं नव्हतं. त्या प्रश्नाच्या धक्क्यातून सावरायच्या आत त्यांचा दुसरा प्रश्न आदळला. तोही थोड्या त्राग्यानंच.

'किती दिवस त्यांना सांगतोय्, मला मराठी चित्रपटात एक रोल मिळवून द्या. पण अजून त्यांना जमत नाही. त्यांचं कोणी ऐकत नाही का?'

त्यांच्या ह्या प्रश्नांच्या सरबत्तीनं तर मी गारच झाले होते; आणि रस्त्यात उभी राहून त्यांना समजावणार तर काय होते.

'तुमचा निरोप बाईंना सांगते हं' असं म्हणून मी तिथून सटकले.

घरी आल्यावर 'सतीश उवाच' मातुःश्रींच्या कानांवर घातला. ते सर्व ऐकून

ती तर हसतच सुटली. तिलाही असलं प्रथमच ऐकायला मिळालं असावं. राग येण्याऐवजी तिला त्या बोलण्याची गंमतच वाटत होती. ही एका कलावंताची तळमळ आहे, तिचा असा स्फोट झाला. एवढाच मथितार्थ तिनं घेतला. आता काही करून दुभाषींना चित्रपटात चमकवलंच पाहिजे, अशी परिस्थिती झाली होती. कारण आता ते कुठं भेटले, तर काय विचारतील, याचा भरवसा नव्हता. दादांची (राजा परांजपे) 'श्रीपाद चित्र' संस्थाही बंद पडली होती. नाही तर कुणाला शब्द टाकावा, हा प्रश्नच उद्भवला नसता. पण आमच्या सुदैवानं एक संधी चालून आली. कॅमेरामन रेगे 'वेट अन्टिल डार्क' या इंग्रजी चित्रपटावरून 'आहट' हा हिंदी चित्रपट तयार करीत होते. जया भादुरी त्या चित्रपटाची नायिका होती. माझी आईही त्यात काम करत होती. आत्तीनं दुभाषींविषयी श्री. रेगे यांना सांगितलं. रेगे यांनीही दुभाषींची नाटकं पाहिली होती. त्यांनी दुभाषींना भूमिका देण्याविषयी त्वरित मान्यता दिली. दुभाषींशी बोलणं झालं आणि एकदाचे दुभाषी कॅमेऱ्यासमोर उभे राहिले. हा चित्रपट पूर्णही झाला. पण अजूनही का प्रकाशित झाला नाही, हे मात्र समजलं नाही. मराठीत मात्र मोजून तीन चित्रपटांत दुभाषींनी भूमिका केल्या 'बाळा, गाऊ कशी अंगाई', 'चांदोबा, चांदोबा, भागलास का' आणि 'सिंहासन.' एक 'सिंहासन' वगळता वरील दोन्ही चित्रपटांत दुभाषी आपला ठसा उमटवू शकले नाहीत. 'सिंहासन' मधील त्यांचा युनियन लीडर मात्र खूप भाव आणि प्रशंसा मिळवून गेला. कदाचित ती त्यांच्या प्रकृतीशी मिळतीजुळती भूमिका असल्यामुळं असेल. रंगभूमीवर अधिराज्य गाजविणाऱ्या दुभाषींना चित्रपटसृष्टीत मात्र अपयश पत्करावं लागलं. त्यामुळं त्यांनाही तिच्याबद्दल उदासीनता आली असावी.

'आहट' चित्रपटाचं शूटिंग पाहायला गेले, तेव्हा दुभाषींशी भेट झाली होती. आता त्यांना भेटताना कुठलंही दडपण नव्हतं. शॉट्सच्या मधल्या वेळात ते आमच्याशी गप्पा मारत बसले होते. म्हणजे आम्ही ऐकत होतो आणि दुभाषी एकेक किस्से ऐकवत होते. नाटकाशिवाय इतकं बोलताना मी त्यांना प्रथमच पाहत होते, ऐकत होते. त्यात नाट्यसृष्टीतील राजकारण, बड्या नटांचीही भूमिका पळवण्याबद्दची चढाओढ अशांसारख्या गोष्टीही त्यांनी सांगितल्या. त्यानंतर मात्र एखादं लहान मूल तक्रार करताना चेहरा करतं, तसा करीत ते माझ्या आईला म्हणाले,

'अहो बाई, तो ----- असा का करतो? तो व मी दोघेही मराठी आहोत. तरीही तो माझ्याबरोबर हिंदीत का बोलतो? तो सरावासाठी तसं करीत असेल, म्हणून मी त्याकडं दुर्लक्षही करतो. पण तो माझ्याशी सारखा इंग्रजीतही बोलतो. अहो, मी हाडाचा शिक्षक आहे. त्याचं इंग्रजी ऐकून मला किती त्रास होतो,

याची तुम्हांला कल्पना येणार नाही.'

दुभाषींची ही मजेशीर तक्रार ऐकून आम्हांला हसू आवरत नव्हतं.

एवढ्यात स्टेजवर हसतात, तसे दुभाषी लख्खकन हसले. लहान मुलाला गुदगुल्या केल्यावर ते जसं खुदकन हसणं, तसं मला दुभाषींचं हसणं वाटायचं. त्यांच्या चेहऱ्यावर आता मिस्किल हसू उमटायला लागलं होतं. ते पाहून त्यांना काही तरी मजेशीर आठवतंय्, हे जाणवत होतं. तेव्हा फारसा सस्पेन्स न वाढविता त्यांनी एका नाट्यचंद्रिकेची कशी विकेट घेतली, याचा बहारदार किस्सा ऐकविला.

या नाट्यचंद्रिकेला भेटेल त्या पुरुषाला 'कालच तुम्ही माझ्या स्वप्नात आला होता' हे वाक्य ऐकवायची सवय होती. तिनं तो प्रयोग दुभाषींच्यावरही केला.

सुरुवातीला तर त्यांनी तिरसटूनच तिला विचारलं,

'मी कसा येईन तुमच्या स्वप्नात? कारणच काय?'

पण ती अभिनेत्री जेव्हा रंगभूमीच्या शपथेचा हवाला द्यायला लागली, तेव्हा मात्र दुभाषींचं पित्त खवळलं; आणि तिनं पुन्हा असलं कुणाला काही म्हणू नये, याचा बंदोबस्त करण्याचा हेतूनं त्यांनी तिला विचारलं,

'मग मी तुमच्या स्वप्नात येऊन काय केलं, हेही सांगा.'

दुभाषींचा हा अनपेक्षितरीत्या आलेला प्रश्न ऐकल्यावर नाट्यचंद्रिका भांबावली. तिला, काय उत्तर द्यावं, हे सुचेना.

'काही नाही... काही नाही...' या वाक्यावरच ती अडखळायला लागली.

तिची त्रेधा पाहत दुभाषींनी शांतपणे तिला सांगितलं,

'मी असा पुरुष आहे, की, स्त्रीच्या स्वप्नात जरी गेलो, तरी काही केल्याशिवाय तिथून परत येत नाही. म्हणूनच मी तुम्हांला विचारतोय्, 'तुमच्या स्वप्नात येऊन मी काय केलं?' '

त्या घटनेचा हा क्लायमॅक्स ऐकल्यावर सर्वांचं हसणं सातमजली चढलं.

सतीश दुभाषींच्या बरोबरच्या भेटीचा आणखी एक प्रसंग माझ्या खूप लक्षात राहिलाय्. त्या वेळी दुभाषींचं 'स्वप्न एका वाल्याचं' हे नवं नाटक रंगभूमीवर आलं होतं. त्याचे दिग्दर्शकही तेच होते. नाट्यसृष्टीत खाजगीत दुभाषींना 'मास्तरच' म्हटलं जायचं. या नाटकात सरला येवलेकर ह्या नायिका होत्या. त्यांना या नाटकात तरुणपण, म्हातारपण आणि अंधळेपणा अशा बऱ्याच अवस्था दाखवायच्या होत्या. दुभाषींनी त्यांच्यावर खूपच मेहनत घेतली होती. वृत्तपत्रांनीही त्यांची खूप तारीफ केली होती. दुभाषींच्या पेक्षा कणभर अधिकच. माझ्या आईला तर त्यांचा अभिनय इतका आवडला होता की, त्याचं कौतुक म्हणून तिनं एक सुंदर शाल

त्यांच्यासाठी माझ्यामार्फत पाठविली. रवींद्र नाट्यमंदिरामध्ये प्रयोगाच्या आधी मेकअपरूममध्ये मी सरलाच्या हाती ती शाल देऊन तिचं अभिनंदन केलं.

आपण केलेल्या कष्टाचं सुलोचनादीदींसारख्या ज्येष्ठ अभिनेत्रीकडून झालेलं कौतुक पाहून सरला हरखून गेली.

त्याच वेळी मेकअपरूममध्ये आलेल्या दुभाषींच्या समोर ती शाल धरीत सरलानं सर्व सांगितलं.

ते ऐकलं मात्र, दुभाषींनी अबाऊट टर्न केलं आणि झटक्यात त्या रूममधून बाहेर पडले.

वास्तविक पाहता सरलाची भूमिका सुंदर होणं याचं अर्धं श्रेय दिग्दर्शक म्हणून दुभाषींचंही होतं. पण 'वा! छान!' एवढं सुद्धा न म्हणता दुभाषी तिथून निघून गेले.

मी व सरला झाल्या प्रकारानं एकमेकींच्याकडं नुसत्या पाहत राहिलो.

त्यानंतर मात्र बऱ्याच दिवसांनी एकदा दुभाषी ऑपेरा हाऊस इथं भेटले. ऑपेरा हाऊसशेजारील देसाई हॉस्पिटलमध्ये ती. बाबांचं (भालजी पेंढारकर) डोळ्याचं ऑपरेशन झालं होतं. त्या दिवशी मी व चारुकाका (चारुदत्त सरपोतदार) काही औषधं आणायला खाली उतरलो होतो. इतक्यात एक टॅक्सी आमच्या पलीकडं थोड्या अंतरावर येऊन उभी राहिली. त्यातून दुभाषी व नाटकात दुय्यम भूमिका करणारी एक नटी उतरली. ते दोघे चित्रपट पाहायला आले असावेत. पण आम्हांला पाहताच ते थिएटरकडं न वळता आमच्याकडं आले. सोबत ती नटीही होतीच.

'तू पुढं हो. मी या मंडळींना भेटून येतो.' अशासारखी लपवालपवी तिथं नव्हती. ती नटी गप्प उभी होती. पण दुभाषी नेहमीच्या सहजतेनंच बोलत होते. बाबांची चौकशी करत होते. कुठंही चोरटेपणा नव्हता. अस्वस्थता नव्हती. दुभाषींची त्या स्त्रीशी मैत्री असल्याचं मी ऐकून होते. ही मैत्रीही मला कोड्यात टाकणारी होती. कारण दुभाषी बुद्धिमान, उच्चशिक्षित, तालेवार अभिनेते होते. त्या मानानं ही स्त्री यांच्याशी कुठल्याच बाबतीत बरोबरी करू शकेल, अशी ती नव्हती. त्या दोघांच्या मधील हा असमतोल मला फार खटकायचा. अर्थात कुणी काय करावं, हा ज्याचा त्याचा वैयक्तिक प्रश्न आहे आणि त्यांनी काय करावं व काय करू नये, हे ठरवणं सतीश दुभाषींच्या बाबतीत फारच दूरापास्त होतं.

परंतु हा असमतोल फार काळ तोल धरू शकला नाही. त्यानंतरची दुभाषींची 'नवी जवळीक' ऐकून मात्र दुभाषींपेक्षा मीच अधिक सुखावले. त्यांच्याच तोलामोलाची,

तितकीच मातब्बर, तशीच बुद्धिमान ही जवळीक होती. अगदी योग्य शब्दांना योग्य सूर सापडावेत, तशी. दुभाषींना आता तरी जीवनाचा सूर सापडला असेल, असं वाटलं. कारण एकदा 'लोकसत्ता'मध्ये श्री. विश्वास मेहेंदळे यांना मुलाखत देताना त्यांनी स्वतःच आपल्या वैयक्तिक जीवनाचा बेसूर छेडला होता. जीवनात सर्व इच्छा पूर्ण होत नाहीत. पण परमेश्वरानं, काही प्रमाणात का होईना, त्यांना संतुष्ट केलंच होतं. नटसम्राट, बेइमान, ती फुलराणी, कोंडी, आनंद, बेकेट, कौंतेय, लपंडाव, माणसाला डंख मातीचा, स्वप्न एका वाल्याचं— किती नाटकांची नावं घ्यावीत? यांतील एकेक भूमिका म्हणजे अनेक पैलू दाखविणारी लखलखती रत्नं होती. रंगदेवतेनं भरभरून दान दुभाषींच्या ओंजळीत टाकलं. डॉ. काशिनाथ घाणेकरांचं सिंहासनही काही काळ त्यांनी डळमळीत केलं होतं. एका वेळी सहा–सहा नाटकांत ते काम करीत होते. निरनिराळ्या थिएटरमध्ये पोहोचण्यासाठी त्यांना मोटर व ड्रायव्हर ठेवावा लागला होता. महिन्याचे दिवस आणि दिवसांचे तास त्यांना नाटकासाठी कमी पडत होते.

मग ते इतके अस्वस्थ का होते? ती अस्वस्थता नाहीशी करण्यासाठी ते कशाचा आधार घेत होते, हेही जगजाहीर होतं. स्वतःच्या हातानं विषाचे प्याले रिचवीत राहिले. वृद्ध आई, लाडकी लेक, प्राणप्रिय रंगभूमी असे कुठलेच पाश त्यांना ह्या व्यसनापासून परावृत्त करू शकले नसतील का? की 'ह्या' आयुष्याची मर्यादाच एवढी होती? जन्म, लग्न, मृत्यू ह्यांच्या तारखा निश्चित असतात, म्हणे. त्यात तसूभरही बदल होत नाही, म्हणतात. त्यासाठीच का हे तारू विनाशाकडं भरकटत गेलं असेल?

दुभाषी गेल्यानंतर त्यांच्याचविषयी आम्ही बोलत बसलो होतो. माझे मेव्हणे, श्री. अशोक कोरगावकर एकदम उसळून माझ्या आईला म्हणाले,

'तुमच्या सिनेमा-नाटकांतील लोकांना यश पचविता येत नाही. ते त्यांच्या डोक्यात जातं. इतर क्षेत्रांत काय कमी यश मिळतं लोकांना? क्रिकेटसारख्या क्षेत्रात तर आंतरराष्ट्रीय लौकिक मिळतो. इतक्या लहान वयात सुनील गावसकरला इतके सन्मान मिळाले. पण तो व्यसनाधीन होऊन बेताल झालेला तुम्ही पाह्यलाय् काय? अशी कितीतरी यशस्वी माणसं आहेत. पण स्वतःच्या हातानं स्वतःची अशी नासाडी करून घेण्याचे प्रकार मात्र तुमच्या ह्या इंडस्ट्रीतच घडतात. सोन्यासारख्या आयुष्याची माती करून घेतात!'

काय खोटं होतं माझ्या मेव्हण्याच्या म्हणण्यात? माझी आई त्यांना कोणतंही उत्तर देऊ शकली नाही.

पूर्वीचे नट निदान अशिक्षित तरी होते. त्यांना हे दुष्परिणाम आधी कळलेही नसतील. पण आताच्या सुशिक्षितांनाही त्याचे परिणाम कळत नाहीत, हे कसं

म्हणावं? दुभाषी तर एम्.एस्सी. झालेले होते. त्यांना सायन्स कळत नव्हतं, असं कसं म्हणता येईल? त्यांनी उराशी बाळगलेल्या महत्त्वाकांक्षांचा त्यांना विसर का पडला असेल? आपल्या अशा जाण्यानं आपल्या आप्त-स्वकीयांची हानी तर होतेच, पण त्याबरोबरच समाजाची, कलेच्या प्रांताची आपण हानी करतोय्, हे कसं समजत नसेल?

दुभाषींच्या आत्म्याला शांती लाभो, अशी प्रार्थना करणं वेडेपणाचं ठरेल. कारण कितीतरी अतृप्त इच्छा-आकांक्षा आणि अनुत्तरित प्रश्नांचं गाठोडं पाठीशी बांधून ते निघून गेलेत. कदाचित हा अतृप्त आत्मा पुन्हा जन्म घेईलही. सतीश दुभाषींच्या अनेक भूमिका जशा स्मरणात राहतील, तसा त्यांचा मृत्यूही लक्षात राहावा, बोधप्रद व्हावा, एवढी आशा करण्यावाचून आपल्या हाती दुसरं राहतंच काय?

◆

मनस्वी कलावंत

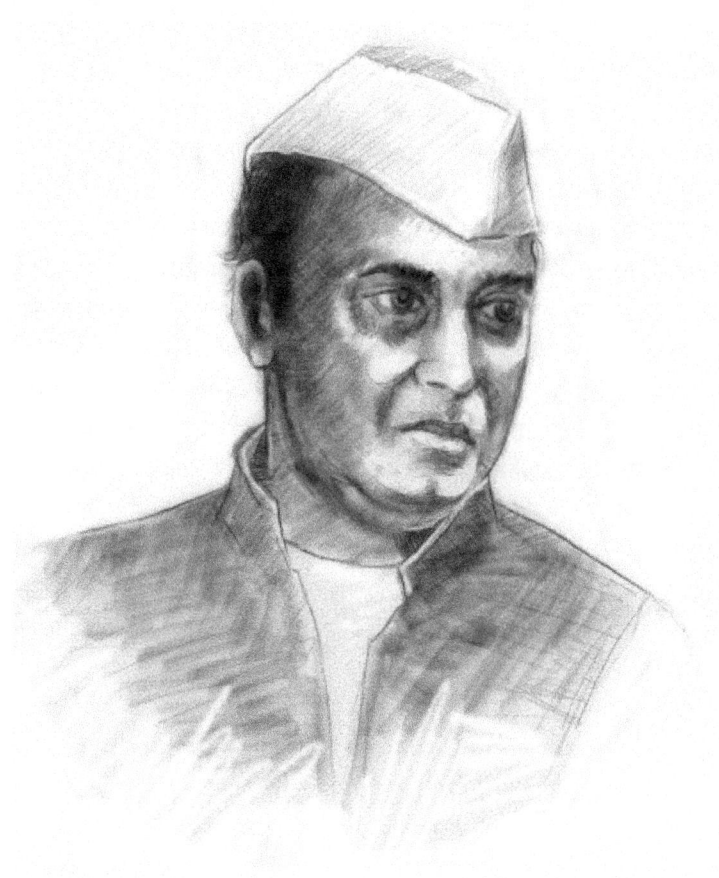

यशवंत दत्त...तसे यशवंत माझ्या बरोबरीचे. दोन वर्षांनी मोठे होते. ७ नोव्हेंबर १९४५ ही त्यांची जन्मतारीख. त्यांच्या निधनाच्या चारच दिवस आधी त्यांनी आपला बावन्नावा वाढदिवस साजरा केला असावा. मला यशवंतांवर इतक्या तीव्रतेने लिहावं असं वाटत होतं म्हणजे माझी-त्यांची मैत्री होती, असा समज होण्याची शक्यता आहे. आमच्यात मैत्री नव्हती. स्नेह होता. आमच्या महिनोन् महिने गाठीभेटी होत नव्हत्या; पण आमच्या स्नेहभावनेतील स्निग्धता मात्र कधी कमी झाली नाही. यशवंत परिचितांमध्ये व नाट्य-चित्रपट व्यवसायात 'बॉबी' किंवा 'बाबा' या नावाने प्रसिद्ध होते. मी मात्र सुरवातीपासूनच त्यांना यशवंत म्हणायची. कारण मला ते नाव खूप आवडायचं. माझ्या लहानपणापासून मी पाहिलेल्या बाबांच्या (चित्रतपस्वी भालजी पेंढारकर) ऐतिहासिक चित्रपटात एका तरी पात्राचे नाव यशवंत असायचेच. दुसरं कारण म्हणजे महाराष्ट्राचे पहिले मुख्यमंत्री आदरणीय यशवंतराव चव्हाण हेही होते. यशवंत माझी ओळख झाल्या क्षणापासून मला 'कांचनबाई' म्हणायचे. अग कांचन, अहो कांचन किंवा कांचनताई या संबोधनांशी परिचित असणारी मी, यशवंतांचं मला कांचनबाई असं संबोधणं खूप मजेशीर वाटायचं. हा माणूस काहीतरी वेगळा, काहीसा चमत्कारिक आहे हे त्यावेळेपासूनच जाणवायला लागलं होतं आणि त्याची प्रचिती खुद्द यशवंत, त्यांचे निकटवर्तीय, व्यावसायिक यांच्यामार्फत येत गेली.

यशवंत दत्त हे नावही तसे गंगाजमनी. त्यातील यशवंत हे खास मऱ्हाटमोळं नाव. यशवंत शहाण्णवकुळी मराठा घराण्यातील होते. त्यांचे वडील इंदूरचे होते. तर दत्त हे बंगाली आडनावासारखे भासायचे. त्याचा खुलासा एकदा यशवंतनीच केला होता. त्यांचे वडील मा. छोटू हे प्रभात फिल्म कंपनीतील एक गुणी कलाकार होते. त्यांचं खरं नाव दत्तात्रय महाडिक; पण ते आपल्या मा.छोटू या नावानेच अधिक प्रसिद्ध होते. वडिलांच्या दत्तात्रय नावातील दत्त यशवंतनी आपल्या नावामागे जोडले. हे नाव घेण्याचं आणखी एक कारण म्हणजे त्यांना असलेलं बंगाली साहित्य, संस्कृतीचं प्रेम. पुण्यात असताना (मुंबईला येण्याआधी) बऱ्याचदा यशवंत बंगाली बाबूच्या वेषात वावरायचे म्हणे. बंगाली पायघोळ धोतर, झब्बा आणि त्यावर ओढलेली मोठी शाल असा त्यांचा बाबुमोशाय टाईप जामानिमा असायचा. यशवंतचे मित्र लोकप्रिय संवादक सुधीर गाडगीळ 'सामना' (१२ नोव्हेंबर,१९९७) मधील

आपल्या लेखात म्हणतात, 'बॉबीचं बंगाली रुपडं तर आम्ही पाहायचोच; पण कधी कधी तर तो कव्वाली पेश करायला निघालेल्या कव्वालासारखी सिल्कची भडक लुंगी आणि कुर्ता घालून सायकल हाणत जाताना दिसायचा. त्याचा पेहराव पाहून आम्हाला जबर हसू फुटायचं; पण त्याचा आत्मविश्वास जबर होता. तो मैदानावर फूटबॉलपटू म्हणूनही गाजत होता. बॉबी तल्यारखानांची नक्कल तर तो हुबेहूब करायचा. त्यामुळेही त्याला बॉबी म्हटलं जाई.'

...कपड्यांप्रमाणेच त्याला माईकचीही फार आवड होती. तो त्याचा वीकपॉईन्ट होता. खरं तर सोसच म्हटलं पाहिजे. खर्जातल्या आवाजापासून ग्रामीण ढंगापर्यंत विविध आवाज माईक दिसताक्षणी काढण्याची त्याची हौस फिटायची नाही. त्यामुळे फिलिप्सची नोकरी करता करता माईकशी खेळणं आणि तोंडाला रंग लावणं सुरू होतं. गाण्यात रमणं हाही शौक त्याला होता. त्यामुळे ऑर्केस्ट्राचे निवेदनही करायचा,' असंही सुधीर गाडगीळ सांगतात. मा. छोटूंच्या अभिनयाचा वारसा यशवंतांना लाभला होता. त्यांच्या जन्मदात्री वत्सलाबाई याही अभिनेत्री होत्या. त्यामुळे न्यू इंग्लिश स्कूलमध्ये शिकत असल्यापासून त्यांना सिनेमा व सिनेमावाले यांच्याबद्दल जिव्हाळा होता. महाराष्ट्र राज्य कलोपासकच्या 'अडीच घर वजिराला' मध्ये ते रंगमंचावर आले. कलोपासकच्या राजा नातू यांनी त्यांच्यावर सुरवातीचे संस्कार केले असले तरी ते दत्ता भटांना आपले गुरू मानीत. दत्ता भटांनीच त्यांना मुंबईत आणले. पुण्यात असताना हौशी रंगभूमीवरून राज्य नाट्य स्पर्धेत यशवंतनी अनेकदा अभिनयासाठी बक्षिसं मिळवली होती. बक्षीस म्हणून मिळणारे हे सोन्याचे बिल्ले यशवंतनी एकदा आपल्या सँडलवर लावून घेतल्याचे स्वत:च सांगितले होते. त्यांचा हा विक्षिप्तपणा ऐकून मला तर काय बोलावे तेच सुचेना.

मुंबईत नाट्यमंदार या व्यावसायिक नाट्यसंस्थेच्या 'चांदणे शिंपीत जा' या नाटकात यशवंतना आम्ही प्रथम पाहिलं. त्यांचा स्वाभाविक अभिनय, त्यांचा रंगमंचावरील सहज वावर, त्यांची संवाद म्हणण्याची शैली आम्हाला खूपच आवडली. माझी आई (अभिनेत्री सुलोचना) तर यशवंतच्या अभिनयाने विशेष प्रभावित झाली होती. हा मुलगा चित्रपटात आला पाहिजे, असं ती सारखं म्हणायची. आणि तशी संधीही चालून आली. निर्माते - दिग्दर्शक दत्ता माने 'मामा-भाचे' हा चित्रपट तयार करणार होते. यातील मोठ्या बहिणीची मध्यवर्ती भूमिका माझी आई करणार होती. त्या चित्रपटातील तिच्या भावाच्या भूमिकेसाठी विक्रम गोखले आणि मुलाच्या भूमिकेसाठी यशवंत यांचे नाव तिने दत्ता माने यांना सुचविले. त्यांनीही ती नावं मान्य केली; कारण दत्ता माने या दोघांच्याही वडिलांना प्रभात काळापासून ओळखत होते. सुलोचनादीदींनी मला रुपेरी पडदा दाखविला, असे कृतज्ञतेने यशवंत नेहमी सांगत.

या चित्रपटाचं रीतसर शूटिंग कोल्हापूरला सुरू झालं. विक्रमचा माझा आधीपासून परिचय होता. यशवंतना मात्र प्रत्यक्ष प्रथमच भेटत होते. त्यावेळी प्रकृतीने ते तसे किरकोळच होते. त्यांना चष्माही त्यावेळेपासून असावा. त्यावेळी यशवंतबद्दल एक गोष्ट प्रकर्षाने जाणवली, ती म्हणजे त्यांचा जबर आत्मविश्वास. त्यांचा शॉट नसेल त्यावेळी यशवंत 'नटसम्राट'मधील ती प्रसिद्ध स्वगतं साभिनय म्हणून दाखवीत. स्वर लावण्याचे निरनिराळे चढ-उतारही त्यात असत आणि त्यावेळेपासून अगदी ठासून सांगत, की कधी तरी 'नटसम्राट'मधील अप्पासाहेब बेलवलकरांची भूमिका ते करणारच. मला खूप आश्चर्य वाटे. कारण डॉ. श्रीराम लागूंशिवाय नटसम्राटची मी कल्पनाच करू शकत नव्हते. डॉ. लागूंचा नटसम्राट तमाम नाट्यरसिकांनी अक्षरश: डोक्यावर घेतला होता आणि इकडे यशवंत आपल्या महत्त्वाकांक्षेवर अगदी ठाम होते. त्यावेळीच जाणवायचं हे काही वेगळंच रसायन आहे. एकीकडे नटसम्राट करण्याची भाषा करणारे यशवंत, त्यावेळी हेही सांगायचे, की ते जर या व्यवसायात यशस्वी झाले नाहीत तर अंडी विकतील; पण दुसरं काही करणार नाहीत. दोन टोकाचे स्वभाव यशवंतमध्ये जाणवायचे. अर्थात अंडी विकण्याची वेळ त्यांच्यावर कधीच आली नाही. आणि लोकमान्यता मिळवणारा नटसम्राटही त्यांनी उभा केला.

यशवंतनी बालनट म्हणूनही माझ्या आईबरोबर 'निरुपमा व परीराणी' या चित्रपटात काम केलं होतं. विक्रम गोखले त्यात होते. दोघांनी तिला त्याची आठवण करून दिली. मराठी चित्रपटाचं तीन-चार महिने चालणारं शूटिंग म्हणजे एक कौटुंबिक मेळावाच असायचा. माझ्या आईला त्यावेळी विणकामाचा फार नाद होता. स्वत: स्वेटर्स, मफलर्स विणून बरोबरच्या सहकलावंतांनां भेट द्यायची तिला खूप आवड होती. त्यासाठी ती कधी दिल्लीला गेली किंवा कुणी जाणार असेल तर खूपशी लोकर मागवून घ्यायची. बऱ्याचदा ती एका रंगाची असायची. या चित्रपटाच्या शूटिंग दरम्यान तिने विक्रम व यशवंत दोघांसाठीही स्वेटर विणला आणि त्यांना शेवटच्या दिवशी दिला; मात्र हे दोन्ही स्वेटर्स एकाच रंगाचे होते. माझ्या आईने त्यांना स्वेटर आवडला का म्हणून विचारल्यावर यशवंत मात्र लहान मुलासारखे कुरकुरले, 'आता आम्ही दोघांनी हे स्वेटर्स एकावेळी घातले, की आम्ही दोघं युनिफॉर्म घालून शाळेला चाललोय असं सगळे लोक समजणार.' ते ऐकल्यावर माझ्या आईला तर हसू आवरेना.

या चित्रपटानंतर यशवंतचं मुंबईला आमच्याकडे अधूनमधून येणं सुरू झालं. माझा मामेभाऊ दिलीपशी त्यांची मैत्रीही जुळली. गंमत म्हणजे दोघांच्या चेहऱ्यात खूप साम्य होतं. अगदी चष्म्यापासून उंचीपर्यंत. बऱ्याचदा लोक दिलीपला यशवंत समजायचे. 'करावं तसं भरावं' या चित्रपटाच्या प्रिमियरला यशवंत आले नव्हते. तर

काही प्रेक्षकांनी दिलीपला यशवंत समजून सही घेण्यासाठी घेराव घातला. नाटकाच्या दौऱ्यामुळे यशवंतना एका ऐतिहासिक चित्रपटातील घोड्यावरील पासिंग शॉट्ससाठी येता येत नव्हते. तर त्यांनी दिग्दर्शकाला दिलीपचे शॉट्स घ्यायला सुचविले होते. अगदी जुळे भाऊ वाटावे असं त्यांच्यामध्ये साम्य होतं.

यशवंतबद्दल बाहेर काहीही प्रवाद असले तरी ते आमच्या घरी आल्यावर अथवा बाहेर कुठे भेटल्यावर त्या त्या वेळी त्यांनी सभ्यतेच्या मर्यादा कधी ओलांडल्या नाहीत. यशवंतांचे घरी येणे म्हणजे काव्य-साहित्य-विनोद-नकला यांची मेजवानी असायची. त्यांचे आवडते लेखक जी.ए.कुलकर्णी यांच्या कथांचा त्यांचा अभ्यास ऐकला, की स्तिमित व्हायला व्हायचं. त्यांचं अफाट वाचन, त्यांची तीव्र स्मरणशक्ती, त्यांचं कविता म्हणून दाखविणं, त्यांनी स्वत: केलेल्या कविता यामुळे मला तर ते भाषा विषयाचे द्विपदवीधर आहेत असं वाटायचं. किमान पदवीधर तर असतीलच अशी अटकळ होती; पण ते गेल्यानंतर त्यांची माहिती वाचली (दै.सामना) तर त्यांचं शिक्षण फक्त आठवीपर्यंत झाल्याचं समजलं. मला तर हा प्रचंड धक्काच होता. विद्वत्ता डिग्रीवर अवलंबून नसते हेच खरं.

यशवंत आमच्या घरी आले, की कधीही सोफ्यावर बसत नसत. सोफ्याचा उपयोग पाठ टेकायला करायचे. बसायचे मात्र खाली गालिच्यावर, ऐसपैस मांडी घालून. घरातल्या मुलांच्या बरोबर एकदा ते असेच गप्पा मारत बसले होते. मी कशासाठी तरी हॉलमध्ये आले होते. माझे केस सुटे होते. ते बघत यशवंत तिरसटून म्हणाले, ''कांचनबाई, ते केस बांधा बघू. मला बघवत नाहीत.'' माझ्या केसांचं नेहमी कौतुक ऐकणाऱ्या मला हा प्रकार नवा होता. आणि लांब केस तर पुरुष काय स्त्रियांनांही आवडतात. काय विक्षिप्त माणूस हा, अशा अर्थाने मी कपाळाला आठ्या घालतच यशवंतकडे पाहिले. तोवर ते परत नॉर्मल झाल्यासारखे वाटत होते. ''सॉरी कांचनबाई, तुमचे लांब केस बघून जुन्या जखमेची खपली निघाली,'' असे म्हणत यशवंतनी त्यांच्या पहिल्या असफल प्रेमाची दास्तान सांगितली. पुण्यातील एका सुसंस्कृत - श्रीमंत घरातील अभिनयसंपन्न तरुणीवर त्यांचे प्रेम जडले. तिचाही यशवंतवर जीव जडला. या तरुणीचे केस खूप लांब होते. या प्रेमाची अखेर मात्र विवाहवेदीवर झाली नाही; कारण होतं तेच कथा-कादंबरी-नाटक-सिनेमा यात नेहमी भेटणारं श्रीमंत-गरिबीतील खोल दरीचं. मुलीच्या वडिलांना यशवंतची कमकुवत आर्थिक परिस्थिती, त्यांचं अजून व्यवसायात स्थिर नसणं सगळंच खटकलं. आणि त्यांनी या विवाहाला कडाडून विरोध केला. त्या तरुणीने वडिलांच्या इच्छेसमोर सपशेल माघार घेतली. यशवंत पुढील आयुष्यातही कायम दुखावलेले राहिले.

दुसरा एक प्रसंग तर आमच्यासमोरच घडला. एका देखण्या अभिनेत्रीवर यशवंतनी पुन्हा एकदा जीव लावला. गोष्टी साखरपुड्यापर्यंत पोहोचल्या. त्याआधी

यशवंतच्या आई माझ्या आईकडे त्या अभिनेत्रीची चौकशी करण्यासाठी, तिचा स्वभाव जाणून घेण्यासाठी आल्या होत्या. तसं पाहिलं तर प्रत्येक आईला आपल्या मुलाचं कौतुक असतं; पण आमच्या या चित्रपटसृष्टीत मी दोन अशा आई पाहिल्यात की, ज्यांना आपल्या मुलासारखं मूल अवघ्या जगात नसेल असं वाटायचं. त्या दोघी म्हणजे ज्येष्ठ अभिनेत्री रत्नमालाबाई आणि दुसऱ्या यशवंतच्या आई वत्सलाबाई. त्या परत परत माझ्या आईला विचारीत होत्या, ''बाई, मुलगी खरंच चांगली आहे ना ? माझा मुलगा फार साधाभोळा आहे हो. कुणीही त्याला फसवतात. त्याला आईच्या मायेने सांभाळणारी मुलगी पाहिजे.'' नेहमी बोटांच्या चिमटीत आपल्या नाकाचा शेंडा पकडीत, हात झटकणारे, एका बोटाने नाकावरून घसरलेला चष्मा वर ढकलीत नाकपुड्या फुगवीत तोंडाचा चंबू करीत दुसऱ्यांच्या फिरक्या ताणणारे यशवंत त्या दिवशी आईच्या कौतुकाने नुसते न्हाऊन निघत होते. त्यांच्या आई त्यांच्या डोक्यावरून, गालावरून हात फिरवीत आपल्या लेकाचे गुणगान करीत होत्या. त्यामुळे आम्ही प्रथमच यशवंतना लाजून चूर होताना पाहत होतो. डोळे मिचकावीत यशवंत आपली प्रतिक्रिया व्यक्त करत होते. त्या दिवशी लहान मुलासारखे यशवंत आईच्या पदराखाली लपायचे तेवढे राहिले होते. सगळाच प्रकार मजेशीर होता; पण दुसऱ्याच दिवशी या आनंदावर विरजण पडलं. त्या अभिनेत्रीच्या मावशीच्या पतिदेवांनी यशवंत अजून व्यवसायात स्थिर झालेले नाहीत या कारणाने हे लग्न मोडून टाकलं

यशवंत गृहस्थाश्रमात स्थिरावत नसले तरी चित्रपटसृष्टीत त्यांनी आपलं बस्तान बसवायला सुरवात केली होती. रंगभूमीवर तर बऱ्यापैकी जम बसलेला होताच. यशवंत दत्त या नावाला वजन प्राप्त होत होतं; मात्र हिंदी चित्रपटसृष्टीशी त्यांची जवळीक निर्माण होत नव्हती. चंद्रलेखासारख्या दर्जेदार नाट्यसंस्थेत यशवंतचे आगमन झाले होते. मोहन वाघांसारखे दर्जेदार, धाडसी आणि मातब्बर निर्माते यशवंतसाठी अनेक उत्तमोत्तम नाटकं रंगभूमीवर आणत होते. त्यांच्या कलागुणांना भरपूर वाव देत होते. नाटक आणि सिनेमा या दोन्ही माध्यमांत अभिनय सहजतेने पेलणारे जे काही थोडे मराठी कलावंत आहेत, त्यामध्ये यशवंतचा क्रम बराच वरचा लागावा. यशवंत सुरवातीला या दोन्ही क्षेत्रांकडे ज्या दोन कलावंतांच्यामुळे आकर्षिले गेले त्यातील एक होते दिलीपकुमार. हा तर यशवंतचा वीकपॉईन्ट. 'देवदासची' इतक्या वेळा पारायणं झाली होती की, त्यातील दिलीपसाबच्या पहिल्या वाक्यापासून शेवटच्या वाक्यापर्यंत दिलीपसाबच्या ढंगात सर्व संवाद ते म्हणून दाखवीत. रंगभूमीवर येण्यासाठी ज्यावेळी यशवंत धडपडत होते त्यावेळी डॉ. काशिनाथ घाणेकर या नावाची आतषबाजी रंगभूमीवर डोळे दिपवून टाकीत होती. महाराष्ट्राची तरुण पिढी या करिष्म्याने दिपल्यासारखी झाली होती. त्यामध्ये यशवंतही होते.

त्यांच्या दर्शनाला प्रथम टाळी पडते आणि नंतर ते साकारत असलेल्या कॅरेक्टरला टाळी पडते असे दोनच कलावंत आहेत. एक डॉ. घाणेकर आणि दुसरे बबन प्रभू असं यशवंतचं मत होतं. संभाजी करावा तर डॉक्टरांनीच. येरागबाळ्याचे ते काम नाही, असं यशवंत कौतुकाने म्हणत.

यशवंतबरोबर माझा सूर जमण्यासाठी सर्वांत मोठं कारण हे असावं; कारण दिलीपकुमार आणि डॉक्टर हे माझेही त्यावेळी वीकपॉईन्ट होते. डॉक्टर तर माझ्यासाठी नुसतेच आवडते कलाकार नव्हते तर त्याहूनही अधिक होते. त्यामुळे डॉक्टरांविषयी जे कुणी चांगले उद्‌गार काढतात, त्यांच्याविषयी मला आस्था वाटायची. डॉक्टर व मी यांच्याविरुद्ध पेटलेल्या संघर्षकाळात यशवंतच्या या प्रतिक्रिया 'ओॲसिस'सारख्या वाटायच्या. यशवंतना हे सर्व माहीत असूनही, ते माझ्याशी मोकळेपणाने बोलू शकत होते, तरी त्यांनी एकदाही मला डॉक्टरांविषयी छेडले नाही. आपल्या फटकळ कॉमेंट्‌स ऐकवल्या नाहीत. कलंदर स्वभाव आणि रोखठोक बोलणे यामुळे यशवंतनी नेहमीच प्रवाद निर्माण केले. या कलंदर वृत्तीमुळेच चित्रपट व नाट्यक्षेत्रात त्यांच्या अनेक वैविध्यपूर्ण भूमिका गाजूनही शेवटपर्यंत त्यांची कारकीर्द निश्चित आकार आणि दिशा नसलेलीच राहिली.

राजदत्तांसारख्या एखाद्याच दिग्दर्शकाशी यशवंतचे सूर जुळायचे; कारण एखाद्या चित्रपटातील ज्या ज्या प्रश्नांची उत्तरं त्यांना पाहिजे असायची ती न कंटाळता राजदत्त द्यायचे. योग्य असतील त्या यशवंतच्या सूचनाही स्वीकारायचे. पटले तर सीनही बदलायचे; पण ज्या दिग्दर्शकांशी त्यांचं जमायचं नाही, ते यशवंतच्या चर्चा करण्याला कंटाळायचे. त्यांच्या सूचनांना उद्धटपणा समजायचे. त्यांना टाळायचे. याची परिणती हातून अनेक चांगल्या भूमिका निसटण्यात व्हायची. सुधीर गाडगीळांसारखी मित्रमंडळी अस्वस्थ होऊन जायची. "जोपर्यंत माझ्या भूमिकेशी, संकल्पनेशी, दृष्याशी मी व दिग्दर्शक ट्यूनअप होत नाही, तोवर मी त्याला आडवेतिडवे प्रश्न विचारणारच. दिग्दर्शकापेक्षा भूमिकेचा मी अधिक विचार केला असेल तर मी काही सूचना करणारच."

याचा अनुभव एकदा आम्हीही घेतला.

माझी आई व यशवंत एका मराठी चित्रपटात काम करीत होते. त्या चित्रपटातील रटाळ आणि अनावश्यक संवाद कमी करावेत, असं माझ्या आईने दिग्दर्शकाला सुचविलं. नव्यानेच दिग्दर्शनाला उभ्या राहिलेल्या त्या महाशयांनी ते सर्व संवाद कसे आवश्यक आहेत ते लांबलचक भाषण देत परत परत माझ्या आईला पटविलं. शेवटी दिग्दर्शकाचा शब्द म्हणजे अंतिम मानणाऱ्या पिढीतील माझ्या आईने संवाद पाठ करायला सुरवात केली. ही गोष्ट यशवंतच्या कानावर गेली मात्र, यशवंत त्वरेने तिथे आले. तिच्या व स्वत:च्या संवादात योग्य ती काटछाट करून ते आटोपशीर

केले. शिवाय 'दीदींच्या सहनशीलतेचा फार फायदा घेऊ नका. तुमच्या आधी निदान चार तपं त्यांनी चित्रपटसृष्टीत काढली आहेत याचा तरी विसर पडू देऊ नका,' असं त्या दिग्दर्शकाला सुनवायलाही कमी केलं नाही. अर्थात चित्रपट फार सुरळीतपणे पूर्ण झाला नाही हे सांगायला नकोच.

अशातच एकदा बातमी आली, की यशवंत लग्नाच्या बोहल्यावर चढले. वधू होती पुण्याच्या वसंतराव साळुंखे यांची कन्या वैजयंती. सिनेसाप्ताहिकातून लग्नाचे फोटो झळकले. खास कोल्हापुरी फेट्यातील यशवंत भलतेच रुबाबदार दिसत होते. काही कारणामुळे लग्नासाठी आम्ही पुण्याला जाऊ शकलो नाही. त्यामुळे माझ्या आईला नमस्कार करण्यासाठी यशवंतच पत्नीला घेऊन आमच्या घरी आले. रीतसर आहेर-जेवणखाण वगैरे पार पडलं. दोघंही दिवसभर आमच्या घरी होते. वैजू पटकन आमच्यात मिसळून गेली; पण यशवंतना काही सांगायचं झालं की, लहान मुलं कानाशी लागतात तशी वैजू यशवंतच्या कानात तोंड खुपसायची. ते बघून आम्हाला खूप गंमत वाटत होती. विशेष म्हणजे तीही यशवंतना 'बाबा' अशीच हाक मारीत होती. या सर्वाची आम्हा सर्वांना मजा वाटत आहे, हे यशवंतना आमच्या चेहऱ्यावरून कळले असावे. घरातून बाहेर पडताना डोळे मिचकावीत ते आम्हाला म्हणाले, "मी आणि ही रस्त्यावरून जातो, त्यावेळी लोक मामा-भाची जाताहेत असं समजतात." सुधीर गाडगीळ म्हणतात त्याप्रमाणे मात्र वैजूने अखेरपर्यंत यशवंतना त्यांच्या सर्व छटांसह सांभाळलं. कधी त्यांच्या पाठीमागेही त्यांच्याबद्दल रडगाणं नसायचं.

यशवंतच्या स्वभावाचा आणखी एक कंगोरा म्हणजे कुठलीही भीडभाड न ठेवता त्या व्यक्तीच्या तोंडावर तिरकस बोलणं. एखाद्याला छळायचं ठरवलं की ते त्याच्या किंवा तिच्या पाठी अक्षरशः हात धुऊन लागत. शब्दशरसंधानाची एकही संधी सोडत नसत. त्यांचा एका अभिनेत्रीवर काय राग होता न कळे, तिचं नुसतं नाव काढलं तरी उसळून ते म्हणत, "ती बाई कायम तापलेली असते हो! बाईच्या अंगात नेहमीच दोन-तीन डिग्री ताप असतो. ही अजून जिवंत कशी ?" या अभिनेत्रीला अधूनमधून बेशुद्ध पडायची सवय होती. त्यामुळे बऱ्याचदा शूटिंगचाही खोळंबा व्हायचा. या प्रकाराला वैतागलेल्या यशवंतनी तिला वठणीवर आणण्यासाठी एक अशिष्ट मार्ग योजला; पण ती मात्रा इतकी लागू पडली, की यशवंत नसतानाही परत कधी ती अभिनेत्री बेशुद्ध पडली नाही. इतका तिने त्यांचा धसका घेतला.

स्त्रियांतील या बेगडी, नाटकी वृत्तीचा यशवंतना काय राग होता कुणास ठाऊक! कितीही ज्येष्ठ-श्रेष्ठ अभिनेत्री असली तरी तिचा नखरा तिथल्या तिथे ते उतरवीत.

एकदा एका चित्रपटाच्या शूटिंगच्या वेळी त्यांच्या आईच्या भूमिकेत असणाऱ्या एका ज्येष्ठ अभिनेत्रींना वाटले, की यशवंत त्यांच्या नऊवारीतील सौंदर्याकडे टक

लावून पाहताहेत. त्यांनी अधिकच मुरकत यशवंतना विचारलं ''काय कशी दिसते मी अजून?'' यशवंतनी चेहरा कोरा करकरीत ठेवीत सांगितले, ''तुम्ही आहात होय? मला वाटलं आपल्या चित्रपटाचे लेखकच नऊवारी लुगडं नेसून आलेत की काय, म्हणून निरखून बघत होतो.''

यशवंत नवागत असतानाही असले ताशेरे ओढायला कमी करायचे नाहीत. एकदा यशवंत स्टुडिओच्या आवारात थंड वाऱ्याला बसले होते. त्या चित्रपटाची नायिका असलेली ती बडी अभिनेत्री त्यांच्या समोरून जाता जाता विचारती झाली, ''कशी दिसते मी?'' यशवंतनी शांतपणे सांगितलं, ''दिवाळीतील षट्कोनी कंदील वाऱ्याने हिंदकळताना दिसतो तशा आता तुम्ही चालत जाताना वाटलात.'' त्या अभिनेत्रीने परत कधीही यशवंतना आपल्याबरोबर नायक म्हणून घेऊ दिलं नाही.

एक खट्याळ मूल यशवंतमध्ये कायम बागडत असायचं आणि ते असा काही उपद्व्याप करायचं, की गंभीर राहणं कठीण व्हायचं. एकदा एका चित्रपटाचा क्लायमॅक्स चित्रित होत होता. एका मोठ्या कुटुंबातील सर्व पात्रे खोलीबाहेर उभी असतात आणि चित्रपटाच्या खलनायकाने खाष्ट सासूचे काम करणाऱ्या अभिनेत्रीला त्या खोलीत बंद केलेलं असतं व एक सापही आत सोडलेला असतो. आतून ती खाष्ट सासू घाबरून ओरडत असते. आणि बाहेरून तिची मुले-सुना, ''आई, तुला काही झाले नाही ना?'' असे विचारीत असतात. या वाक्यानंतर यशवंतनी बंपर टाकला, ''त्या सापाला काही झालं का बघा रे!'' आणि जो हशा उसळला तो बराच वेळ थांबेना. खोलीत बंद असलेल्या ज्येष्ठ अभिनेत्री बाहेर काय चाललंय हे न कळल्यामुळे वैतागल्या त्या वेगळ्याच!

यशवंतबरोबर नायिका म्हणून काम केलेली एक अभिनेत्री त्यांच्या या वात्रटपणावर जाम वैतागलेली होती. ती एकदा आमच्या घरी आलेली असताना यशवंतचा विषय निघाला. त्यावर ती उसळून म्हणाली, ''यशवंत दत्त कसला? यशवंत गच्च आहे तो !'' तिचा तो आविर्भाव आणि तिने यशवंतचे नव्याने केलेले बारसे यामुळे आमची हसता पुरेवाट झाली. मला तर यशवंतचे हे नवे नाव खूप अनोखे वाटले. त्यानंतर बऱ्याचदा आम्ही घरात त्यांचा उल्लेख त्याच नावाने करत असू.

नंतर नंतर यशवंतचं आमच्या घरी येणं कमी होत गेलं. कधी नाटकाच्या थिएटरमध्ये तर कधी एखाद्या समारंभात भेट होई तितकीच. एकदा मात्र भर दुपारी उन्हाच्या वेळी यशवंत दारात उभे ठाकले. खादीचा झब्बा-पायजमा, खांद्याला शबनम बॅग आणि दोन्ही हातात धरलेलं एक भलं मोठं मोराचं पीस. हा काय प्रकार असावा म्हणून गोंधळलेली मी यशवंतना आत या म्हणायचंही विसरले. दारातच उभे राहून यशवंतनी ते मोराचं पीस माझ्या हातात दिलं. आणि म्हणाले, ''हे मी चिमूसाठी (माझी भाची इरावती) राजस्थानहून घेऊन आलोय. ती शाळेतून आली,

की तिला द्या.'' इतकं बोलून ते घाईघाईने निघूनही गेले. चिमूने मोठ्या कौतुकाने यशवंतमामाची ही भेट बरेच दिवस जपून ठेवली होती. मी मात्र हे एवढं मोठं मोरपीस न वाकवता, न मोडता राजस्थानहून यशवंतनी कसं आणलं असेल याच विचारात गढून गेले. यावेळी यशवंत आमच्या घराजवळ रवींद्र नाट्यमंदिरमध्ये राहायचे; परंतु इतक्या जवळ असूनही यशवंत क्वचितच घरी आले असतील. याच दरम्यान यशवंतशी मैत्री असलेला माझा मामेभाऊ दिलीप अकाली गेला; पण यशवंत दुखवटा व्यक्त करायलाही घराकडे फिरकले नाहीत. घरातील बऱ्याच जणांनी त्याबद्दल नाराजी व्यक्त केली होती. काही महिन्यांनी यशवंतची एका कार्यक्रमात भेट झाली. माझ्या आईने यशवंतना विचारले, की दिलीप गेल्याचे त्यांना समजले आहे का ? यशवंत म्हणाले, ''दीदी, मुद्दामच आलो नाही. माझ्या व दिलीपमधील साम्याचा तुम्हाला आणखी त्रास झाला असता. एकच सांगतो, गेला तो यशवंत, आता आहे तो दिलीप समजा.'' यशवंतने सांगितलेले ऐकून माझ्या आईचे डोळे परत एकदा अश्रूंनी डबडबले.

१९९५ साली डॉ. काशिनाथ घाणेकर प्रतिष्ठानतर्फे उत्कृष्ट अभिनेत्याचा पुरस्कार यशवंतना द्यायचा ठरला. प्रतिष्ठानची एक विश्वस्त या नात्याने हा निर्णय सांगण्यासाठी व पुरस्कार स्वीकारणार का, हे विचारण्यासाठी आईने यशवंतना फोन केला. ''यशवंत, एक काम होतं,'' माझ्या आईने प्रस्तावना केली. त्यावर यशवंत लागलीच उत्तरले ,''दीदी, हुकूम!'' माझ्या आईला मग काही औपचारिक बोलावंच लागलं नाही. यशवंतच्या गुणवत्तेच्या मानाने त्यांच्या वाट्याला पुरस्कार तसे कमीच आले. त्यातही ते महाराष्ट्र शासन, फिल्मफेअर अशासारख्या मातब्बर पारितोषिकांचे मानकरी ठरले होते. एकेकाळी ते ज्यांचे चाहते होते त्या डॉ.काशिनाथ घाणेकरांच्या नावाचा पुरस्कार मिळाल्याने यशवंत खूपच खुषीत होते. त्यांना समारंभाचं रीतसर निमंत्रण द्यायला त्यांच्या मालाडच्या घरी चारूकाका (चारुदत्त सरपोतदार), मी व माझी मुलगी रश्मी गेलो होतो. यशवंत परत परत म्हणत होते, 'मी घरचा आहे. हे औपचारिक निमंत्रण द्यायला तुम्ही मंडळी इतक्या लांब कशाला आलात? फोनवर स्थळ आणि वेळ सांगितली असती तरी मी पोहोचलो असतो.' चारुकाका यशवंतच्या खांद्यावर थोपटत म्हणाले, ''अरे, हा तुझा मान आहे. सारं रीतीप्रमाणे व्हायला पाहिजे. एरवी तू आमचा 'बाब्याच'आहेस.'' चारुकाकांच्या खास पुणेरी कौतुकाने यशवंत खूष झालेले दिसले.

यशवंतचा फ्लॅट बघून तर मी आश्चर्यचकित झाले होते. थोडक्यात, ते यशवंतसारखंच 'अजायबघर' होतं. वरच्या मजल्यावर असणारा हा दोन बेडरूम्सचा प्रशस्त फ्लॅट हवेशीर आणि भरपूर उजेड असणारा होता; पण गृहिणीचा हात न फिरल्यामुळे एकूण सगळा अवतारच होता. एका बेडरूममध्ये तर जुनंपुराणं सामान

भरून त्याची स्टोअर रूम केली होती. त्या अडगळीतच फ्रीज उभा होता. हॉल आणि दुसऱ्या बेडरूमची मधली भिंत काढून बेडरूमच्या जागेत एक गोल सिमेंटचा कट्टा बांधलेला होता. तो कट्टा बैठकीसारखा सजवला होता. त्याच्या शेजारीच फक्त फांद्या असलेला निष्पर्ण झाडासारखा एक स्टँड उभा होता. त्यावर काही फोटोफ्रेम्स अडकवलेल्या आठवतात. हॉलच्या भागात पेंटिंग स्टँड उभा होता. रंगाचे सामान, ब्रशेस, लाकडी बोर्ड अस्ताव्यस्त पडले होते. त्यातच एक चटई पसरली होती. आणि त्यावर उशी होती. यशवंतनी त्या कट्ट्यावरच सोफ्यावर बसवावं तसं आम्हाला बसवलं. हे सर्व चमत्कारिक वाटतं आहे हे माझ्या चेहऱ्यावरचे भाव ओळखून यशवंतनी खुलासा करायला सुरवात केली.

त्या गोल कट्ट्याकडे निर्देश करीत यशवंत म्हणाले, "हे माझं स्टेट, स्टोरी डिस्कशनची बैठक, काव्यशास्त्र मैफल जमविण्याची जागा आहे. थोडक्यात, हा माझा हॉल आहे." आणि जमिनीवरील चटईकडे बोट करीत यशवंत म्हणाले, " ही माझी बेडरूम." यशवंतच्या घराची ही सजावट बघून आम्ही तर सर्दच झालो होतो. आम्हाला आणखी थंड करण्यासाठी यशवंत कोल्ड्रिंक आणि खाण्याच्या प्लेट्स घेऊन आले. "हे कोण करतं?" त्या रंगकामाच्या साहित्याकडे पाहत मी विचारले. यशवंत मोठ्या उत्साहाने आपल्या या नव्या छंदाबद्दल (स्फूर्तीबद्दल) माहिती द्यायला लागले. कुणाकडे शिकताय का, असं विचारल्यावर यशवंत म्हणाले, **"छे! छे! हे सर्व माझं स्वतःचं क्रिएशन आहे. पूर्वी मला कविता व्हायच्या. आता चित्रं होतात,"** असं म्हणून स्वत:च्या मल्लिनाथीवर स्वत:च हसले. आपल्या ह्या नव्या कौशल्याचे पुरावे दाखविण्यासाठी स्वत: रंगवलेल्या चित्रांचं बाडच काढलं. आतापर्यंत शांतपणे बसलेल्या रश्मीने उत्सुकतेने ते सर्व पहायला सुरवात केली; कारण तीही नुकतीच चित्रं काढायला, रंगवायला शिकत होती. काही वेळाने तर मी व चारुकाका बाजूलाच राहिलो. रश्मी आणि यशवंत यांच्यामध्येच संवाद सुरू झाला. तिच्या ज्ञानावर खूष होत त्यांनी तिला हवी ती चित्रं त्यातून घ्यायला परवानगी दिली. यशवंतमामाच्या या प्रेझेंटने तर रश्मी खूपच खूष झाली; कारण प्रथमच तिला इतकं महत्त्व कुणीतरी दिलं होतं. तिचं मत विचारलं होतं. तिच्याशी चर्चा केली होती. एरवी लोकांची येता-जाता खिल्ली उडविणाऱ्या यशवंतांच्याकडे लहान मुलांशी संवाद साधण्याची कला होती. त्यांच्याशी वागण्याचा एक हळुवारपणा होता, हे मला प्रथमच जाणवलं.

यशवंतचा निरोप घेऊन निघताना ब्लॉकच्या मुख्य दरवाजाच्या पाठीकडे लक्ष गेलं. तिथे प्रख्यात दिग्दर्शक-अभिनेते राजा परांजपे यांचा फोटो चिकटवलेला होता. मला वाटतं एखाद्या मासिकातील कापून चिकटवला असावा. तो फोटो तिथे का चिकटवला असेल या विचारात असतानाच यशवंतनी खुलासा केला,"घराबाहेर

जाताना किंवा बाहेरून परत आल्यावर या फोटोतील पायांवर डोकं टेकवतो.''
यशवंतच्या घरात देवघर, देवाची तसबीर असं काहीच नजरेला पडलं नाही; पण
एक फार मोठा कलावंत त्याच्या दृष्टीने पूजनीय होता. यशवंत नास्तिक की
आस्तिक होते कल्पना नाही; पण ज्यावेळी त्यांना मुलगा झाला त्यावेळी ते
कळवण्यासाठी त्यांनी फोन केला होता. त्यावेळी मात्र ते म्हणाले होते, की
कोल्हापूरजवळच्या कागल गावच्या गैबीसाहेबांच्या दर्ग्यात त्यांनी नवस केला होता.
त्यामुळे मुलाचं नाव गहिनीनाथ ठेवणार होते. त्यांच्या मुलाचा जन्म शिवजयंतीचा
होता. त्याविषयी सांगताना यशवंत म्हणाले, ''जरासं निरखून पाहिलं, की माझ्या
मुलाच्या गालावर कल्ले आणि दाढीसारखी लव दिसते.'' मला तर वाटलं होतं हा
अजब शोध लावणारे यशवंत बहुतेक मुलाचं नाव शिवाजी ठेवायलाही कमी करणार
नाहीत; पण प्रत्यक्षात मुलाचं नाव 'अक्षय' ठेवलं गेलं. आता ही पसंती वैजूची की
यशवंतची ते मात्र कळलं नाही.

यशवंतना डॉक्टरांच्या नावे पुरस्कार देण्याचा समारंभ खूप रंगला. अगदी
नाटक रंगावं तसा. प्रख्यात लेखक-नाटककार शं.ना.नवरे यांच्या हस्ते पुरस्कार
देण्याचा समारंभ आटोपल्यानंतर यशवंतची प्रकट मुलाखत ठेवली होती. प्रसिद्ध
संवादक सुधीर गाडगीळ मुलाखत घेणार होते. दोघे पुण्याचे. त्यामुळे एकमेकांवर
कुरघोडी करण्यात, शाब्दिक चिमटे घेण्यात, तिरकस बोलण्यात कुणीच हार जात
नव्हते. अर्थात नुसतीच गंमत नव्हती. यशवंतने भूमिकांचा अभ्यास, त्यांचं मनन,
चिंतन यावरही भाष्य केले. यशवंतची मुद्देसूद, विचारपूर्वक केलेली विधानं ऐकून
थक्क झालेल्या ज्येष्ठ अभिनेत्री उषाकिरण माझ्या आईला म्हणाल्या, ''अहो सुलोचनाबाई,
आजची ही मुलं भूमिकांचा किती विचार करतात नाही?'' त्या दिवशी यशवंतनी
मला देण्यासाठी स्वत: रंगवलेलं रंगभूमीचं दृश्य चितारणारं पेंटिंग आणलं होतं.
मला स्टेजवर बोलावून सन्मानपूर्वक ते माझ्या हाती दिलं. आम्ही निमंत्रणाला गेलो
होतो, त्यावेळी त्यांनी समारंभात काही विशेष करावं अशी माझी अपेक्षा आहे का,
असं विचारलं होतं. त्यावर मी यशवंतना म्हटलं होतं, 'डॉक्टरांनी व मी त्यांचं
'वादळ माणसाळतंय'हे नाटक पाहिलं होतं. नाटक आणि यशवंतचा अभिनय दोन्ही
खूप भावलं होतं. विशेष करून नाटकाच्या शेवटी यशवंत मुक्तछंदातील जी
कविता म्हणायचे ती डॉक्टरना खूप आवडायची. ती जर त्यांनी यावेळी म्हटली तर
डॉक्टरना बरं वाटेल.' यशवंतनी ही आठवण सांगत परत एकदा साभिनय ते काव्य
मोठ्या झोकात सादर केलं.

त्यानंतर मात्र यशवंतांच्या नव्या नाटकांच्या व चित्रपटांच्या घोषणांबरोबरच
त्यांच्या आजारपणाच्या, मोटार अपघाताच्या बातम्याही येत राहायच्या.

त्यांच्या मृत्यूपूर्वी दोन एक महिने आधी यशवंतनी त्यांच्या 'लाखमोलाचे शब्द'

या एकपात्री कार्यक्रमाच्या शुभारंभाच्या प्रयोगाला बोलावण्यासाठी माझ्या आईला फोन केला होता. त्या दिवशी जाणं शक्य नव्हतं. त्यामुळे माझ्या आईने शिवाजी मंदिरच्या प्रयोगाला नक्की येते, असं त्यांना सांगितलं होतं.

पण त्यानंतर विश्वास न बसणारी बातमीच समजली ती यशवंतच्या कायमच्या एक्झिटची. यशवंतच्या एकपात्री प्रयोगाला जाण्याऐवजी, यशवंतचे अंत्यदर्शन घ्यायला आम्ही शिवाजी मंदिरवर पोहोचलो. यशवंतना पाहिलं आणि वाटलं की एक वादळ शांत झोपलंय. यशवंतना न्यायला वैजू पुण्याहून आली होती. यशवंतची कार्बन कॉपी वाटावी असा दिसणारा अक्षय तिच्या बरोबर होता. अकाली प्रौढ झाल्यासारखा वाटत होता. माझ्या आईला पाहताच वैजू तिच्या कुशीत शिरली. आपले अनावर हुंदके तिच्या खांद्यावर रिते करीत होती. मी व वैजू मूकपणे हातात हात घट्ट धरून बळ एकवटत होतो; पण ते डोळ्यांवाटे पाझरून जात होते. नंतर पणशीकर वहिनी मला म्हणाल्या, ''यशवंत व वैजूशी तुमचं इतकं होतं कल्पनाच नव्हती.''

यशवंत मृत्यूसमयी मालाडच्या ब्लॉकमध्ये एकटेच होते म्हणे. ज्यावेळी मुख्य दार उघडून मंडळी आत गेली, त्यावेळी दारामागच्या 'त्या' फोटोखालीच यशवंत चिरविश्रांती घेताना दिसले.

◆

जयप्रभा स्टूडिओ :
एक अद्भुत वास्तू

नुकतीच दिवाळी संपली होती आणि नोव्हेंबरच्या महिन्यात वर्तमानपत्रांतून बातम्या यायला लागल्या, की बाबा (भालजी पेंढारकर) जयप्रभा स्टूडिओ सोडणार. महाराष्ट्र शासन लताबाई मंगेशकरांच्याकडून जयप्रभा स्टूडिओ विकत घेणार अथवा भाड्यानं घेणार व तिथं चित्रनगरी निर्माण करणार.

माझ्या आईनं तर ही बातमी वाचल्यापासून रडारडीला सुरुवात केली होती. कारण बाबांच्याशिवाय जयप्रभा स्टूडिओ ही कल्पनाच सहन होत नव्हती. शेवटी, खरं काय, ते फोन करून बाबांनाच विचारायचं ठरवलं.

नेहमीप्रमाणेच बाबा शांत व निश्चल होते. आमच्यासारखा जरासुद्धा भावनोद्रेक नव्हता. साधा निःश्वासही नाही. बाबा शांतपणे सांगत होते,

'लताबाईंची व शासनाची काय बोलणी चालू आहेत, याची मला कल्पना नाही. पण मी जो दहा वर्षांच्या करारानं लताबाईंच्याकडून स्टूडिओ चालवायला घेतला होता, त्याची मुदत डिसेंबर ८१ अखेर संपते आहे. तेव्हा मी स्टूडिओ आता परत त्यांच्या ताब्यात देणार आहे.'

माझा पुढचा प्रश्न,

'आणि तुम्ही काय करणार?'

बाबांनी शांतपणे उत्तर दिलं,

'माझी वळकटी घेऊन इथून बाहेर पडणार!'

बाबा जयप्रभा स्टूडिओतून बाहेर पडणार, ह्या कल्पनेनं जीव कासावीस झाला. बोलणंही सुचेना.

बाबांनीच शांततेचा भंग करीत विचारलं,

'सुलोचना कशी आहे?'

मी तिची सगळी हालत त्यांना सांगितली, तर ते केवढ्यानं हसले. हसू थांबवीत म्हणाले,

'वेडी आहे ती. तिला सांग, संस्था जातात. पण माणूस आहे ना? आपण पुन्हा नवीन काही तरी करू.'

मी बरं बरं म्हणत फोन खाली ठेवला.

बाबांचा निरोप सांगताना माझे डोळे आणि ते ऐकताना आत्तीचे डोळे कधी भरून वाहायला लागले, ते कळलंच नाही. कारण बाबांची उमेद, उत्साह तरुण

असला, तरी त्यांचं वय आज चौऱ्यांऐंशी वर्षांचं आहे, याचा विसरू म्हणता विसर पडत नव्हता.

दिवसभर मनाला हुरहूर लागली होती. मन परत परत जयप्रभामध्ये धाव घेत होतं; आणि माझ्या आवडीच्या जागी जाऊन विसावत होतं. ही स्टूडिओच्या आवारातील खाजगी वापराची जागा आहे. पाच वाजताचा चहा आटपून बाबा आन्हिकाला गेले की, बाहेरच्या व्हरांड्यात वेताच्या खुर्च्या मांडलेल्या आहेत, तिथं मी बसत असे. तिथं बसलं की, आपण एखाद्या आश्रमात बसलो आहोत, असं वाटतं. तसंच प्रसन्न वातावरण, नीरव शांतता, मध्यभागी मोकळा चौक सोडून चारी बाजूंना केलेली बैठ्या खोल्यांची रचना. त्यांना संलग्न असा ऐसपैस व्हरांडा. अंतराअंतरावर उभी असलेली डेरेदार आंब्याची झाडं. त्याच्या पलीकडं असलेले गुलाबांचे ताटवे. आपण फिल्मी वातावरणात आहोत, असं वाटायचं नाही. बाबा सांगत, ह्या वास्तूचा काय गुण आहे, माहीत नाही; पण एकदातरी अध्यात्माचा विषय निघाल्याशिवाय दिवस सरत नसे.

माझी आई सांगते, जेव्हा बाबा हा स्टूडिओ स्वतःची कंपनी म्हणून चालवीत असत, तेव्हा तर रोज सकाळी आणि संध्याकाळी ह्याच मधल्या चौकात प्रार्थना होत. प्रार्थनेनं कामाची सुरुवात व्हायची आणि प्रार्थनेनंच त्या दिवसाचं काम थांबवलं जाई.

त्या व्हरांड्यातील खुर्चीवर बसून समोरच्या इमारतीवरून दिसणारा प्रचंड पिंपळवृक्ष पाहणं हा माझा तिथला आणखी एक आवडता छंद. हा विशाल पिंपळवृक्ष मला फार आवडतो. कारण तोही बाबांसारखा उत्साहानं सळसळत असे. त्याची ही प्रचंड सळसळ पाहणं हा अपूर्व आनंद असे. आपल्या असंख्य पानांतून तो मला सतत काही ना काही सांगत असे. बाबांची व जयप्रभाची साथ जवळ जवळ पन्नास वर्षांहून अधिक काळाची असली, तरी जयप्रभा जन्मालाही आला नसेल, तेव्हापासून हा वृक्षराज इथं उभा आहे. जयप्रभाच्या पायापासून कळसापर्यंतची त्याला माहिती आहे. जयप्रभाची वीट न् वीट त्यानं पाहिली आहे. जयप्रभाचा भूगोल आणि इतिहास— दोन्हीही त्याला माहीत आहेत. त्यानं ते किती वेळ मला प्रसंगाप्रसंगानं ऐकवलं आहे. आज त्याची सलग पटकथा माझ्या मनात तयार झाली आहे. नुसती पटकथा नव्हे, संवाद आणि पात्रंही.

१९३२ साली पुण्यात 'अयोध्येचा राजा' ह्या मराठी बोलपटानं मराठी बोलपटांची 'प्रभात' सुरू झाली. पण कोल्हापुरात मात्र या कलाप्रकाशाची संध्याकाळ

व्हायची वेळ आली. कोल्हापूरहून प्रभात कंपनी पुण्याला गेल्यामुळं कोल्हापुरातील चित्रनिर्मिती बंद पडण्याची वेळ आली. छत्रपती राजाराम महाराजांना या गोष्टीचं अतीव दुःख झालं. त्यांचे ए.डी.सी. दादासाहेब निंबाळकरांनी महाराजांनी चित्रपट कंपनी सुरू करावी, हा मार्ग सुचविला. महाराजांना ही कल्पना एकदम पसंत पडली. बाबांच्यावर कंपनीच्या चित्रपटांच्या लेखनाची आणि दिग्दर्शनाची जबाबदारी टाकण्यात आली. त्यांच्याबरोबर बाबूराव पेंढारकर व मा. विनायक हेही होतेच. मंगळवार पेठेतील रेसकोर्ससमोर बेलबाग नावाची महाराजांची मोठी जागा होती. तिथंच स्टूडिओ उभारण्याचं ठरलं आणि १ ऑक्टोबर, १९३३ रोजी 'कोल्हापूर सिनेटोन' या नावाचं तोरण ह्या वास्तूच्या प्रवेशद्वारी बांधलं गेलं. 'आकाशवाणी' ह्या भगवान श्रीकृष्णांच्या जीवनावर आधारित चित्रपटानं चित्रनिर्मितीला सुरुवात झाली. छत्रपतींच्या ह्या कलाप्रेमात हौसेचाच भाग अधिक होता. त्याचमुळं काही चित्रपटांच्या निर्मितीनंतर कोल्हापूर सिनेटोन कसा चालवावा, असा कोल्हापूर दरबारसमोर प्रश्न उभा राहिला. त्याच वेळी हंस पिक्चर्सला सुसज्ज स्टूडिओची गरज होती. त्यांच्या हाती कोल्हापूर सिनेटोन देण्यात आला. १९४० साली हंस पिक्चर्स ही संस्था नवयुग चित्रपट लि. बनून पुण्याला स्थलांतरित झाली. कोल्हापूर सिनेटोनची निर्मिती यापूर्वीच बंद पडली होती. त्यामुळं छत्रपतींनी स्टूडिओ विकायला काढला. त्या वेळी तो बाबांनी विकत घेतला आणि त्यांनी प्रभाकर पिक्चर्स ही संस्था स्थापन केली.

१९४२ ते १९४७ हा पाच वर्षांचा काल ह्या वास्तूच्या दृष्टीनं सुवर्णयुगाचा होता. त्या वेळी कुठल्याच गोष्टीची कमतरता त्या वास्तूत नव्हती. अद्ययावत यंत्रसामग्री, (परदेशांतून मागविलेली) छोटीशी रसायनशाळा, ३०० मंडळींचा स्टाफ, असा वैभवाचा काळ होता. पण कुणाची तरी या वास्तूला दृष्ट लागली आणि १९४८ सालच्या गांधीवधाच्या जाळपोळीत लोकक्षोभाच्या अग्नीत ही वास्तू, आतील सर्व वस्तू आणि तीन तयार चित्रपट जळून भस्मसात झाले.
ही घटना घडण्याच्या आधी अशुभाच्या दोन पाली चुकचुकल्या होत्या. आजच्या विज्ञानयुगात कदाचित या भाकडकथा वाटतील. कदाचित तो योगायोगही असेल, पण जुन्या संकेताशी मन अजूनही निगडित असल्यामुळंच हा संबंध जोडावासा वाटतो.
ह्या वास्तूत एक मोठा सर्प होता. अनेकांनी तो पाहिलाही होता. सगळ्या आवारात त्याचा संचार असायचा. कुणालाही त्याची उपाधी झाली नव्हती. त्या वेळेच्या समजुतीनुसार त्याला वास्तुपुरुष समजलं जाई.
एके दिवशी बाबांच्या एका गड्यानं चुकून त्या सर्पराजाला दगड मारला.

आपली चूक लक्षात येताच तो घाबरला. त्या वेळेच्या समजुतीप्रमाणे सापाला डिवचलं, की तो डूख धरतो. त्यामुळं आता आपल्या जिवाची धडगत नाही, असं वाटून तो गडी प्राणाच्या भयानं बाबांच्याजवळ येऊन रडायला लागला.

बाबांना दुसरा मार्गच दिसत नव्हता. त्यांनी आपली बंदूक उचलली आणि ऑफिससमोरच्या गटारीत अक्षरशः झोपून त्या सर्पाला गोळी घातली.

यानंतरची दुसरी घटना म्हणजे पार्वतीअम्मा नावाची एक यल्लमाभक्त होती. धारवाड या गावी ती अन्नछत्र चालवायची. त्यासाठी शहरोशहरी भटकून ती पैसे गोळा करायची. तशी ती स्त्री अतिशय निरुपद्रवी होती. फक्त या सत्कार्यासाठी ती पैसे गोळा करायची. पण ती तोंडानं कमालीची फटकळ होती. तिचं बाह्यरूपही काहीसं चमत्कारिक आणि भयावह होतं. केव्हा काय फटकन् बोलेल, याचा नेम नसे. मग ते अशुभही असे. अशी ही पार्वतीअम्मा वर्गणी गोळा करायला स्टूडिओच्या दारात येऊन उभी राहिली. तशी ती अधून मधून यायचीही. बाबा तिला पैसेही देत. पण त्या दिवशी कुणी नवा पहारेकरी पहाऱ्यावर होता. त्यानं पार्वतीअम्माला बाहेरच्या फाटकासमोरच अडवलं. अशी सवय नसलेल्या अम्माला तो भयंकर अपमान वाटला. रागानं बेभान झालेल्या अम्मानं स्टूडिओच्या समोरच्या जमिनीवर हात घासले आणि ती करवादली : 'सर्वनाश होईल!'

ह्या दोन घटनांनंतरच स्टूडिओच्या जळिताची घटना ३१ जानेवारी, १९४८ रोजी घडली.

खंबीर मनाच्या बाबांनी पुन्हा नव्यानं स्टूडिओची उभारणी केली आणि तिसऱ्यांदा बारसं झालं; जयप्रभा स्टूडिओ.

अनेक कलावंत, अनेक चित्रपट घडताना जयप्रभानं पाहिले. इथल्या कलावंतांबरोबरच हिंदुस्थानभर आपल्या अभिनयाचा दरारा निर्माण करणारे परभाषी नटसम्राट व अभिनयसम्राज्ञी यांना अगदी नव्या कलावंतांप्रमाणे अपार कष्ट घेतानाही पाहिले. बाबूराव पेंढारकरांसारखा नटश्रेष्ठही तालमींना हजर राहायचा. नाटकांच्यासारख्या चित्रपटांच्याही दोन-दोन महिने तालमी होत. त्यात संवाद व अभिनय पक्का होई. प्रत्यक्ष चित्रीकरणाच्या वेळी कॅमेरा-कॉन्शस न झाल्यामुळं रीटेक्स कमी व्हायचे. वेळ वाचायचा. बाबूराव पेंढारकर नव्या कलावंतांच्या बरोबर खाली बसायचे. तर त्यांच्यापेक्षा वयानं लहान असूनही शिक्षकाच्या खुर्चीत बाबा बसत. बाबांचं समाधान होईपर्यंत, बाबा शिकवतील, तसा अभिनय करताना बाबूरावकाकांना जसं पाहिलं आहे, तसेच राजा परांजपेसारख्या अभिजात नट-दिग्दर्शकाला त्यांच्या उमेदवारीच्या काळात पाचवा-सहावा सहायक दिग्दर्शक म्हणून हातात स्क्रिप्ट धरून बाबांच्या मागं मागं फिरतानाही पाहिलं आहे.

इतकंच कशाला, इंडियन डग्लस म्हणविणाऱ्या मा. विठ्ठल यांनी बडा अभिनेता बनल्यावरही बाबांनी सांगताच कुठलाही मेकअप करून समूहदृश्यातही उभं राहणं कमीपणाचं मानलं नाही. तेही दृश्य जयप्रभानं पाहिलं.

लाहोरपासून मद्रासपर्यंत ज्यांची कीर्ती दुमदुमत होती आणि जे पृथ्वी थिएटर्सचे अनिभिषिक्त सम्राट होते, त्या पृथ्वीराज कपूरांनीही महारथी कर्ण, वाल्मीकि या चित्रपटांच्या वेळी ते जेव्हा जयप्रभात आले, तेव्हा आपली बिरुदावली बाहेर ठेवूनच आणि आपला कुटुंबकबिला बरोबर घेऊनच आत पाऊल टाकलं. नेहमी बाबांच्या हाताला लटकलेल्या आणि त्यांच्याबरोबर सबंध स्टूडिओतून हिंडताना आठ–नऊ वर्षांच्या गोंडस शशि कपूरला जसं जयप्रभानं पाहिलं, तसंच राज कपूरलाही चित्रपटातील पहिला श्रीगणेशा गिरविताना बाबांच्या 'वाल्मीकि' चित्रपटात चक्क नारदाच्या भूमिकेत पाहिलं आहे. त्या वेळची आठवण सांगताना तो पिंपळ म्हणाला,

'एकदा त्या शूटिंगच्या दरम्यान पृथ्वीराजांना आपल्या नात्यातील कुणाच्यातरी लग्नासाठी जाणं जरुरीचं होतं. त्यांनी भीत–भीतच बाबांच्याकडं परवानगी मागितली. त्या वेळच्या शीघ्रकोपी बाबांना कामातला हा व्यत्यय पसंत नव्हता. त्यामुळं त्यांनी परवानगी नाकारली. हिरमुसले होऊन पृथ्वीराज गप्प बसून राहिले. त्यांच्या सौभाग्यवतींना आपल्या पतीची अवस्था पाहवेना.त्यांनी स्वतः बाबांच्याकडं जाऊन पृथ्वीराजांना परवानगी द्यायची विनंती केली. बाबांचा आपल्या या 'राखीबहेन' समोर नाइलाज झाला आणि त्यांनी पृथ्वीराजांना जायची परवानगी दिली.'

हा किस्सा सांगून तो पिंपळ म्हणाला,

'हल्ली चित्रीकरणासाठी बाहेरगावाहून येणारे कलावंत येताना आपल्या नाटकांचा दौराही घेऊन येतात. मग पाच वाजल्यापासूनच लौकर सोडण्यासाठी त्यांची दिग्दर्शकाच्या मागे भुणभूण सुरू होते. मग रात्रीचं जागरण म्हणून दुसऱ्या दिवशी स्टूडिओत उशिरा आगमन होतं. मग जमेल तेवढा वेळ मेकअपरूममध्ये झोप काढली जाते. एक तर आदल्या रात्रीची अपुरी झोप आणि पुन्हा रात्रीचा प्रयोग यांमुळं प्रकृतीची होणारी हेळसांड, सुजलेले चेहरे, कामातील दुर्लक्ष हेच पाहायला मिळतं.'

निर्माता–दिग्दर्शकांचा त्या वेळी केवढा दबदबा असायचा! त्या वेळी निर्माता-दिग्दर्शक आणि बॅनर यांना केवढं महत्त्व असायचं. बाबांच्या 'जीना सीखो' या हिंदी चित्रपटाच्या वेळी त्यात प्रमुख भूमिका करणारी शांतारानी ही अभिनेत्री मुंबईहून ठरलेल्या वेळेपेक्षा एक दिवस उशिरा आल्यामुळं, वेळेची शिस्त पाळणाऱ्या बाबांनी दुसऱ्या क्षणाला अर्धा-अधिक पूर्ण झालेला चित्रपट डब्यात बंद करून

टाकला आणि सत्तरऐंशी हजार (त्या काळचे) एका रकमेनं सर्वांना ठरलेला मोबदला म्हणून वाटले.

एका मराठी चित्रपटाच्या शूटिंगच्या वेळी मी माझ्या आईबरोबर कोल्हापूरला गेले होते. त्या दिवशी तिचं स्टूडिओच्या बाहेर शूटिंग होतं. ती सकाळीच तिथून बाहेर पडली होती. दुपारी बारा वाजायच्या सुमारास त्या चित्रपटाची नायिका लगबगीनं मेकअपरूमच्या बाहेर पडून बाह्य चित्रीकरणाच्या ठिकाणी जायला निघाली होती. स्टूडिओच्या आवारात फिरत असलेल्या बाबांना व मला पाहून आम्ही होतो, तिथं ती आली. बाबांना नमस्कार करून तिनं मला विचारलं,

'दीदी (माझी आई) अजून आल्यात, की नाही?'

मी काही उत्तर द्यायच्या आधी, बाबाच तिला म्हणाले,

'सुलोचना माझी शिष्या आहे. नऊ वाजायच्या आधी ती तयार होऊन शूटिंगसाठी बाहेर पडली आहे. ही आऊटडोअरला जाण्याची वेळ आहे का? थोड्या वेळात लंच टाईम होईल. जेवूनच का जात नाही?'

बाबांच्या या सरबत्तीला तोंड देणं त्या हिरॉईनला शक्य होईना. तिनं तिथून अक्षरशः पळ काढला.

माझ्याकडं वळून पाहत बाबा म्हणाले,

'असा उशीर आऊटडोअरलाच काय, इनडोअर शूटिंगलाही मला खपला नाही. शूटिंगमध्ये सहभाग असणाऱ्या कलावंतांनी पावणे नऊला हजर असलंच पाहिजे, असा माझा नियम होता. ही पद्धत, कलावंत माझ्या कंपनीत पगारी होते, तेव्हाही होतीच. पण आता फ्रीलान्सर आर्टिस्ट असले, तरी त्याच पद्धतीनं सर्वजण सेटवर असले पाहिजेत, असा माझा कटाक्ष असतो. काही वर्षांपूर्वीच एका आघाडीच्या अभिनेत्रीनं नऊ वाजून पाच मिनिटांनी सेटवर पाऊल ठेवलेलं पाहून मी त्या दिवशीचं संपूर्ण शूटिंगच रद्द केलं. त्यानंतर मात्र त्या अभिनेत्रीकडून मला वेळेबाबत कधीच त्रास झाला नाही. सर्वांच्या आधी अगदी तंत्रज्ञांच्या आधीही पाच मिनिटं ती सेटवर हजर असायची.'

बाबा हे सांगत असताना माझं मन मात्र त्या पिंपळानं सांगितलेल्या 'मीठ-भाकर' च्या आठवणीत शिरलं होतं.

बाबांच्या 'मीठ-भाकर' ह्या चित्रपटात बरंचसं बाह्यचित्रीकरण करावं लागलं होतं. त्यासाठी सकाळी लवकर उठून शेतावर जावं लागे. त्यामुळं सर्व मंडळी स्टूडिओतच राहायला असायची, कारण पहाटे चार वाजता उठून तयारीला लागावं लागे. सकाळी सहा वाजता सर्व मंडळी पूर्ण तयार होऊन शूटिंगच्या

जागेवर पोहोचायची. बाबांच्या ह्या शिस्तीतून त्या चित्रपटात भूमिका करणाऱ्या त्यांच्या छोट्या मुलीला–बेबी सरोजलाही सूट मिळायची नाही. इतर स्त्रीकलावंतांबरोबर तिलाही रात्री स्टूडिओतच झोपावं लागे. पहाटे चार वाजल्यापासून माझी आई तिला, 'बेबी, उठा, बाबा रागावतील.' म्हणून सारखी उठवत राहायची. पण त्या कडाक्याच्या थंडीत त्या छोटीचे डोळे उघडता उघडायचे नाहीत. मग माझी आई बाबांच्या भीतीनं तिच्या झोपलेल्या अवस्थेत बाथरूममध्ये आपणच तिचे दात घासायची, अंघोळ घालायची, वेणीफणी करायची आणि बाबांनी सांगितलेल्या वेळेत तिला तयार करायची, बाबाही स्वतःची मुलगी म्हणून तिला वेगळ्या सवलती देत नव्हते. आजकालच्या शूटिंगना लागणारा वेळ, होणारी दिरंगाई पाहून बाबा अस्वस्थ व्हायचे. वैतागलेले बाबा माझ्या आईला म्हणायचे,

'खलीफा, मला वाटतं, आता मला परत चित्रपट सुरू करायला पाहिजे. आणि तुम्हांला पूर्वीसारखं काम करायला लावलं पाहिजे. त्याशिवाय तुमची सुस्ती जाणार नाही.'

अर्थात पूर्वी सगळेच व्यवस्थित होते, शिस्तीत असायचे, असा मात्र याचा अर्थ नाही हं. आताही वेळेचं महत्त्व जाणणारे खूप आहेत.

या संदर्भात मला एक प्रसंग 'एकटी' या चित्रपटाच्या वेळचा आठवतो. दुसऱ्या दिवशी किती वाजता तयार राहायचं, हे आदल्या दिवशी घरी जाताना दिग्दर्शकाला विचारून जायचं, ही माझ्या आईची पद्धत. तसं तिनं दिग्दर्शक राजा ठाकूर यांना विचारताच त्यांच्या नेहमीच्या पद्धतीनं कपाळाकडं बघत त्यांनी मिस्किलपणे हसत तिला सांगितलं,

'बाई, उद्या मुंबईची हिरॉईन (सुरेखा) येणार आहे. तेव्हा तुम्ही लवकर तयार होण्याची गरज नाही. तुम्ही दहा वाजता आलात, तरी चालेल. तिला किती वेळ लागणार, याचा अंदाज घेऊनच तुम्ही तयार व्हा.'

दुसऱ्या दिवशी सकाळी जेव्हा माझी आई दहा वाजता स्टूडिओत आली, तेव्हा 'शहर और सपना'ची ही मराठीत प्रथमच काम करणारी नायिका पूर्णपणे तयार होऊन वेळ काढण्यासाठी मेकअपरूमसमोरील बागेत शतपावली करत होती. राजा ठाकुरांपासून सगळ्यांनाच या गोष्टीचं आश्चर्य वाटत होतं. स्टूडिओच्या नोटिस बोर्डावर शूटिंगची वेळ नऊ वाजताची होती. त्यामुळं नऊच्या आधीपासूनच सुरेखा तयार होऊन बसली होती.

असेही प्रसंग जयप्रभामध्ये घडायचे.

असे प्रसंगच काय, पण बरेच सणवारही जयप्रभामध्ये पार पडायचे. जयप्रभा

स्टूडिओत प्रवेश केला की, पहारेकऱ्याच्या चौकीपलीकडं एक प्रचंड वटवृक्ष आहे. दर वटपौर्णिमेला आजूबाजूच्या परिसरातील सुवासिनींची वडाची पूजा करण्यासाठी तिथं गर्दी होते. एका सिनेमाच्या स्टूडिओत इतकं वास्तववादी दृश्य पाहताना विरोधाभासाची गंमत वाटते. १५ ऑगस्ट, २६ जानेवारी हे राष्ट्रीय सण जसे साजरे केले जातात, तसेच गोकुळअष्टमी, हनुमानजयंतीसारखे धार्मिक सणही बाबा साजरे करायचे. आरोग्याची अधिष्ठात्री देवता म्हणून मारुती आणि आद्यक्रांतिकारक म्हणून श्रीकृष्ण ह्या देवतांचं बाबांच्या जीवनात अनन्यसाधारण महत्त्व होतं. शिवराय हे तर बाबांचं फार मोठं श्रद्धास्थान. त्यामुळं शिवजयंती तर फारच थाटात साजरी व्हायची. शिवपुण्यतिथीला रायगडावर निघणारी शिवरायांची पालखी जयप्रभातच तयार झालेली आहे. भारताच्या स्वातंत्र्यसंग्रामातील अध्वर्यू मदनमोहन मालवीयजींपासून अलीकडच्या अटलबिहारी वाजपेयींसारख्या भारताचं नेतृत्व करणाऱ्या अनेक नेत्यांनी, व्यासंगी पंडितांनी, विद्वानांनी ह्या वास्तूला पावन केलं आहे. असं विविधरंगी आयुष्य क्वचितच कुठल्या वास्तूच्या वाट्याला आलं असेल! सुख-दुःखाचे गंगाजमनी खेळ ह्या स्टूडिओनं नेहमीच पाहिले आहेत.

ज्या वर्षी जयप्रभातील यंत्रसामग्री जुनी निकृष्ट दर्जाची आहे, अशी ओरड लोकांनी केली, त्यावर्षीच जयप्रभामध्ये तयार झालेल्या चित्रपटांनाच जास्तीत जास्त पारितोषिकं मिळाली. स्वतःच्या चित्रपटांना मिळालेल्या नेत्रदीपक यशानंही न हुरळणाऱ्या बाबांनी दुसऱ्यांचं आणि त्यांच्या जयप्रभाचं कौतुक सगळ्या स्टूडिओला पेढे वाटून केलं.

असल्या आनंदाबरोबरच मनस्वी यातना देणाऱ्या घटनाही याच स्टूडिओत घडल्या. स्टूडिओतील कोणी अथवा बाहेरील कोणी असो, बाबांच्याकडं कधी याचक आला, की तो कधीच विन्मुख जायचा नाही. त्यांच्या खिशातून बाहेर आलेली नोट दहा रुपयांची आहे, की शंभर रुपयांची आहे, हे न पाहताच बाबा त्याला देऊन टाकायचे, पुन्हा न मिळण्याच्या अपेक्षेसहित. उजव्या हाताचं दान डाव्या हाताला कळायचं नाही. त्याच बाबांच्या बरोबर चाळीस–चाळीस वर्षं काम केलेल्या जयप्रभाच्या कामगारांनी बोनसप्रकरणी संप पुकारला. इतकंच करून ते थांबले नाहीत, तर बाबा स्टूडिओत असताना 'भालजी पेंढारकर मुर्दाबाद' अशा घोषणा देत स्टूडिओच्या दारात बसून राहिले. बाबांच्या कुटुंबीयांपैकी कोणी स्टूडिओत निघाले की, या घोषणा अधिकच तीव्र होत. हे इतक्यावरच थांबलं नाही, तर महालक्ष्मी देवळाच्या महाद्वारासमोर त्याच घोषणा मोठ्या मोठ्या अक्षरात देवीला आणि सगळ्या गावाला वाचण्यासाठी लिहून ठेवण्यात आल्या.

हे असले ग्रहणाचे प्रकार घडून जयप्रभाची प्रभा काही काळ ग्रासली गेली, तरी तिचं तेज कायम प्रखरच राहिलं. तनुजासारखी हिंदीतील आघाडीची अभिनेत्री 'झाकोळ' या चित्रपटाच्या निमित्तानं जयप्रभामध्ये येऊन गेली. इथल्या चित्रीकरणात भाग घेतल्यावर तिनं सांगितलं की, ती शूटिंगनिमित्तानं मुंबई, कलकत्ता, मद्रास, इ. अनेक ठिकाणच्या स्टूडिओत जाऊन आली आहे, पण जयप्रभामध्ये काम करताना तिला जो आनंद, प्रसन्नता आणि समाधान लाभलं, ते यापूर्वी मिळालं नव्हतं. गोविंद निहलानीसारख्या आंतरराष्ट्रीय कीर्तीच्या छायाचित्रकाराचं कौशल्यही या चित्रपटांच्या निमित्तानं जयप्रभानं पाहिलं. 'च्यायला' पासून सुरू होणारी अस्सल रांगडी मऱ्हाटी बोली सदैव ऐकणाऱ्या जयप्रभाला डॉ. श्रीराम लागू व तनुजा यांच्यामध्ये फर्ड्या आणि उच्च दर्जाच्या इंग्रजीत चालणारी चर्चाही ऐकायला मिळाली.

बाबांच्यानंतर ह्या स्टूडिओची मालकी लता मंगेशकर यांच्यासारख्या स्वरसरस्वतीकडं आली. त्यांनीही बाबांच्याइतकंच ह्या वास्तूचं पावित्र्य जपलं आहे. देश-विदेशांत भ्रमण करणाऱ्या लतादीदी खऱ्या अर्थानं जयप्रभातच येऊन विसावतात.

ह्या अद्भुत वास्तूत आजही चमत्कार घडतात. बाबांनी वयाच्या ८४ व्या वर्षी दृष्टीची साथ नसताना केवळ कर्णेंद्रियांच्या आधारानं 'गनिमी कावा' सारखा ऐतिहासिक चित्रपट जयप्रभातच तयार केला. ओळीनं आठ रौप्यमहोत्सवी चित्रपट निर्माण करण्याचा विक्रम दादा कोंडके यांनी केला आहे. हे सर्व चित्रपट जयप्रभामध्येच तयार झाले आहेत. दादांच्या या चित्रपटांनी मराठी चित्रपटसृष्टीला झालेली मरगळ दूर करून हिंदी चित्रपटांकडं ओढला गेलेला प्रेक्षक परत मराठी चित्रपटांकडं आकृष्ट करण्याचं मोलाचं काम केलं आहे. दुरावलेला शहरी प्रेक्षकही दादांच्या चित्रपटांनी परत मिळविला. कलावंत, तंत्रज्ञ यांची अक्षरशः फलटणच ह्या वास्तूत तयार झाली आहे.

◆

स्वरांची सावली

मंगेशकर कुटुंबीयांचा व माझ्या आईचा (सुलोचनाबाई) परिचय तसा १९४३ पासूनचा. मा. विनायक यांच्या प्रफुल्ल या चित्रपटसंस्थेत (कोल्हापूर इथं) १९४२ साली लतादीदी दाखल झाल्या. त्यानंतर बरोबर एक वर्षानं माझी आई तिथं गेली. परंतु काही महिन्यांसाठीच. कारण मा. विनायक आपली संस्था घेऊन मुंबईला गेले.

या अल्पकाळातही माझ्या आईचे मंगेशकर कुटुंबीयांशी भावसंबंध चांगलेच जुळले. ही मंडळी मुंबईला गेली. भेटीगाठी दुरावल्या, तरी प्रेम, अगत्य कायम राहिलं. लतादीदींनी आपल्या सुरेल चित्राद्वारे निर्माण केलेल्या 'वादळ' या चित्रपटाची नायिका माझी आईच होती.

कालांतरानं हृदयनाथ मंगेशकरांनी निर्मिलेल्या 'भाव तेथे देव' या पहिल्या चित्रपटाची नायिका ही सुद्धा माझी आईच राहिली.

'भाव तेथे देव' या चित्रपटाच्या मुंबई येथील मॅजेस्टिक सिनेमात झालेल्या प्रिमियरच्या दिवशी मी प्रथमच माईंना पाहिलं. माई म्हणजे मंगेशकर कुटुंबीयांचा 'कणा.' तो सुरुवातीपासूनच अतिशय कणखर होता. त्यामुळंच मोठमोठ्या आपत्ती येऊनही मंगेशकर कुटुंबीय उभे राहू शकले आणि ताठ मानेनं जगू शकले.

माईंचं ते प्रथमदर्शन आजही माझ्या स्मरणात ठळकपणे आहे. जरीचं इंदूरी नऊवारी लुगडं नेसलेल्या, (माई नऊवारी फार झोकदार नेसत.) मानेवर भरघोस सैलसर आंबाडा, संगीतसूर्य मा. दीनानाथांची पत्नी आणि पाच अलौकिक स्वरांची जननी असल्याचा सार्थ अभिमान बाळगणारा रूपवान चेहरा, (माई तशा देखण्या स्त्रियांच्या वर्गात मोडणाऱ्या, त्यांची तरुणपणची छायाचित्रंच याची साक्ष देतात.) चालण्या-वागण्यांत खानदानी डौल.

माईंचं हे प्रथमदर्शन १९६१ पासून आज ही माझ्या स्मृतिपटलावर जसंच्या तसं ठळकपणे उमटलेलं आहे.

माईंना मी दुसऱ्यांदा जवळून पाहिलं, ते त्यांच्या द्वितीय कन्येच्या – मीनाताईंच्या लग्नाच्या स्वागत-समारंभात. महालक्ष्मी मंदिराच्या बाहेरील मोकळ्या परिसरात हा समारंभ आयोजिण्यात आला होता. त्या वेळचा इतर तपशील माझ्या स्मरणात

नाही. स्मरणात आहेत, त्या फक्त माई.

त्या वेळची एक गंमत सुद्धा आठवतेय्. माई बऱ्याच लहान–मोठ्या मुलांच्या गराड्यात सापडल्या होत्या; आणि ती मुलं माईंना स्वाक्षरी देण्याचा आग्रह करीत होती. माई त्यांना गमतीनं रागवत विचारीत होत्या,

'माझी कशाला सही पाहिजे?'

त्यातील एक धीट मुलगा उद्गारला,

'तुम्ही लता मंगेशकरांच्या आई आहात ना, म्हणून.'

मग मात्र एकही प्रश्न न विचारता, गालांतल्या गालांत हसत माईंनी प्रत्येकाला आपली स्वाक्षरी दिली.

पेडर रोडच्या 'प्रभुकुंज' मध्ये गेलं की, माझी आई प्रथम माईंच्या खोलीत डोकावे, त्यांची भेट आणि आशीर्वाद घेऊन मगच ती लतादीदी आणि त्यांच्या इतर भावंडांना भेटे. त्याचं कारण म्हणजे कोल्हापूर इथं असताना, माईंनी माझ्या आईवर केलेलं मातृवत प्रेम आणि दाखवलेली आपुलकी, जी तिच्यासारख्या नवोदितेला खूप जरुरीची होती.

कामातून सुट्टी मिळाली, की आई बऱ्याचदा त्यांच्या घरी जाई. माई सुद्धा तिला हक्कानं आशाताईंची वेणी-फेणी करायला लावीत. माझं आजोळ 'खडकलाट' हे खाऊच्या पानांसाठी प्रसिद्ध आहे. आई गावी गेली की, आठवणीनं माईंसाठी तिथून पानाचा पुडा घेऊन येई.

माई या गोष्टीची आठवण अजूनपर्यंत काढायच्या.

माईंची भेट त्यांच्या घरी किंवा क्वचित एखाद्या समारंभात व्हायची. लतादीदी मात्र अधून मधून कोल्हापुरात भेटायच्या. १९६५च्या ऑगस्ट महिन्यानंतर मात्र माई वारंवार दिसायच्या, त्या डॉ. काशिनाथ घाणेकर यांच्या 'गारंबीचा बापू' या नाटकाला. तसं डॉक्टरांचंही मंगेशकरांच्या घरी येणं-जाणं होतं. पण हे संबंध अधिक जिव्हाळ्याचे झाले, जेव्हा डॉक्टर माईंचे मानस-पुत्र झाले आणि ह्या मानस-पुत्रानं आपल्या ह्या 'दुसऱ्या आईस' हट्टानं आपल्या नाटकाला नेलं असणार.

संगीत नाटकांवर पोसलेली जुनी पिढी गद्य नाटकाच्या सहसा वाटेला जात नाही. हा माझा आजवरचा अनुभव आहे. त्यातून माई लहान वयातच लग्न करून आल्या, त्या संगीत नाटकाच्या बिऱ्हाडी. संगीत नाटकं तर कै. मा. दीनानाथांच्या जीवनाचा अविभाज्य भाग होता. माईंनी तर पतिनिष्ठेबरोबर संगीत नाटक कंपनीचाही संसार स्वीकारला होता. त्यामुळं 'गारंबीचा बापू' सारख्या गद्य

नाटकाच्या प्रेमात त्या कशा काय पडल्या असतील, याचं मला खूप नवल वाटतंय्. माईंनी हे नाटक किती वेळा पाहिलं असेल, याला गणतीच नव्हती. गंमत म्हणजे, डॉक्टरांची इतर नाटकं माईंनी क्वचितच पाहिली असतील. मग 'गारंबीचा बापू' या नाटकाचंच माईंना इतकं आकर्षण का वाटत असेल, असा प्रश्न पडायचा. मा. दीनानाथांचं आक्रमक गाणं आणि अभिनयशैलीचा प्रभाव असणाऱ्या माईंना 'अफाट बापू' या भूमिकेतील डॉक्टरांचा आक्रमक आणि अस्सल अभिनय भावला असेल का?

माई नुसत्याच वारंवार नाटकाला जाऊन थांबल्या नाहीत, तर डॉक्टरांच्या एका वाढदिवसाला आयोजिण्यात आलेल्या महोत्सवी प्रयोगाला डॉक्टरांचा व चंद्रलेखेच्या इतर कलावंत-कर्मचाऱ्यांचा मंगेशकर कुटुंबीयांकडून शानदार सत्कार घडवून आणण्यात पुढाकार घेतला. डॉक्टरांच्या हातात वजनदार सोन्याचं ब्रेसलेट चढवलं, तर इतरांना घड्याळं, अंगठ्या, बॅगा, यांचे उपहार देण्यात आले. या शानदार सोहळ्याला लतादीदींपासून मीनाताईंच्या छोट्या रचनापर्यंत समस्त मंगेशकर हजर राहिले. आशाताईंचा पाय मुरगळल्यामुळं सुजला होता. त्याही परिस्थितीत लंगडत-लंगडत त्यांनी समारंभाला हजेरी लावली. कारण तो त्यांच्या माईंनी आयोजित केलेला समारंभ होता. प्रमुख पाहुणे म्हणून मा. बाळासाहेब ठाकरे आणि कै. शाहू मोडक हेही आवर्जून उपस्थित होते.

माई स्वतःतर हे नाटक वारंवार बघत होत्याच; पण घरातील प्रत्येकानं ते पाहिलं पाहिजे, असा आग्रह धरायच्या. एकदा तर माईंच्या ह्या आग्रहामुळं गाण्याच्या रेकॉर्डिंगमध्ये रात्रं-दिवस व्यस्त असूनही, लतादीदींनी वेळ काढून हे नाटक साहित्य संघात अक्षरशः धावत पळत जाऊन पाहिलं. साहित्य संघाच्या छोट्या रस्त्यातून त्यांची मोठी गाडी जाईना, म्हणून मरीन लाईन्सच्या बाजूनं जाऊन, पायी पूल ओलांडून त्यांना संघात जावं लागलं. त्यात आणि ते पावसाळ्याचे दिवस होते. धो धो पावसातच दीदींना चालावं लागलं. पण आपल्या लाडक्या माईंसाठी जराही तक्रार न करता दीदींनी हा हट्ट पुरविला.

ज्या दिवशी माई नाटकाला येतील, त्या दिवशी डॉक्टरही खूप खूश असत. कुणीतरी बडा पाहुणा नाटकाला आलाय्, या आनंदात ते असत. उषाताई तर सांगतात की, माईंच्या शेजारी बसून नाटक पाहणाऱ्याला त्या कौतुकानं सांगत,

'बघा, बघा! माझा पोरगा किती तेजस्वी दिसतोय्.'

डॉक्टरांनी सुद्धा माईंवर अगदी पुत्रवत प्रेम केलं. त्यांना जीव लावला.

त्यामुळंच स्वतःचा वाढदिवस असो, नव्या नाटकाचा प्रयोग, महोत्सवी प्रयोग असो. प्रथम महालक्ष्मी मंदिरात देवीचं दर्शन व त्यानंतर माईंचा आशीर्वाद डॉक्टरांनी कधीही चुकवला नाही.

ह्या दोघांच्या प्रेमाचा आणि मायेचा अनुभव मी पं. हृदयनाथ मंगेशकरांच्या लग्नाच्या वेळी घेतला. लग्नाला इतकी अलोट गर्दी लोटली होती की, लग्नसमारंभा–बद्दलचे सगळेच अंदाज चुकले. सगळ्यांत मोठी धांदल उडाली, ती जेवणाच्या पंक्तीच्या वेळी. डॉक्टरांनी एखाद्या लहान मुलासारखी जेवण नीट न मिळाल्याची तक्रार माईंच्याकडं केली.

त्यानंतर दोन दिवसांनी फक्त कुटुंबीयांसाठी आयोजित केलेल्या भोजन–सोहळ्यात माईंनी डॉक्टरांना आठवणीनं आमंत्रण पाठवलं. इतकंच काय, डॉक्टरांच्या शेजारी स्वतः पाटावर बसून त्यांना काय हवं–नको, ते जातीनं बघत होत्या. वाढणाऱ्यांना तंबी दिल्यासारख्या सांगत होत्या,

'माझ्या लेकाला गरम गरम जेवण वाढा. लग्नात तो नीट जेवलेला नाही.'

कौतुक करावं, ते माईंनीच आणि करून घ्यावं डॉक्टरांनीच, असं म्हणायला हरकत नाही.

'गारंबीचा बापू' नाटक डॉक्टरांनी सोडल्यानंतर माईंनी ते पाहिलं नसावं.

अशी वर्षं उलटत होती. माई सुद्धा थकत चालल्या होत्या. डॉक्टरांच्या आणि माझ्याही आयुष्यात अनेक घडामोडी घडल्या. 'प्रभुकुंज' मध्ये गेलं, की कृश झालेल्या माई घरभर वावरताना दिसत. बाकी प्रकृती बरी होती, पण ऐकू येणं कमी झालं होतं. त्यामुळं त्यांचं बोलणंही कमी झालं होतं. पण माईंना थांबवून ओळख सांगितली की, ओळखीचं हसू तोंडभर उमटे. आपुलकीनं चौकशी करत.

१९८६ साली डॉक्टर नाटकाच्या दौऱ्यावर असताना अचानक गेले. सांत्वनाला आलेल्या सौ. मीनाताईंना मी जरा धास्तावूनच विचारलं,

'माईंना कळलं का?'

त्या म्हणाल्या,

'ऐकल्यापासून माई अगदी गप्प गप्प झालीय्. फारसं बोलत नाही. मात्र डॉक्टरांच्या निधनानिमित्त त्यांना आदरांजली म्हणून आकाशवाणीनं प्रसारित केलेली, डॉक्टरांच्या आवाजातील 'गीतगंगा' मात्र आवर्जून ऐकली.'

डॉक्टरांच्या आठवणींवर आधारित लेख मागवून घेऊन, त्यांवर एक चरित्र-ग्रंथ तयार करावा, असं ठरवून, माई त्यासाठी लेख देतील का, असं विचारायला मी 'प्रभुकुंज' इथं गेले.

लतादीदींनी माझी कल्पना माईंना समजावून देत त्यांना विचारलं,

'तू काही आठवणी कांचनला लिहून देशील का?'

मंदस्मित करीत माईंनी मान डोलावली, शिरीष पै यांनी त्या लिहून घ्यायच्या, असं सुद्धा ठरलं. पण पुढं दुर्दैवानं ही कल्पनाच रद्द झाली. त्याची चुटपूट आजही मला लागून आहे. कारण 'स्वरांच्या सावली'मध्ये मनस्वीपणे आपल्या पतीबद्दल लिहिणाऱ्या माईंनी आपल्या मानस-पुत्राबद्दल खूपखूप लिहिलं आणि सांगितलं असतं, असं सारखं वाटतं.

अलीकडं माईंचं हिंडणं, फिरणं, घराबाहेर पडणं, अगदी कमी झालं होतं. परंतु आपले पती मा. दीनानाथ यांच्या स्मृतिदिनाला मात्र त्या मोठ्या निर्धारानं हजर राहत. रात्री कितीही वेळ झाला, तरी अगदी शेवटपर्यंत त्या सर्व कार्यक्रमांना थांबत.

पार्ले इथं पार पडलेल्या मा. दीनानाथ स्मृतिदिनास माईंची भेट झाली होती. अगदी जवळून. माझ्या आणि माझ्या आईच्या मध्ये त्या बसल्या होत्या. आईचा हात हातात घेऊन निःस्तब्ध बसून राहिल्या. एवढ्यात एका छायाचित्रकारानं लतादीदी आणि आई यांचा एक रंगीत फोटो आईला भेट दिला. आईनं तो माईंच्या समोर धरला. माई स्वतःच्या हातात तो फोटो घेऊन बराच वेळ कौतुकानं निरखीत होत्या. मग तो फोटो माझ्या हातात देत हसून म्हणाल्या,

'लताला हा फोटो दाखव.'

त्यानंतर माई भेटल्या, त्या दीदींच्या वाढदिवशी – २८सप्टेंबर रोजी. घरात गेल्यागेल्याच माझी आई माईंच्या खोलीत गेली. त्या निजल्या होत्या. माझी आई दिवाणखान्यात येऊन मीनाताईंशी गप्पा मारीत बसली. थोड्या वेळानं कशा, कुणास ठाऊक, माई प्रसन्न चेहऱ्यानं दिवाणखान्यात येऊन त्यांच्या नेहमीच्या खुर्चीवर बसल्या, एवढ्यात त्यांच्या नातवानं, योगेशनं हातानंच त्यांची साडी सुंदर असल्याची खूण केली आणि त्यांच्या साडीची स्तुती केली.

माई खुदकन् हसल्या.

म्हाताऱ्या माणसांचं हसू अगदी लहान मुलासारखं निर्व्याज, प्रसन्न वाटतं.

माझी आई माईंच्या जवळ जाऊन नमस्कारासाठी वाकली.

माई तिचा हात प्रेमानं हातात घेत तिला म्हणाल्या,

'मला एक वचन देशील?'

खुणेनंच आईनं विचारलं,

'कसलं?'

त्यावर माई उत्तरल्या,

'तीन गोष्टी खायच्या वर्ज्य कर. मटण, साखर आणि भात. बघ— पूर्वीसारखी बारीक होशील.'

त्यावर खट्याळपणे मीनाताई म्हणाल्या,

'म्हणजे त्या परत हिरॉईनची कामं करायला लागतील का?'

त्यावर माई लगेच उत्तरल्या,

'हो हो. नक्कीच. आहे का कोणी तिच्यासारखं दिसायला आणि काम करायला?'

यावर माझ्या आईला काही बोलताच येईना.

आपला नातू योगेश याच्यासाठी मुलगी बघायची कामगिरीही माईंनी माझ्या आईवर सोपवली. त्या दिवशीची भेट फारच खेळीमेळीत पार पडली.

त्यानंतर सात महिन्यांनीच माईंना उपचारासाठी बॉम्बे हॉस्पिटलमध्ये दाखल करण्यात आलं. त्यांच्या भेटीसाठी या वेळी घरी न जाता दवाखान्यात जावं लागलं. अतिदक्षता विभागात उपचाराच्या विळख्यात माई गुरफटून गेल्या होत्या. मुंबईतील उत्तमोत्तम डॉक्टरांचे उपचार चालू होते. कधी माई त्या उपचारांना प्रतिसाद द्यायच्या, तर कधी डॉक्टर्स हताश होऊन जायचे.

लतादीदींपासून राधापर्यंत सर्व मंगेशकर डोळ्यांत तेल घालून निगराणी करीत होते. तरीही १६जून, १९९६ रोजी रात्री अडीच वाजता मृत्यूनं आपला पाश अलगद टाकलाच आणि चाळीस दिवसांची झुंज शांत झाली.

१६ तारखेला ही अशुभ बातमी देणारा फोन घणघणला.

सुन्न बसलेल्या माझ्या आईला मी विचारलं,

'प्रभुकुंजमध्ये केव्हा जायचं?'

हताशपणे आई उद्गारली,

'माईंशिवाय मंगेशकर कुटुंबाला भेटण्याचं धैर्य या क्षणी तरी माझ्यात नाही. माईंशिवाय राहण्याचं धैर्य यायला मंगेशकर कुटुंबीयांनाही किती दिवस लागतील, कुणास ठाऊक!'

◆

एक देवमाणूस

त्या वेळी मी दहा–अकरा वर्षांची असेन, रात्री उशिरा शूटिंगहून परत आलेल्या माझ्या आईचा (अभिनेत्री सुलोचनाबाई) व आजीचा संवाद अर्धवट झोपेतच असताना माझ्या कानांवर पडत होता. माझी आई आजीला सांगत होती, शाहूराव म्हणत होते, कांचनला सध्या साडेसाती सुरू आहे. लहान मुलांना त्याचा त्रास होत नाही. त्यांच्या आई-वडिलांना त्याचा त्रास होतो. तेव्हा तुम्ही सांभाळून राहा.

आणि पुढं पाच–सहा महिन्यांतच माझ्या वडिलांचं (श्री. आबासाहेब चव्हाण) वयाच्या बावन्नाव्या वर्षी आकस्मिक निधन झालं.

त्या वेळी मला पटकन् शाहूरावांनी सांगितलेल्या भविष्याची आठवण झाली.

माझ्या आईच्या बाबतीत शाहूरावांनी वर्तविलेल्या भविष्याची आजही प्रचीती येते आहे. जवळ जवळ तीस–पस्तीस वर्षांपूर्वी त्यांनी हे सांगितलं होतं. ते म्हणाले होते,

माझी आई तिच्या आयुष्याच्या शेवटपर्यंत या ना त्या कारणानं चित्रपटसृष्टीशी संबंधित राहील आणि चरित्र–अभिनेत्रीच्या भूमिका करायला लागल्यापासून यशाची चढती कमान राहील.

पारिजातक, मी तुळस तुझ्या अंगणी, गजगौरी, विठू माझा लेकुरवाळा, राम-लक्ष्मण, राजा हरिश्चंद्र, तेरे द्वार खडा भगवान, राजरानी मीरा, जिसने तेरा नाम लिया, शाम की जोगन, संत ज्ञानेश्वर (हिंदी) अशा किती तरी मराठी–हिंदी चित्रपटांतून माझ्या आईनं शाहूरावांच्या बरोबर नायिकेच्या भूमिका केल्या. या चित्रपटांचं मुंबईत शूटिंग व्हायचं, तेव्हा आम्ही शूटिंग पाहायला जायचो. शाहूरावांच्या व्यक्तिमत्त्वाचा ठसा त्या वेळीही मनावर उमटत होता. शॉट नसला की, एका बाजूला पुस्तक वाचत बसणाऱ्या शाहूरावांबद्दल एक प्रकारचा आदरयुक्त दबदबा वाटायचा. तसे ते खूपच एकांतप्रिय होते. मोजकेच बोलायचे. पण ते माणूसघाणेही नव्हते. कधी कपाळावर आठी नाही. नेहमी हसतमुख. मृदू बोलायचे. एका वेळी दोन-तीन माणसं वरचा सूर लावून त्यांच्याशी बोलायला लागली की, ते शांतपणे त्यांना सांगायचे, तुमच्यापैकी एकानं एका वेळी बोला. म्हणजे मला नीट, पटकन् समजू शकेल. त्यांच्या ह्या सौजन्यपूर्ण बोलण्याचा समोरच्या माणसावर खूप परिणाम व्हायचा आणि दुसऱ्यांचे चढलेले सूर शाहूरावांसारखे मृदू व्हायचे.

'राजा हरिश्चंद्र' या चित्रपटाच्या बाह्यचित्रीकरणाच्या निमित्तानं शाहूरावांचा प्रत्यक्ष सहवासही लाभला. वाई इथं हे शूटिंग झालं होतं. माझ्या आईनं मला व माझ्या मामेभावंडांनाही आपल्या बरोबर नेलं होतं. पाचगणी येथील एका हॉटेलवर आमचा मुक्काम होता. संध्याकाळी शूटिंगहून परत आल्यावर आन्हिक आवरलं की, शाहूराव आम्हां मुलांना जमवून अनेक गोष्टी सांगत. कोडी घालीत, भूगोल, सायन्स या विषयांवर प्रश्न विचारीत. पण हे सगळं मनोरंजक असे. कंटाळवाणं नसायचं. मोठ्या माणसांशी भविष्य,पत्रिका यांवर चर्चा करणारे शाहूराव चुकूनही आम्हां मुलांच्या समोर यावर चर्चा करत नसत.

शाहूरावांच्या अति स्वच्छतेच्या अनेक कहाण्या चित्रपटसृष्टीत मशहूर आहेत. आम्हीही त्या ऐकून होतो. त्यामुळं त्यांच्या वैयक्तिक राहणीबद्दल, दिनक्रमाबद्दल कोण उत्सुकता होती. पाचगणीला असतानाच आम्ही सकाळी त्यांच्या रूमवर गेलो. त्या वेळी ते अंघोळीला गेले होते. त्यांचा गडी तिथं होता. हॉटेलवरची खोली असली, तरी अतिशय स्वच्छ व टापटिपीची दिसत होती. शाहूरावांना कसलंच व्यसन नसल्यामुळं सिगारेट्सनी भरलेले ॲश-ट्रे, दारूचे ग्लास, सोड्याच्या बाटल्या, खाण्याच्या बश्या असा कुठलाच पसारा नव्हता. उदबत्तीचा मंद वास दरवळत होता. रूममधील एका कॉटवर हँगरवर अडकवलेले त्यांचे सात-आठ ड्रेस नीटपणे मांडून ठेवले होते. एका भिंतीशी बूट, चप्पल, सँडल्सचे बरेचसे जोड ओळीनं मांडून ठेवले होते. त्यात टाल्कम पावडरही शिंपडून ठेवली होती. शाहूराव तळपायाला टाल्कम पावडर लावूनच त्यात पाऊल ठेवीत. शाहूराव स्वतःची बाथरूम स्वतःच स्वच्छ करीत. नोकरांनी केलेली त्यांना आवडत नसे.
बालपणी पाहिलेली शाहूरावांची ही स्वच्छता, टापटीप माझ्या मनावर इतकी ठसली की, आजही माझ्या अंगी ती कायम आहे.

पाचगणीला असतानाच शूटिंग अधिक लवकर संपलं की, आम्ही सर्व महाबळेश्वरापर्यंत फिरायला जात असू. कधी घाट उतरून खाली वाईपर्यंतही रपेट होई. अशा वेळी शाहूराव आपली ओपनहूडची मोठी गाडी आम्हां मुलांना बसायला देत. शाहूराव पुढं ड्रायव्हरच्या शेजारी बसत आणि त्यांचा उजवा हात कायम ड्रायव्हरला वेग कमी कर, असं सांगण्यात गुंतलेला असे. शाहूरावांच्या गाडीचा वेग इतका कमी असे की, गाडीबरोबर पायीही चालावं. घाटातून जाताना वेगवेगळ्या झाडांची, वेलींची, पक्ष्यांची, प्राण्यांची माहिती देणंही सुरू असायचं. घाटातील एखाद्या झऱ्याजवळ शाहूराव गाडी थांबवीत. आम्हां सर्वांना त्या झऱ्याचं पाणी प्यायला लावीत. स्वतःही पीत. त्यांच्या मते ते पाणी वनौषधींनी

युक्त असे आणि म्हणूनच प्रकृतीलाही उत्तम असे.

शाहूरावांनी अध्यात्म नुसतंच वाचलं नव्हतं, तर ते आचरणातही आणत होते. योगी पुरुषाची स्थितप्रज्ञता आणि संयम यांचा अपूर्व मिलाफ त्यांच्यामध्ये पाहायला मिळे. त्यांचं घर पाहिलं, की लक्षात येई की, हा माणूस जन्मानं ख्रिश्चन असला, तरी वृत्तीनं पूर्ण भारतीय होता. कुठल्याही धर्माचं अवडंबर त्यांच्या घरात नव्हतं.

घरात पाऊल ठेवताच दर्शनी दिसणाऱ्या 'संत ज्ञानेश्वर' चित्रपटातील ज्ञानेश्वराच्या भूमिकेतील त्यांच्या छायाचित्रानं आपोआपच वातावरणनिर्मिती व्हायची. त्यांच्या घरातील फर्निचर आणि भिंतीही ज्ञानाचा स्पर्श झाल्यासारख्या वाटायच्या. दिवाणखान्याला असलेल्या खिडकीला एक पांढरं रेशमी वस्त्र फ्रेमसारखं अडकवलं होतं. त्यावर स्वामी विवेकानंदांची जन्मपत्रिका रेखाटलेली होती. त्यांची अभ्यासिका तर उत्तमोत्तम ग्रंथांनी सजलेली होती. तिथं भगवद्गीता, बायबल, स्वामी विवेकानंदांची ग्रंथसंपदा गुण्यागोविंदानं राहायची. एका काचेच्या कपाटात संगीताची वाद्यंही नीट जपून ठेवलेली होती. एका ज्ञानी, अभ्यासू, रसिक माणसाची ती अभ्यासिका आहे, याची ठायी ठायी प्रचीती यायची. त्यांच्या दिवाणखान्यात जसं येशूचं चित्र होतं, तसंच त्यांच्या सदाबहार श्रीकृष्णाची छबीही तिथं विराजमान होती. स्वतः शाहूराव ज्या खुर्चीवर बसत, त्याच्या बरोबर मागं देवघरातील समईसारख्या शांत चेहऱ्याच्या त्यांच्या आईचा फोटो असे.

शाहूरावांचा जीवनक्रम नियमांनी बद्ध होता. त्यांचं नियमित व्यायाम करणं, योगासनं करणं, ज्योतिषशास्त्राचा अभ्यास करणं, मोजकं पण साजूक जेवण, जेवताना नेमानं गुळाचा खडा खाणं, विश्रांती घेणं, या सर्वांना वेळापत्रकाचं बंधन होतं. संध्याकाळी सात वाजले की, चांदीचा मोठा तांब्याभरून पाणी थोडं थोडं थांबून ते पीत राहत. पण त्यात सहजताही असायची. कारण ते करताना ते मधून मधून गप्पांमध्येही भाग घेत. स्वतः शाहूराव मितभाषी असल्यामुळं त्यांच्या पत्नी प्रतिभाताईच भार्या-सखी-सचिव अशा जबाबदाऱ्या पार पाडीत. प्रतिभाताईंच्या प्रत्येक शब्दातून नवऱ्याबद्दलचा सार्थ अभिमान डोकावत असे. पण त्यात अतिशयोक्ती नसे. त्या स्वतः द्विपदवीधर आहेत. पण त्यांचं स्वतःचं अस्तित्वच जणू संपलेलं आहे. इतक्या त्या शाहूरावांच्या जीवनाशी एकरूप झालेल्या आहेत. माझ्या विचारांशी कुठंतरी हे सर्व जुळत असल्यामुळं शाहुरावांइतकीच प्रतिभाताईंशीही माझी जवळीक निर्माण होऊ शकली. त्या स्वतः खूपच अर्थपूर्ण आणि सोप्या शब्दांत कविता, शेरो-शायरी, गझला लिहितात.

शाहूरावांना माझ्याबद्दल आणि मला त्यांच्याबद्दल इतकी आपुलकी का, याचा मला नेहमीच प्रश्न पडतो. कारण महिनोन् महिने आमच्या गाठीभेटी व्हायच्या नाहीत. पण कधीही त्यांना फोन करा, मी कांचन बोलते, असं म्हटलं की, त्यांचा मृदू-मधात भिजलेला स्वर कानांवर पडे,

'बोला, बेबी, कशा आहात? का फोन केला होता?'

मला भेट देण्यासाठी त्यांनी व प्रतिभाताईंनी कधीही अपॉईंटमेंटची कारणं दाखविली नाहीत. यावरून एक किस्सा आठवला. एकदा एका राजकीय पातळीवरील व्यक्तीला शाहूरावांशी काही तरी सल्ला–मसलत करायची होती. त्यांना तातडीनं त्याच दिवशी शाहूरावांशी भेट हवी होती. कारण दुसऱ्या दिवशी ती व्यक्ती बाहेरगावी जाणार होती. त्या व्यक्तीकडून शाहूरावांची भेट घडवून देण्याची विनंती करण्यात आली. माझ्या आईनं ती जबाबदारी माझ्यावर टाकली. संध्याकाळचे सहा वाजले होते. इतक्या ऐनवेळी शाहूरावांना फोन करून भेट मागणं माझ्याही अगदी जिवावर आलं होतं. मी नकार घेण्याच्या तयारीनंच फोन केला, तर शाहूरावांनी आश्चर्याचा धक्काच दिला. त्यांच्या त्याच नेहमीच्या मृदू आवाजात ते म्हणाले,

'बेबी, मी एका पूर्वनियोजित कार्यक्रमाला थोड्याच वेळात जाणार आहे. मी तिथून नऊ वाजता रिकामा होईन. त्यानंतर मी वेळ देऊ शकतो.'

त्या दिवशी रात्री पावणेबारा वाजता शाहूराव त्या भेटीतून रिकामे झाले. शाहूरावांच्या शिस्तबद्ध राहणीला सुरुंग लावल्याची चुटपुट मात्र मला लागली.

शाहूराव आमच्यासारखेच भालजी पेंढारकर-परिवारातील होते. म्हणून तर ही आपुलकी आमच्यांत असेल का? साठ वर्षांपूर्वी कै. नानासाहेब सरपोतदार यांच्या सांगण्यावरून नगर येथील मोडक कुटुंबातील शाहू नावाच्या एका गोऱ्यागोमट्या, गुबगुबीत मुलाला, भालजी पेंढारकरांनी आपल्या 'श्यामसुंदर' (भारतातील पहिला रौप्यमहोत्सवी बोलपट) या चित्रपटात श्रीकृष्णाच्या भूमिकेत सादर केलं; आणि चित्रपटसृष्टीला कायमचा श्रीकृष्ण बहाल केला. शाहूरावांशिवाय दुसरा कुणी श्रीकृष्ण म्हणून असेल, ही कल्पनाही आमच्यापर्यंतच्या पिढीतील मंडळींना मान्य होत नाही. इतका हुबेहूब श्रीकृष्ण शाहूरावांनी साकार केला. श्रीकृष्णाचं मिस्किल हसणं शाहूरावांनी इतकं बरोबर आत्मसात केलं होतं की, श्रीकृष्ण साकार करताना त्यांचं ते मिस्किल हास्य म्हणजे त्यांचा हुकमी एक्का होता. त्यांचा श्रीकृष्ण इतक्या प्रकर्षानं रसिकांच्या मनांवर बिंबला की, 'माणूस' मधील गणपत हवालदार, 'पहिली मंगळागौर' मधील अधीर डॉक्टर, 'औट

घटकेच्या राजा'तील त्यांची दुहेरी भूमिका (हीही रजतपटावरील पहिली दुहेरी भूमिका) 'संत ज्ञानेश्वर' मधील ज्ञानेश्वर ह्या भूमिकांची आठवण जरा उशिरा येते.

चित्रपटाव्यतिरिक्त नाटकातील (भूमिकन्या सीता) काही भूमिका, भजन, गायन, विवेकांनदांवरील व्याख्यानं आणि आधी छंद म्हणून जोपासलेला व नंतर पूर्णवेळ वाहून घेतलेला ज्योतिष विषयाचा अभ्यास यांत शाहूराव गढून गेलेले असत. एका एका पत्रिकेवर तासन् तास परिश्रम घेत.

आचरणानंच काय, विचारानंही शाहूराव सत्प्रवृत्त होते. ते कुणाचीही निंदा करत नसत. कुणाचंही वाईट चिंतीत नसत. कुणी निव्वळ कामासाठीच त्यांना भेटायला आलं आणि एरवी भेटत नसेल, तर ते त्या व्यक्तीचं कधीही, 'कशी काय वाट वाकडी केलीत? आज आमची कशी काय आठवण झाली?' अशा तिरक्या शब्दांनी स्वागत करीत नसत. ते म्हणत, असं टोचून बोलण्यापेक्षा, 'ती, व्यक्ती अचानक आल्यानं मला झालेल्या आनंदाचं मला अधिक महत्त्व वाटतं. अशा तिरकस बोलण्यानं हा निर्मळ आनंद नासून जातो. ती व्यक्ती काम असेल, तरच येते, म्हणून मी कधीही मनात आकस धरत नाही. उलट, नसेल त्याला इतके दिवस जमलं. आज भेटीचा योग जुळून आला असेल, म्हणून त्याचं येणं जमलं असेल, असं मी समजतो.

शाहूरावांचं बोलणं ऐकून मी थक्क झाले. किती निर्मळ मन असेल या माणसाचं, कारण बऱ्याच वेळ आपण शाहूराव म्हणतात, त्याच्या विरुद्धच नेहमी दुसऱ्याचा विचार करतो. कारण तिथं आधी आपण आपलाच विचार करीत असतो. शाहूराव तर आधी दुसऱ्याचा विचार करायचे. साधुपुरुषाचं हेच तर मोठं लक्षण असतं.

काही महिन्यांपूर्वीच त्यांनी मुंबईचा कायमचा निरोप घेऊन पुण्याला प्रस्थान ठेवलं होतं. पण साधकाच्या मार्गावरून इतक्या लवकर ते स्वर्गाच्या मार्गाला जातील, असं वाटलं नव्हतं. पुण्याचं घर नीट लागल्यावर ते दोघे पती-पत्नी आम्हां सर्वांना शांतपणे भेटायला-येणार होते. आम्हीही त्यांची नवी वास्तू पाहायला-पुण्याला जाणार होतो.

आता प्रश्न पडलाय्, तो त्यांच्या घरी ते नसताना एकट्या प्रतिभाताईंना भेटायला कसं जायचं? हळदी-कुंकवासारखी त्या दोघांची साथ होती. स्थितप्रज्ञाच्या तटस्थतेनं शाहूराव मृत्यूला सामोरे गेले असतीलच; पण एकाकी प्रतिभाताई जीवनाला कशा सामोऱ्या जाणार, हा प्रश्न सारखा अस्वस्थ करतो आहे.

◆

भगवंताची
बासरी

लता मंगेशकर हा या शतकातील अद्‌भुत चमत्कार मी प्रत्यक्ष पाहिला १९५४ साली. कोल्हापूरच्या माईंच्या (लीलाबाई भालजी पेंढारकर) नातीच्या-यशूच्या बारशात. बारशाचा पाळणा सजविण्यात पेंढारकरांच्या घरातील तीन-चार स्त्रिया गढल्या होत्या. त्यांत पांढऱ्या साडीतील डोक्यावर पदर घेतलेली एक चोवीस–पंचवीस वर्षांची तरुणीही होती. प्रत्यक्ष नाव ठेवण्याच्या वेळी तिनं माझ्या आईसाठी 'ओवाळणी' या चित्रपटात गायलेलं गाणं 'पाच प्राणांचा, रे, पावा' हे गीतही सर्वांच्या आग्रहावरून म्हटलं होतं. त्या वेळी हिंदी सिनेमातील गाणं ऐकण्यासाठी रेडिओ सिलोन हे रेडिओचं एकमेव माध्यम उपलब्ध होतं आणि त्याचा जास्तीत जास्त वेळ लतादीदींच्या आवाजानं व्यापलेला असायचा. त्या दिवशी बारशाच्या गडबडीत त्यांच्याशी बोलायला मिळालं नाही. ही भेट दुरूनच झाली.

लतादीदींना त्या दिवशी पाहिल्यानंतर माझ्या डोक्यात एक मजेशीर कल्पना घट्ट रुतून राहिली होती. त्यांचं गाणं रेडिओवर सुरू झालं की, मला वाटायचं, त्या स्वतःच त्या रेडिओत उभ्या राहून गात असणार. त्यामुळं खूपदा रेडिओ उघडून त्यांना बघावं, असं वाटायचं. पण पूर्वीच्या पद्धतीनं मुलांच्या हाताला लागू नये, म्हणून वर फळीवर रेडिओ ठेवला जायचा. तसा आमच्या घरी होता. म्हणूनच तो वाचला. नाही तर मी तो खोलून बघण्याचा उद्योग नक्कीच केला असता.

लतादीदींचं कायम वास्तव्य मुंबईतच असायचं. त्या रेकॉर्डिंगच्या गर्दीत नेहमी घेरलेल्या असायच्या. दिवसाचे चोवीस तासही पुरत नसत. मग यातून थोडीशी सुट्टी, उसंत मिळताच किंवा काही कारणपरत्वे त्या कोल्हापूरला यायच्या. आत्ती (माझी आई) हळूहळू मुंबईत स्थिरावत होती. पण अजून आम्ही मंडळी कोल्हापुरातच राहत होतो. एकदा आत्तीनं तिचे मराठी चित्रपटातील काही फोटो श्याम सासने या फोटोग्राफरांकडून घेऊन मुंबईला पाठवायला सांगितलं होतं. त्यासाठी मी जयप्रभा स्टूडिओत गेले होते. त्यापूर्वी मी एकटी-दुकटी कधीच तिथं गेले नव्हते. कधी तरी आत्तीबरोबर जायची. मला बाबांची (भालजी पेंढारकर) व त्यांच्या मोठ्या मोठ्या डोळ्यांची फार भीती वाटायची. जयप्रभा स्टूडिओचा भूगोल फारसा माहीत नसलेली मी, नेमकी बाबा राहत असलेल्या त्यांच्या

खाजगी वास्तव्याच्या जागेत शिरले आणि आपण वाघाच्या गुहेत शिरल्याचं लक्षात येताच अक्षरशः गारठले. स्टूडिओकडं जाण्याचं एक छोटं फाटक समोर दिसताच मी घाईनं तिकडं निघाले, तोच बाबांचा आवाज कानांवर आला.

'काय पाहिजे?'

मी त्यांच्या समोर जाऊन त्यांना वाकून नमस्कार करीत म्हटलं,

'आत्तीचे काही फोटो पाहिजे होते. ते श्याम सासने यांच्याकडून घ्यायला आले आहे.'

त्यावर त्यांचा प्रश्न :

'आत्ती कोण?'

आता त्यांना काय सांगायचं? कारण तिला मी कधी आई म्हणायची नाही. ती हाक तर माझ्या आजीला मारायची. तिचं नाव सुलोचना असं सांगणं तर आणखीनच अवघड वाटायला लागलं.

काय सांगावं, या क्रिटिकल पोझिशनमध्ये असतानाच, चांदीच्या छोट्या छोट्या घंटा निनादाव्यात, तसा एक मंजुळ आवाज माझ्या मदतीला धावून आला.

'अहो, बाबा, ती सुलोचनाबाईंना आत्ती म्हणते.'

माझ्याकडं वळून पाहत, मला निरखीत बाबा म्हणाले,

'ही सुलोचनाची मुलगी होय? ही तिच्यापेक्षा आबासाहेबांसारखी (माझे वडील) जास्त दिसते.'

माझ्या मदतीला धावून आल्याबद्दल, लतादीदींविषयी वाटणारी कृतज्ञता माझ्या नजरेतून नुसती ओसंडून वाहत होती.

पुन्हा एकदा दोघांना नमस्कार करून मी तिथून अक्षरशः धूम ठोकली.

मधल्या काही वर्षांत मात्र बाबांच्या समोर खुर्चीत बसून त्यांच्याशी संवाद साधण्याइतपत मी धीट झाले होते. फरक इतकाच होता की, त्यांना भेटण्यासाठी मला मुंबईहून कोल्हापूरला यावं लागत होतं.

त्या दिवशीही अंबाबाईचं दर्शन घेऊन मी स्टूडिओत पोहोचले होते. मधल्या चौकातच बाबांची भेट झाली. प्रसादाच्या पेढ्यांचा पुडा बाबांना दिला. त्यातील एक काढून घेत बाबा म्हणाले,

'स्टूडिओत एक नवी पाहुणी आली आहे. लहान स्टूडिओच्या बाजूला तिला बांधली आहे. तिला हे पेढे दे. ती खाते.'

मी बुचकळ्यात पडले. पाहुणी आणि ती बांधलेली का? बाबा खुलासा करायला तयार नाहीत. माझी गंमत ते मिश्किलपणे पाहत होते. त्या वेळी व्हरांड्याच्या अर्ध्या भिंतीवर दोन्ही हाताची घडी घालून आमचा संवाद ऐकणाऱ्या

लतादीदींच्याकडं मी पडेल चेहऱ्यानं पाहिलं. दोन्ही हातांची बोटं डोक्यावर शिंगांसारखी धरीत आणि ओठांनी गायऽऽ गाय अशा ध्वनिरहित खुणा करीत त्या मला सुचवीत होत्या. ते माझ्या लक्षात येताच, मोठ्या ऐटीत मी बाबांना म्हटले,

'कपिला गाईचे हे लाड चाललेत, होय?'

बाबा म्हणाले,

'ती नाही. ही तिची मुलगी आहे. हरिणी. जाताना बघून जा. किती सुंदर आहे, ते!'

बाबांचं पशुप्रेम प्रसिद्ध होतं.

मी दीदींच्याकडं पाहिलं. त्याही हसत होत्या. त्यांचं हसणं मला फार आवडतं. पहाटेच्या दवात भिजल्या फुलासारखं सुंदर, प्रसन्न.

त्या दिवशी रिक्षातून माईंच्या घरी जाताना लतादीदींनी माझ्या मदतीला धावून येण्याच्या योगायोगाची गंमत वाटत होती आणि त्यावरून आठवण झाली. त्यांनी प्रफुल्ल कंपनीत आत्तीला केलेल्या मदतीची. खेड्यातून आलेल्या, फारसं शिक्षण नसलेल्या आत्तीला सिनेमा कंपनीचं वातावरण एकदम नवं होतं. त्यामुळं ती फारच दडपणाखाली वावरायची. त्या वेळी लतादीदींनी तिला खूपच सावरून घेतलं. त्या लहानपणापासून खूपच हुशार, चुणचुणीत आणि धीट होत्या. त्या वेळी त्या गाणं आणि अभिनय अशी दोन्ही कामं करायच्या, पण पहिल्यापासून त्यांचा अधिक ओढा गाण्याकडंच असायचा. तशा त्या अभिनयही उत्तम करायच्या. पण त्यात त्यांचं मन रमायचं नाही. मोकळा वेळ असला; की या सर्व मुलींची भावी स्वप्नांची चर्चा व्हायची. आत्ती व तिची मैत्रीण रेणुका ह्या मोठ्या अभिनेत्री होण्याचं चित्र रंगवीत. पण लतादीदी मात्र आपण मोठी गायिकाच होणार, असं खूप आत्मविश्वासानं सांगायच्या. त्यात पोकळ बढाई नसायची, तर स्वतःवरचा विश्वास व ठाम निश्चयच असायचा.

त्यांच्या बाणेदार स्वभावाची त्या वेळेपासूनच झलक पाहायला मिळत होती. तो प्रसंग आत्तीबाबतच घडला. आत्ती प्रफुल्ल कंपनीत दुय्यम कलाकार (त्या वेळच्या भाषेत एक्स्ट्रा) म्हणून नोकरीला होती. त्या वेळी प्रमुख कलावंतांना मेकअप करण्यासाठी व विश्रांतीसाठी स्वतंत्र खोली, तर या दुय्यम भूमिका करणाऱ्यांना दुसरी खोली असायची. आयुष्यात प्रथमच स्टूडिओत पाऊल टाकणाऱ्या आत्तीला हे काहीच माहीत नव्हतं. त्यामुळं एके दिवशी त्या कंपनीच्या प्रमुख हिरॉईनच्या मेकअपरूममध्ये ती रिकामी दिसल्यामुळं ती तिथं जाऊन बसली. त्या हिरॉईननं ते पाहिलं मात्र, एक एक्स्ट्रा मुलगी त्यांच्या खोलीत बसलेली

पाहून तिचा 'घोर अपमान' झाला आणि अत्यंत अपमानित करून त्यांनी आत्तीला त्यांच्या खोलीबाहेर काढलं. आत्तीला तर मेल्याहून मेल्यासारखं झालं. ती रडतच स्टूडिओच्या आवारातील एका झाडाखाली जाऊन बसली. तोपर्यंत झाला प्रकार लतादीदींच्या कानांवर गेला होता. त्या तशाच रागारागात आत्तीकडं आल्या आणि तिच्या हाताला धरून ओढीतच तिला त्या हिरॉईनच्या रूममध्ये घेऊन गेल्या. तिला तिथं बसवून सांगितलं,

'इथंच बसायचं. बघू या, कोण उठवतंय्!'

त्या दिवशी सबंध दिवस दीदी आत्तीला घेऊन त्या खोलीत बसून राहिल्या. आत्तीवर झालेल्या अन्यायावर, अपमानाच्या जखमेवर मलमपट्टी करीत राहिल्या. आत्तीच्या खच्ची झालेल्या मनाचा घाव भरून तर आलाच; पण दीदींच्या बरोबरची मैत्रीही दृढ होत गेली.

१९५३ साली कोल्हापूर-पुणे असा कलाप्रवास करीत आत्ती जेव्हा मुंबईत हिंदी चित्रपटासाठी आली, तेव्हा हिंदी चित्रपटसृष्टीत 'लता मंगेशकर' हे मराठी नाव आपले पाय घट्ट रोवून उभं असलेलं दिसत होतं. लतादीदींनी आपली महत्त्वाकांक्षा अक्षरशः खरी केली होती. केवळ एक पार्श्वगायिका एवढंच तिथं त्यांचं स्थान नव्हतं, तर त्या सबंध चित्रपटव्यवसायाची अपरिहार्य गरज बनलेल्या होत्या. चित्रपटांच्या यशात त्यांच्या गाण्यांचा सिंहाचा वाटा असायचा, अनारकली, नागिन सारख्या चित्रपटांनी केवळ ह्या जादुभऱ्या आवाजामुळं अभूतपूर्व यश पाहिलं.

जवळ जवळ दहा वर्षांनी आत्तीच्या व त्यांच्या गाठीभेटी पुन्हा सुरू झाल्या. कामाच्या गडबडीत त्या भेटीत सातत्य नसायचं. पण प्रफुल्ल कंपनी–सारख्याच परत एकदा त्या आत्तीच्या मदतीला धावून आल्या. आत्तीचा हिंदी चित्रपटसृष्टीत प्रवेश झाला, तरी सफाईदार हिंदी बोलणं हा तिच्यासमोर यक्ष–प्रश्न होता. कारण घरात बाहेर सतत मराठीच बोलणं असायचं. त्यामुळं मराठी कलावंत त्यांच्या हिंदी बोलण्यावरून बरोबर ओळखता यायचा. हिंदी चित्रपटात जम बसवावयाचा असेल, तर हिंदी भाषा सफाईनं येण्याची नितांत गरज होती. आत्तीची शूटिंगनिमित्त कोल्हापूर-पुणे-मुंबई अशी सारखी फिरती सुरू होती. त्यामुळे मास्तर ठेवून हिंदी शिकणं शक्य नव्हतं. त्या वेळी आत्तीनं एकलव्याची भूमिका घेऊन रेडिओवर रात्रंदिवस वाजणाऱ्या लतादीदींच्या गाण्यांना आपलं गुरू केलं. वेळ मिळेल, तेव्हा खोलीचं दार बंद करून लतादीदींच्या गाण्याबरोबर अक्षरशः घोकंपट्टी करून तिनं आपले उच्चार सुधारले. अभ्यासपूर्वक त्या जिभेला वळण लावलं. 'आप मराठी होकर भी अच्छा हिंदी बोलती हैं' अशी हिंदी भाषिकांकडून प्रशस्तीही मिळवली.

लतादीदींची कीर्ती, यश आणि वैभवाच्या बाबतीत नव्यानं सांगायलाच पाहिजे, असं नाही. ते सर्व डोळे दिपविणारं आहे. पण मला त्यातील विशेषत्व जाणवतं, ते त्यांनी चित्रपटसृष्टीसारख्या भपकेबाज मायानगरीत राहूनही, आणि सर्व तऱ्हेची समृद्धी पायांशी लोळण घेत असूनही, आपलं 'मऱ्हाटीपण' कायम राखलं आहे. घरातील वातावरण, राहणी, पोशाख, आचार-विचार या सगळ्याच बाबतींत त्यांनी साधेपणा राखला आहे. त्यांच्या घरातील अनेक देवदेवतांनी भरलेलं देवघर, सतत चालू असलेली धार्मिक कृत्यं, त्यांच्या श्रद्धाळू व संस्कृतिप्रिय मनाची साक्ष देतात. परदेशांत असल्या, तरी त्यांचे उपास-तापास, सणवार चुकत नाहीत. घरात कटाक्षानं मराठीच बोललं जातं.

त्यांच्या दृष्टीनं गाण्याचं रेकॉर्डिंग हीही एक पूजाच असते. देवाच्या पूजेइतकीच श्रद्धेनं, एकाग्रतेनं आणि मनापासून केलेली, नव्या गाण्यांच्या रेकॉर्डिंगला त्या जेवढे कष्ट घेतील, तितकेच परिश्रम त्यांच्या गाण्यांच्या कार्यक्रमालाही त्या घेतात. स्वतःच गायलेली गाणी त्या पुनः पुन्हाः तालमी करून, जुनं जडजवाहीर पॉलिश देऊन लखलखीत करावं, तसं अधिकच चमकावून त्यांचं तेज वाढवितात. पन्नास वर्षांपेक्षा अधिक काळ गाणाऱ्या लतादीदी कार्यक्रमाच्या दिवशी पहिलं गाणं होईपर्यंत 'टेन्स' असतात. त्यांचे हात गार पडलेले असतात. कर्तृत्वाच्या इतक्या वरच्या जागी पोहोचूनही त्या एखाद्या विद्यार्थ्यानं परीक्षेची तयारी करावी, तशी कार्यक्रमाची तयारी करतात. कारण त्यांना 'अत्युत्तम' या एकाच गोष्टीचा ध्यास आहे.

या संदर्भात मला एक प्रसंग आठवतो. दीदींच्या रौप्यमहोत्सवी कारकीर्दीबद्दल त्यांचा सत्कार आणि एस्.डी.बर्मन नाईटचं आयोजन करण्यात आलं होतं. त्या दिवशी सकाळीच आम्ही त्यांना भेटायला घरी गेलो होतो. समारंभाला नेसण्याची साडी हँगरला अडकवून ठेवली होती. साडी सिल्कची; पण नवी वाटत नव्हती. काठ–पदरही नव्हते. मोतिया रंग होता. एवढ्या मोठ्या समारंभाला त्या अशी साडी नेसणार, हे पाहून मी त्यांना विचारलं,

'ही असली साडी तुम्ही नेसणार?'

त्यावर हसून त्या म्हणाल्या,

'हो, ग. ती माझी लकी साडी आहे. ती नेसले, की कार्यक्रम चांगला होतो.'

आजच्या काही अर्ध्या हळकुंडानं पिवळ्या होणाऱ्या कलावंताचा अतिउत्साह पाहिला की, दीदींची तपश्चर्या अधिकच प्रखर वाटायला लागते.

कोल्हापुराहून मुंबईला आल्यावरही बरीच वर्षं झाली, तरी मी गाण्याच्या रेकॉर्डिंगला गेले नव्हते. त्याचं कारणही होतं. त्या काळी मी एक प्रतिज्ञा केली होती की, मी जे रेकॉर्डिंग प्रथम पाहीन अथवा ऐकेन, ते लतादीदींचंच असेल. पण का, कुणास ठाऊक, कधी ती प्रतिज्ञा पुरी झाली नाही. अर्थात मी पहिलं रेकॉर्डिंग पाहिलं, ते आशा भोसले यांचं. 'मधुचंद्र' या चित्रपटाचा मुहूर्तच त्यांनी गायिलेल्या 'सुरावटीवर तुझ्या उमटती' या गाण्यावर झाला. त्यामुळं माझी प्रतिज्ञा संपूर्णपणे मोडली नाही. कारण मंगेशकरांच्या घरातल्या दुसऱ्या दमदार सुरांचा आविष्कार तरी प्रथम पाहता-ऐकता आलाच.

लतादीदीचा स्टेज-शो मी प्रथम पाहिला आणि रेकॉर्डिंग मात्र १९७६साली शरद पिळगावकरांच्या 'नाव मोठं लक्षण खोटं' या चित्रपटाचं पाहिलं. मला वाटतं, अनिल व अरुण पौडवाल या संगीत-दिग्दर्शकांचा हा पहिला चित्रपट. गाणं होतं : 'शोधू मी कुठे, कशी, प्रिया, तुला', 'कहीं दीप जले कहीं दिल' या पद्धतीचं हे गाणं रेकॉर्ड व्हायला वेळ असा लागलाच नाही. रहस्यमय वातावरणनिर्मितीसाठी लागणारे आलापही दीदींनी पाच-दहा मिनिटांतच रेकॉर्ड करून दिले. हेही मुहूर्ताचंच गाणं होतं. त्याचा पेढा तोंडात टाकीतच त्या बाहेर पडायच्या तयारीला लागल्या. निर्मात्यांनी मानधनाचं पाकीट त्यांना सादर केलं. ते विनयपूर्वक नाकारीत त्यांनी आपली पर्स उचलली आणि पुढच्या रेकॉर्डिंगसाठी तिथून निघाल्या.

मराठी चित्रपटांच्या गाण्यांचं मानधन न स्वीकारणं, हे त्यांच्याकडून बऱ्याचदा घडतं.

कोल्हापुरात लतादीदींना मी जेव्हा पाहते, तेव्हा फार गंमत वाटते. आता-पावेतो त्यांनी जगभर प्रवास केला आहे. तिथं त्या खरेदीही करतात. पण इतकं असूनही कोल्हापुरात त्या आल्या, की तिथल्या दुकानांतूनही त्या खरेदीला जातात. अर्थात ती खरेदी अधिक करून दुसऱ्यांसाठीच असते. ज्याच्या त्याच्या आवडी लक्षात ठेवून त्यात्याप्रमाणे वस्तू भेट देणं ही त्यांची आवड आहे.

इम्पोर्टेड् वस्तू मिळणं भारतात ज्या काळात दुर्मीळ होतं, त्या काळात लतादीदी परदेशांत जाऊ लागल्या. ज्या वेळी त्या तिकडं जात, त्या वेळी आठवणीनं तिकडून काही आणायचं का, याची चौकशी करत; आणि सांगितलं, तर घेऊनही येत. इतकंच काय, अमेरिकेत कायम वास्तव्यासाठी गेलेल्या माझ्या शाळेतील मैत्रिणीचं पत्रही त्यांनी माझ्याकडं आठवणीनं पोहोचवलं.

मला ऑरगंडी साड्या आवडतात, हे त्यांना एकदा कळलं. त्यानंतर चांगली ऑरगडी साडी दिसली की, ती त्या माझ्यासाठी खरेदी करून ठेवायच्या. कित्येक वेळा स्वतः डिझाईन देऊन, प्रिंट करून अथवा एम्ब्रॉयडरी करून घेऊन मला पाठवायच्या. शिवाय वर प्रशस्तिपत्रही मिळायचं, ऑरगडी साडी नेसावी, ती कांचननंच.

असंच एक प्रशस्तिपत्र मला मीनाताई मंगेशकरांच्याकडून (खडीकर) एकदा मिळालं. त्या म्हणायच्या, सुंदर केस दोघींचेच. एक आमच्या दीदीचे आणि दुसरे कांचनचे. ज्यांच्या नखाशीही बरोबरी होऊ शकणार नाही, त्या दीदींच्या निदान केसांसारखे सुंदर केस आपलेही आहेत, याची कोण धन्यता वाटली होती.

दुसऱ्याच्या कलेचा आदर-गौरव करणं हीही त्यांची आवड आहे. प्रसिद्ध, गायिका नूरजहाँ आणि त्यांची मैत्री हे त्याचं बोलकं उदाहरण आहे.

'मराठा तितुका मेळवावा' या चित्रपटातील आत्तीची जिजाबाईंची भूमिका त्यांना इतकी आवडली की, त्यांनी आत्तीला मोत्यांचा सुंदर नेकलेस भेट म्हणून पाठविला. त्याच्याबरोबर त्यांचं पत्र होतं,

'तुमच्या कलेचा गौरव म्हणून छोटीशी भेट पाठवीत आहे. आवडते का, बघा.'

नम्रता हा त्यांचा आणखी एक गुणविशेष. त्यांना कुणी नमस्कार केला की, त्याच्या दुप्पट वाकून त्याला प्रतिनमस्कार करतात. त्यांच्या या विनयी स्वभावाचा मीच एकदा अनुभव घेतला आहे. शाळेत असताना चित्रपट–व्यवसायातील विविध विभागांतील प्रख्यात, तसेच, मला आवडणाऱ्या व्यक्तींचे फोटो जमविण्याचा मला छंद होता. त्या फोटोंचा आल्बमच मी केला होता. लतादीदींच्या जवळ मी फोटो मागताच, ढीगभर फोटो त्यांनी माझ्यासमोर ठेवले. आल्बमसाठी एक छोटा फोटो (स्वाक्षरीयुक्त) तर मी घेतलाच. पण आणखी एक मोठा फोटोही मी घेतला. तो मला फार आवडला होता, तानपुरा घेतलेल्या, स्वरांच्या धुंदीनं डोळे जडावलेल्या दीदींची ती ध्यानमुद्रा मला खूप आवडली. दीदींच्या परवानगीनंच मी तो फोटो घेतला.

पुढं काही वर्षांनी 'फिल्मफेअर' दीदींच्यावर विशेषांक काढणार होतं. त्यासाठी त्यांना नेमका तो फोटो पाहिजे होता. रंगीत चित्रांच्या झगमगाटात कृष्णधवल रंगांतील त्या फोटोची विशेषता वेगळीच होती. लतादीदींनी मला फोन करून सांगितलं की, त्यांना त्या फोटोची 'फिल्मफेअर' मध्ये छापण्यासाठी जरुरी आहे. त्यांचं काम झालं की, त्या अगदी व्यवस्थित माझा फोटो परत देतील. हे ऐकून मी मात्र थक्क झाले. त्यांचाच, त्यांनीच दिलेला तो फोटो. त्यांनी परत केला नसता, तरी चाललं असतं. पण दुसऱ्यांच्या साध्यासुध्या हक्काची सुद्धा इतकी काळजी करताना त्यांना पाहिलं की, निसर्गातही नेहमी पाहायला सापडणारं झाडाचं उदाहरण आठवतं.

नुसती पानं असलेली झाडं सरळसोट वाढतात. पण फळा-फुलांनी गच्च भरलेलं झाड मात्र काहीसं वाकलेलंच असतं.

लहान मुलांच्यामध्ये रमलेल्या लतादीदींना पाहणं हाही एक आनंदसोहळाच असतो. त्या कोल्हापुरात आल्या की, बाबांच्या घरातील नातवंडांच्या बाहुला-बाहुलीच्या लग्नासारखे धमाल कार्यक्रम आखले जायचे. त्या मुलांच्या बरोबरीनं दीदी त्यांच्या लगीनघाईत सामील होत. खऱ्या लग्नासारखी धावपळ सुरू व्हायची. सगळी खरेदी, तयारी, आहेर, मानपान त्या स्वतः जातीनं करायच्या. एवढंच काय, मंगलाष्टक म्हणायची जबाबदारीही मुलं अगदी बिनधास्तपणे लताआत्त्यावर सोपवायची आणि आंतरराष्ट्रीय ख्यातीची ही स्वरसम्राज्ञी अगदी हौसेनं तीही कामगिरी पार पाडायची.

मला आणखी एक अविस्मरणीय प्रसंग आठवतो, तो म्हणजे पंडित हृदयनाथ मंगेशकरांच्या पहिल्या मुलाच्या आदिनाथच्या बारशाचा. फुलांनी शृंगारलेल्या पाळण्यात मंगेशकरांचा हा कुलदीपक आरामात पहुडला होता आणि पाळणा म्हणायला, पाळण्याच्या चार कोपऱ्यांत सज्ज होत्या त्याच्या चार आत्या- लतादीदी, आशाताई, मीनाताई आणि उषाताई. त्या दिवशी आदिनाथचा मला केवढा हेवा वाटला, म्हणून सांगू? या चारी गंधर्वकन्यांचे स्वर लागताच आनंदानं अंगावर रोमांच उभे राहिले. तो नादब्रह्माचा सोहळा कधी संपूच नये, असं वाटतं होतं.

मुलं– मग त्यांच्या घरातील असू देत अथवा दुसऱ्यांची; त्यांत त्या भेदभाव करत नाहीत. एकदा लतादीदी पन्हाळ्यावर त्यांच्या बंगल्यात मुक्कामाला होत्या. मीही माझी मुलगी आणि भाचवंडांना घेऊन पन्हाळा दाखवायला गेले होते. रात्री जरा उशिराच आम्ही दीदींच्या बंगल्यावर पोहोचलो. बंगल्याच्या आतील भागातील मोकळ्या जागेतील कृष्णाचं मंदिर आणि त्याच्यावर छाया धरणारं प्राजक्ताचं झाड लक्ष वेधून घेत होतं. मंद तेवणाऱ्या समया त्या शांततेत मोलाची भर घालीत होत्या. त्या दिवशी नेमके दिवे गेले होते. दीदींनी माझ्या बरोबरील मुलांना सांगितलं, त्यांच्या बंगल्याच्या गच्चीवरून चंद्र आणि पन्हाळ्याचा परिसर फार सुंदर दिसतो. 'चला, तुम्हांला दाखवते.' आणि तशा अंधारात त्या मुलांना घेऊन गच्चीवर निघाल्याही.

दरवर्षी दीदींच्या वाढदिवसाला आत्ती त्यांच्या घरी साडी घेऊन जाते. लतादीदींची यातील ही एक विशेषता म्हणजे, कुणी कसलीही (अर्थात त्यांच्या आवडीप्रमाणे पांढरी किंवा मोतिया रंगाची) साडी द्यावी, ती भारी, की स्वस्त, असा विचार न करता, आवडली नाही, तरी देणाऱ्याच्या भावनांचा आदर म्हणून त्या ती साडी एकदा तरी नेसतातच.

त्या आधी आम्ही 'भावसरगम' कार्यक्रमात प्रथमच 'राधा'चं गाणं ऐकलं होतं. इतक्या लहान वयात स्टेज-शो मध्ये धीटपणे गाणाऱ्या राधाचं कौतुक करावं, म्हणून आत्तीनं राधासाठीही एक छोटासा गुच्छ बरोबर नेला होता. राधा त्या दिवशी शाळेत गेली असल्यामुळं आत्तीनं तो लतादीदींच्याकडंच तिला देण्यासाठी दिला. दीदींनी तो एवढासा गुच्छ काळजीपूर्वक तिच्या खोलीत ठेवायला लावून, ती शाळेतून आल्यावर आठवणीनं तिला देण्याविषयी राधाच्या आईला- भारतीवहिनींना बजावलं.

मी शाळेत असताना आत्ती दीदींना देत असलेल्या साडीच्या बॉक्समध्ये दोन दोन ओळींच्या शुभेच्छापूर्वक कविता लिहून पाठवायची. मी त्या विसरूनही जायची. पण लतादीदी त्या छोट्या छोट्या कागदाच्या चिठ्ठ्या कौतुकानं जपून ठेवीत आणि सर्वांना दाखवत. माझी मराठी भाषेची आवड पाहून बाळासाहेबांनी (हृदयनाथ मंगेशकर) मराठीचा अधिक व्यासंग वाढविण्यासाठी काही मराठी पुस्तकांची यादी पाठवून दिली. कॉलेजात बी.ए.,एम्.ए.चा अभ्यास करताना मराठीचे प्राध्यापक अशाच संदर्भ-ग्रंथांची यादी द्यायचे. लौकिक अर्थानं सर्वच मंगेशकर भावंडांचं शिक्षण फारसं झालेलं नसलं, तरी त्यांचा त्यांनीच अभ्यास वाढवून स्वतःला इतकं 'सुशिक्षित' करून घेतलं आहे की, भल्या भल्या विद्वानांनी तोंडात बोट घालावं; आणि म्हणूनच कुठलीही डिग्री नसताना लतादीदी साहित्य संमेलनाच्या स्वागताध्यक्षा होऊ शकतात, ठाम शब्दांत सध्याच्या मराठी भाषेच्या दुर्दशेची कारणमीमांसा करू शकतात. जाणकारांनाही अंतर्मुख करू शकतात. 'भावसरगम' सारख्या भावगीतांच्या कार्यक्रमामध्ये ज्ञानेश्वरीचं निरूपण करीत, पंडित हृदयनाथ मंगेशकर तो कार्यक्रम श्रोत्यांनाही नकळत आध्यात्मिक पातळीवर नेऊन ठेवतात.

डॉक्टर घाणेकरांच्या व माझ्या प्रेमप्रकरणात जवळच्या व बाहेरच्या सर्वांनीच मला टोचून हैराण केलं होतं. पण त्या दहा-बारा वर्षांच्या काळात त्यांना तो अधिकार असूनही लतादीदींनी कधी एका अवाक्षरानंही त्याबद्दल मला विचारलं नाही, की कधी टोमणाही मारला नाही. त्या वेळी मी बऱ्याचदा आजारी असायची. सारखे औषधोपचार सुरू असायचे. ते ऐकून मात्र एकदा त्या म्हणाल्या होत्या,

'कांचनच्या पत्रिकेत डॉक्टरचा योग जोरदार दिसतो.'

त्यांच्या या शेऱ्याचा मला राग आला नाही, तर त्यांच्या मार्मिक टिप्पणीचं कौतुकच वाटलं होतं. त्यांनी केलेल्या पत्रिकेच्या व डॉक्टरांच्या उल्लेखामुळं डॉक्टरांशी आपली गाठ दैवजातच आहे, असा मला सोयिस्कर वाटणारा अर्थच मी त्यातून काढला.

माझं डॉक्टरांशी लग्न झालं, तेव्हा त्या हिंदुस्थानात नव्हत्या. त्यामुळं परत आल्यावर 'कांचन आनंदात आहे ना? आता तिच्या मनासारखं झालंय्. मी मुंबईत असते, तर नक्की तिच्या लग्नाला आले असते.' असं त्यांनी आत्तीला फोन करून सांगितलं.

डॉक्टर गेले, तेव्हाही दीदी परदेशातच होत्या. डॉक्टरांचा अकाली मृत्यू मला सर्वार्थानं हादरवून सोडणारा होता. त्याचा माझ्या प्रकृतीवरही खूप परिणाम झाला होता. माझी ती परिस्थिती बघून दीदींना खूप काळजी वाटली होती.

एकदा मात्र त्यांनी आत्तीला विचारलं, की

'कांचन पुनर्विवाहाचा विचार करते आहे का?'

त्यावर आत्तीनं त्यांना सांगितलं

'आम्ही सर्वांनी तिला तसं करण्याबद्दल खूप सांगून पाहिलं. पण काशिनाथशिवाय दुसऱ्या कुणाचाही विचार करायला ती तयार नाही.'

त्यावर मात्र त्यांनी आत्तीला सांगितलं की,

'आता कांचनवर कसलीही जबरदस्ती करू नका. तिला पाहिजे, तसं तिचं उर्वरित आयुष्य तिला जगू द्या.'

लतादीदींचं गाणं हा वादातीत प्रश्न आहे. मला वाटतं, सबंध हिंदुस्थानामध्ये सर्वांचं एकमत होईल, अशी एकच गोष्ट आहे. ती म्हणजे दीदींचा आवाज. ह्या आवाजानं सर्वांत महत्त्वपूर्ण गोष्ट केली असेल, तर ती म्हणजे संगीताचं ज्ञान नसलेल्या सामान्यांतील सामान्य माणसालाही संगीताचा आस्वाद घेण्याचा आनंद प्राप्त करून दिला. तन्मयतेनं मान डोलवण्याची मुभा दिली. शास्त्रीय संगीताची जाणकारी असेल, तरच संगीताचा आस्वाद घेता येतो, असं मानलं जाई. पण दीदींच्या स्वर्गीय आवाजानं अवघड, क्लिष्ट वाटणारं शास्त्रीय संगीतही सोपं, सुबोध, रसाळ वाटायला लागलं. अगदी स्वयंपाकघरापर्यंत संगीत सहजपणे पोहोचलं. चित्रपट-संगीतालाही दर्जा प्राप्त झाला.

दीदींच्या आवाजाची मीमांसा करण्याची माझी पात्रता नाही. माझे शब्दही अपुरे आहेत. म्हणूनच कोल्हापूरचे बाबा म्हणायचे, तेच मी इथं मांडीन. इतकं यथार्थ वर्णन ह्या आवाजासाठी दुसरं नसेल :

बाबा म्हणत,

'अवतारसमाप्तीच्या वेळी भगवान श्रीकृष्ण विसरून गेलेली ही त्यांची बासरी आहे, असं आपण मानू या... अलौकिक, मधुर आणि मंत्रमुग्ध करणारी.'

◆

नाथ हा माझा...

■

कांचन

काशिनाथ

घाणेकर

■

'डॉक्टरांचे निळे टपोरे डोळे आरपार वेध घ्यायचे. त्यांचे एखाद्या लहान
मुलासारखे खळाळून हसणे पाहत राहावेसे वाटे. त्यांचा
भावदर्शी चेहरा मोहित करायचा.
अंहं. पण ज्याच्यासाठी मी वेडावून जावे,
असे त्यांच्याजवळ विशेष असे काय होते?
घरीदारी, कॉलेजमध्ये त्यांच्याहूनही देखणी मंडळी मी
पाहत होते. शिवाय ते सर्व माझ्या बरोबरीच्या वयाचे होते.
अविवाहित होते. मग डॉक्टरांचेच इतके
आकर्षण मला का वाटत होते?
–आणि मग एकच उत्तर
डोळ्यांसमोर येत होते – 'डॉक्टरांचे कलंदर व्यक्तिमत्त्व',
'सो व्हॉट?' असं बेदरकारपणे विचारणारा
त्यांचा बेधडक स्वभाव. त्यांच्या रांगडेपणाने,
धसमुसळ्या स्वभावाने मला मंत्रमुग्ध केले होते. माझ्या
उपजत आवडींना डॉक्टरांची ही
सगळी स्वभाववैशिष्ट्ये आकर्षून
घेत होती, हे नक्कीच होते.'